कशा कशाच्या नावाने

मंजिरी गोखले जोशी

मराठी अनुवादः तत्सम लिंग्विस्टिक सर्व्हिसेस, पुणे

qurate
quratebooks.com

Kashya Kashachya Naavane
Manjiri Gokhale Joshi

Published in 2025

© Published by

Qurate Books Pvt. Ltd.
Goa 403523, India
www.quratebooks.com
Tel: 1800-210-6527, Email: info@quratebooks.com

ISBN: 978-93-5898-532-0

समर्पण

वंश, धर्म, जात, धर्मग्रंथ आणि परंपरेच्या नावाखाली
मारल्या गेलेल्या किंवा दुःख सहन करणाऱ्या पृथ्वीवरील
प्रत्येक माणसाच्या कटू आठवणींना समर्पित

श्रेय

संपादन/ संपादक - **नीतू कत्याल**

लेखक छायाचित्र - **श्रद्धा आणि शैलेश भामरे**

मराठी अनुवाद - **अदिती भावे, कल्याणी कुलकर्णी**

अनुवाद संपादन - **डॉ. मृणाल धोंगडे**

अनुवाद समीक्षण - **पूर्णिमा साठे**

ऑडिओ रेकॉर्डिंग (इंग्रजी) - **तन्वी जोशी**

ऑडिओ रेकॉर्डिंग (मराठी) - **पूर्णिमा साठे**

"निःसंशयपणे प्रत्येक धर्माच्या अनुयायांमध्ये पुष्कळ विद्वान लोक आहेत. त्यांनी स्वतःला पूर्वग्रहापासून मुक्त करायला हवं, सर्व धर्मांमध्ये सारख्या आणि सर्वांना लागू होणाऱ्या सत्याचा त्यांनी स्वीकार करायला हवा. विभिन्न धर्मांमध्ये वेगळ्या असलेल्या सर्व गोष्टी नाकारायला हव्यात. आणि जर ते एकमेकांशी प्रेमाने वागले तर ते जगाच्या हिताचं ठरेल."

-स्वामी दयानंद सरस्वती (१८२४-१८८३)

"कुठलंही काम, मग ते चांगलं असो वा वाईट, आपण ते धर्माशिवाय करू शकत नाही. धार्मिक विचार आपल्या धमन्यातून वाहतात. जर आपण त्या विचारांपासून पळ काढण्याचा प्रयत्न केला तर ते आपला पाठलाग करीत राहतील."

- न्यायमूर्ती महादेव गोविंद रानडे (१८४२-१९०१)

देवाने स्वर्ग आणि पृथ्वीची निर्मिती केली तेव्हा प्रत्येकाने आपल्याला नेमून दिलेली कामं विनासंघर्ष करायला हवीत, अशी रचना केली. कुराणात लिहिलं गेलं आहे की, "सूर्य चंद्रापर्यंत जाऊ शकत नाही किंवा रात्र दिवसाला मागे टाकू शकत नाही. परंतु प्रत्येकजण, आपापल्या कक्षेत भ्रमण करीत आहे"

(कुराणः ३६:४०)

१९८४ साली भारताच्या पहिल्या अंतराळवीर राकेश शर्माला जेव्हा 'तुम्हाला स्वर्गात देव भेटला का?" असं विचारण्यात आलं तेव्हा ते म्हणाले, "नाही, मी देवाला भेटलो नाही. देव आपल्या हृदयात राहतो, हे फक्त आपल्याला ठाऊक असतं. तो दिसत नाही, परंतु त्याचं अस्तित्त्व जाणवतं."

अनुक्रमणिका

प्रकरण १

प्रेमाच्या नावाने

थिएटरमध्यल्या अंधारात इरा दबकतच, करकरणाऱ्या पायऱ्या चढू लागली. तिची नजर टॉर्चच्या प्रकाशात, आधीच सिनेमा पाहत असणाऱ्या लोकांच्यामधून फिरत होती. तिने बांधलेल्या पिवळ्या आणि तपकिरी फुलांच्या झिरझिरीत स्कार्फने तिला अंधुक दिसत होतं. त्यात त्या अंधारात कशीबशी ठेचकाळत, अडथळ्यांची शर्यत पार करून ती तिच्या जागेवर पोहोचली. एकीकडे सिनेमाचं शीर्षकगीत सुरू होतं. तिने एका डागाळलेल्या, किरमिजी रंगाच्या मखमली खुर्चीवर तिचा तळहात ठेवला. क्षणभर तिने ती खुर्ची तशीच बंद ठेवली. तिच्या दुसऱ्या हाताची बोटं अजूनही स्कार्फभोवतीच गुंफलेली होती. ती धपकन रिकाम्या सीटवर जाऊन बसली.

एके काळी इराला अंधाऱ्या सिनेमा थिएटरचा आधार घ्यावा लागायचा नाही आणि तो स्कार्फही स्वतःची ओळख लपवून ठेवण्यासाठी वापरावा लागायचा नाही. पण आज थिएटरमध्ये आल्यावर, पडद्यावर कुठली गोष्ट सुरू आहे, यात तिला काडीमात्रही रस नव्हता. सुदैवाने तिच्या शेजारच्या दोन खुर्च्या रिकाम्या होत्या. नंतर कदाचित कुणीतरी

जोडपं तिथे येऊन बसेल की काय, असं क्षणभर तिला वाटून गेलं. ती तिच्या खुर्चीत स्थिरावली, तिची पाठ त्या फाटलेल्या किरमिजी रंगाच्या खुर्चीवर विसावली, तिच्या उजव्या बाजूच्या खुर्चीवरून एक छोटी, थम्स अपची बाटली पुढे आली, त्यात प्लास्टिकचा स्ट्रॉ घातलेला होता. पडद्यावरून नजर न हटवता, या शेजाऱ्याने पुढे केलेल्या कोल्ड्रिंकचे दोन घोट पिऊन तिने बाटली परत केली. मग शेजारून पुन्हा एकदा हळदीने माखलेले, सोनेरी पिवळे पॉपकॉर्न तिच्यासमोर आले. ते एका तळहाताएवढ्या प्लास्टिकच्या छोट्या पाकिटात पॅक केले होते. पुन्हा एकदा पडद्यावरून नजर न हटवता तिने एक दोन पॉपकॉर्न खाल्ले आणि पाकिट परत केलं.

मघा सुरू असलेलं कर्णकर्कश संगीत आता जरा सुसह्य झालं होतं. क्षणभर पडद्यावर मोठ्या आणि चमकदार अक्षरात सिनेमाचं शीर्षक झळकलं आणि विरून गेलं... "इन अँड अॅज..." दोन लहान मुली, मुलांसारखे कपडे घालून वावरत होत्या. घट्ट- अंगासरशी बसणाऱ्या खाकी शॉर्ट्स आणि एकसारखे पांढरे शर्ट घालून त्या आपल्या आईभोवती गिरक्या घेत नाचत होत्या. त्यांच्या आईने केशरी पोल्का डॉट्सची असलेली गुलाबी रंगाची साडी नेसली होती. तिच्या कपाळावर रुपयाएवढं लालचुटुक कुंकू होतं आणि जाडसर आयलायनर लावल्याने तिचे काळेभोर डोळे आणखीनच उठून दिसत होते. त्या बाईने तिच्या तेलकट केसांच्या भागांत सिंदूर भरला होता. ती भिंतीवरच्या सजवलेल्या आरश्यात पाहून स्वतःला न्याहाळत होती. ती ऑनस्क्रीन आई आणि तिची मुलं चिरकत असतानाच इराने आपल्या डाव्या बाजूला बसलेल्या प्रेक्षकांकडे कटाक्ष टाकला. त्या सगळ्यांची नजर पडद्यावरच खिळलेली होती. अखेरीस तिने आपल्या उजव्या बाजूला पाहिलं. तिला धीर देण्याच्या उद्देशाने

ओमरने हात पुढे केला आणि तो तिने आपल्या हातात घेतला. तो स्पर्श तिच्या ओळखीचा होता..जणू त्याच्या या कृतीतून तो इराला हेच सुचवत होता, 'आपण अशीच साथ एकमेकांना देऊया...'

सात वर्षांचे असताना, इरा आणि ओमरची शाळेच्या नाटकात निवड करण्यात आली होती. या येशू जन्माच्या नाटकात मेरी आणि जोसेफची भूमिका ते दोघे निभावणार होते. शेजारीच राहणाऱ्या दोराबजी टेलरने तिच्यासाठी फिकट निळ्या रंगाचा, नाजूक पायघोळ झगा शिवून दिला होता. इरा, पायघोळ झग्यामुळे तिच्या हातात असलेल्या बाहुलीसकट स्वतःचा तोल सावरायचा प्रयत्न करीत होती. तेवढ्यात आत्मविश्वासाने स्टेजवर वावरणाऱ्या ओमरने आपला हात पुढे केला आणि इरानेही कृतज्ञतेने त्याचा हात धरला. आपल्या दुसऱ्या हाताने, ओमरने तिचा झगा किंचित वर उचलला आणि इतर मुलं प्रार्थना म्हणत असताना, हे इवलंसं जोडपं स्टेजवरून पलीकडे गेलं.

"आज या राजाच्या जन्मानिमित्त देवदूत त्याच्यावर स्तुतिसुमनं उधळत आहेत, ऐका... मेरीचा मुलगा, येशू आज नाताळच्या दिवशी जन्माला आला आहे होऽऽऽऽऽऽ..." इराच्या आई बाबांनी आणि नऊवारी पांढरं लुगडं नेसलेल्या तिच्या सगुणा आजीने प्रेक्षकांत बसून अभिमानाने तिच्यासाठी टाळ्या वाजवल्या. काही रांगा सोडून मागे ओमरची आई सकीनाबी आणि ड्रायव्हर कर्तारसिंग बसले होते. कर्तारसिंग बऱ्याचदा सकीनाबी जवळच्या खुर्चीतच बसायचे कारण कधी इंग्रजीत संभाषण करण्याची वेळ आली तर कर्तारसिंग सकीनाबीला नेहमी मदत करायचे. त्या दोघांनीही आनंदाने टाळ्या वाजवल्या, ओमरला नायकाच्या भूमिकेत पाहून त्यांचा आनंद गगनात मावेनासा झाला होता. ओमरचे बाबा मुश्ताक सिद्दीकी मात्र, व्यवसायाच्या निमित्ताने फिरतीवर होते, त्यामुळे ते गैरहजर होते.

काही वर्षांनंतर, १९८४ मध्ये जेव्हा इंदिरा गांधींची हत्या करण्यात आली तेव्हा शीखांच्या विरोधात तीव्र पडसाद उमटू लागले. पगडी आणि दाढीमुळे कर्तारसिंगवर हल्ला होईल म्हणून घाबरलेल्या इरासमोर ओमरने पुन्हा एकदा मदतीचा हात पुढे केला.दहा वर्षांच्या इराने ओमरचा हात घट्ट धरला आणि शाळेपासून घरापर्यंत सुखरूप परत आली.

अशाच एका वर्षी त्यांच्या वर्गशिक्षिकेने त्यांना राष्ट्रीय एकात्मता या विषयावरील नृत्यनाट्यात भाग घेण्यास सांगितलं. प्रत्येक विद्यार्थ्याला भारताच्या विविध राज्याचं प्रतिनिधित्व करणारे पोशाखही परिधान करायला सांगितले. साचेबद्ध विचार करणाऱ्या या शिक्षिकेने काळया-सावळ्या वर्णाच्या मुलांना दक्षिणेकडील राज्य निवडायला भाग पाडलं. त्या शिक्षिकेला हे मान्य नव्हतं की दक्षिणेकडील राज्यातही बरेच गोऱ्या वर्णाची लोकं राहतात. तसंच भारताच्या इतर राज्यांमध्येही काळया आणि गोऱ्या दोन्ही वर्णाचे लोक राहतात.

पण ऐंशीच्या दशकापर्यंत या वर्णभेदाचं कुणालाच काही वाटत नव्हतं. इरा आणि ओमर या दोन्ही गोऱ्या मुलांना बर्फाच्छादित देवभूमी असलेल्या काश्मीरचं प्रतिनिधित्व करायला सांगितलं होतं. दुर्दैवाने त्यांच्या वर्गात या दहशतवादग्रस्त भागातून येणारं एकही मूल नव्हतं.

ओमरच्या आईने इराला, त्याच्या बहिणीची राबियाची एक चकचकीत हिरवी ओढणी आणि गुडघ्यापर्यंत येणारा कुर्ता आनंदाने वापरायला दिला.

मॉडेल यूनाइटेड नेशन्स असेंबली (MUNA) मध्ये शाळेचं प्रतिनिधित्व करणाऱ्या स्पर्धकांनी ग्रंथालयात बसून अगदी कसून तयारी केली. भरपूर मुद्दे शोधून काढले आणि मग वेगवेगळ्या जागतिक प्रश्नांवर उत्तम वादविवाद रंगवले. ओमर आणि इरा नेहमीच अशा

स्पर्धांमध्ये जिंकून, चषक घरी घेऊन येत असत. आता त्या दोघांचीही निवड मुलामुलींमधील अग्रणी म्हणून करण्यात आली होती.

इराला नेहमी हसवणारा, आनंदी ठेवणारा ओमर हळूहळू बदलला. तो तिला कधी रडवायचा, कधी राग येईल असं वागायचा तर कधी त्याच्या वागण्याने ती लाजेने अगदी लालेलाल होऊन जाई. आपापल्या करिअरविषयक महत्त्वाकांक्षा पूर्ण करीत असताना त्यांना त्यांचं नातं जगासमोर, घरच्यांसमोर उलगडून सांगण्याची मुळीच घाई नव्हती. त्यांनी लग्नाचं नियोजन आणखी काही वर्षांनी करायचं ठरवलं होतं. त्यांच्या या मैत्रीचं रुपांतर प्रेमात आणि मग आयुष्यभराच्या आनंदी सहजीवनात होणार याबाबत काही शंका नव्हती.

आज, त्या काळोख्या आणि बंदिस्त जागेत, सिगारेटचा धूर, वर गरगरणाऱ्या पंख्यामार्फत थिएटरभर पसरला होता. तशाच कोंदट वातावरणात इराची सडपातळ आणि नाजूक बोटं ओमरच्या मजबूत हाताने वेढली होती. तिच्या नाजूक बोटांची पेरं हळदीच्या रंगाने माखली होती. तिच्या मऊ, तपकिरी आणि पिवळ्या शिफॉनच्या स्कार्फखाली ते एकमेकांचा हात हातात घेऊन बसले होते. एकमेकांचा स्पर्श जमेल तितका अनुभवण्याचा प्रयत्न करीत होते.

दोघं कधी कधी वाफाळत्या चहाचे कप रिचवत एकमेकांशी तासन् तास गप्पा मारीत असत. कधी गजबजलेल्या मरीन ड्राईव्हवर एकमेकांना चोरटा स्पर्श करीत तर कधी भैय्याकडची आंबट-गोड पाणीपुरी खात. कधीतरी आपल्याला एकांत मिळेल अशी दिवास्वप्न पाहत ते एकत्र वेळ घालवत असत. त्यांना यावरच समाधान मानावं लागत होतं. यावेळी पहिल्यांदाच, दोन महिन्यांच्या मोठ्या अंतराने ओमर आणि इरा परस्परांना भेटले होते. दीक्षितांच्या घरी न जाता, ओमरने त्याच्या चुलत बहिणीच्या,

निखतच्या मदतीने इरापर्यंत पोचण्याचं धाडस केलं आणि अखेरीस तिला भेटण्यात तो यशस्वी झाला.

पूर्वी सिनेमाला जाताना दोघंही दादरला लोकलमध्ये एकत्रच चढायचे. इरा कधीही लेडीज फर्स्ट क्लासमध्ये बसायची नाही. पुरुषांच्या नजरांकडे दुर्लक्ष करत ती दोघं लोकलच्या दारात उभं राहून, भन्नाट वाऱ्याची मजा घेत, गप्पा मारायचे. आपला तोल सांभाळत, एकाच हॅण्डलबार वर एकमेकांचा हात घट्ट धरून ते उभे राहायचे. जेव्हा इतर पुरुष इराकडे टक लावून पहायचे, ते ओमरला आवडायचं नाही. आणि म्हणून, समोर असलेल्या कुणालाही इरा दिसणार नाही अशा आडोशाने तो उभा रहायचा.

"ओमर, अरे कुणीही काहीही करणार नाही रे मला! मी त्यांच्या डब्यातल्या एका माणसाची जागा अडवली आहे ना, म्हणून फक्त ते नाराज झाले आहेत आणि त्यातही आपण असे दारात उभे आहोत, नाही का?" इरा तिच्या वाऱ्यावर उडणाऱ्या बटांना सावरत चेष्टेने ओमरला म्हणायची. तिच्या त्या गडद तपकिरी रंगाच्या बटांना कुरवाळण्याची ओमरला इच्छा व्हायची पण ती इच्छा तो दाबून ठेवायचा आणि तासन् तास सिनेमाच्या तिकिटांच्या रांगेत उभे राहून काढलेली तिकिटं तो खिशातून काढून तिला दाखवायचा. जर ब्लॉकबस्टर सिनेमाची तिकिटं आगाऊ बुक केली नसतील, तर इराला इकडेतिकडे फिरावं लागेल म्हणून, ओमरने सिनेमा थिएटरच्या बाहेर उभ्या असलेल्या काळाबाजार करणाऱ्यांशी संगनमत केलं होतं. काळाबाजार करणारे लोकंही अतिशय धूर्तपणे एकांताची गरज असणाऱ्या तरुण जोडप्यांच्या शोधात असायचे. मग घासाघीस करून ओमर त्यांच्याकडून कौशल्यानं तिकिटं मिळवत असे.

तिकिटं कधी आणि कशी काढली याची पर्वा न करता, ओमर आणि इरा सिनेमा सुरू व्हायच्या आधीच त्यांच्या जागेवर येऊन बसत. सिनेमाच्या सुरुवातीला लागणाऱ्या गर्भनिरोधक जाहिरातींवर ते दोघेही फिदीफिदी हसत असत. कारण त्यात लैंगिक संबंधांचं चित्रण आडून आडून, वेगवेगळ्या मार्गानं दाखवण्यात येत असे. महाबळेश्वरच्या वेण्णा तलावात नौकाविहार करणारं जोडपं त्या जाहिरातीत दाखवायचे. २०व्या शतकातला तो डरकाळी फोडणारा सिंह काय आणि त्या ७० मिमी पडद्यावर शिमल्याच्या लालबुंद सफरचंदाचा लचका तोडणारा माणूस काय....दंतमंजनाची अशी फारच विनोदी आणि बाळबोध जाहिरात लागायची.

सिनेमाच्या शेवटी एकटा नायक गुंडांच्या टोळीचा पराभव करतो आणि पोलिसांची गाडी सायरन वाजवत त्यांना घेऊन जाते, हे सगळं ती भेदरलेली नायिका आपला पदर, स्कार्फ घट्ट धरून पाहत असते... अशी साठा उत्तराची कहाणी पूर्ण झाल्यावरही इरा आणि ओमर आपल्या सीटवरून हलत नसत. अगदी सिनेमाच्या शेवटी तंत्रज्ञ व इतर लोकांची यादी संपली की मगच ते थिएटर सोडायचे.

पण आज जवळजवळ सिनेमा संपण्याच्या २० मिनिटं आधीच इराने थिएटर सोडलं. सिनेमाच्या शेवटी पडद्यावर "यह तो बस शुरुआत है..." असे शब्द झळकत होते, पण आज ते दोघंही शेवट पहायला थांबले नाहीत. जसं त्या पडद्यावरच्या नायक नायिकेनं एकमेकांचे हात हातात घेतले तसा ओमर थिएटरमधून बाहेर पडला. इरा त्याच्याही आधी १० मिनिटं तिथून बाहेर पडली होती. त्या मौल्यवान आणि चोरट्या क्षणांचा दरवळ अजूनही त्याच्या मनात रुंजी घालत होता.

निघताना इराच्या हातात एक प्लास्टिकची पिशवी होती. त्यात ओमरने निखतकडून उधार घेतलेला काळा बुरखा कोंबला होता आणि

"व्हॅलेंटाईन डे-१९९३" पार्टी थीम असणाऱ्या जागेच्या मागे, त्यांच्या नेहमीच्या ठिकाणी भेटण्याचं वचन तिने ओमरला दिलं होतं. खरं तर या बुरख्याच्या वरदानामुळेच त्यांना लपुनछपून आणि एकांतात भेटता येत होतं.... आणि त्यांच्यातलं प्रेम असंच बहरत होतं.

दोन महिन्यांनी एप्रिल १९९३ रोजी इरा आपल्या पहिल्यावहिल्या आंतरराष्ट्रीय प्रवासासाठी विमानात बसली होती. तिने फिकट निळ्या रंगाची जीन्स आणि आमसुली रंगाचा स्वेटर घातला होता. तिच्या गळ्यात पारंपरिक मंगळसूत्र होतं, जे तिच्या या पोशाखाच्या अगदी विपरीत होतं. तिचं डोकं सुन्न झालं होतं, एक विचित्र अस्वस्थता आणि निराशा तिच्या डोळ्यात दिसत होती. तिच्या डोक्यात वैचारिक गोंधळ सुरू होता ज्याचा परिणाम म्हणून तिला आता मळमळत होतं.

जसं तिचं विमान टर्मिनल ३ वर आलं, तसं तिच्या कानात विविध आवाज घुमू लागले.

"आम्ही भारताचे लोक, भारताचे एक सार्वभौम समाजवादी धर्मनिरपेक्ष लोकतंत्रात्मक गणराज्य घडविण्यास, तसेच भारताच्या समस्त नागरिकांनाः

सामाजिक, आर्थिक आणि राजनैतिक न्याय, विचार, अभिव्यक्ति, विश्वास , श्रद्धा व उपासना यांचे स्वातंत्र्य...."

श्रीमती अल्बुकर्क, अर्ध्या पोर्तुगीज आणि अर्ध्या भारतीय-गोवेकर होत्या. त्या मुंबई कॉन्व्हेंट शाळेत इतिहास आणि नागरिकशास्त्र विषय शिकवत असत. त्यांची धारणा होती की भारतीय राज्यघटना आणि विशेषतः त्यामागचा उद्देश नुसताच सांगितला जाऊ नये, तर बायबलसह शाळेच्या प्रार्थनेच्या वेळी तो मोठ्याने वाचायला हवा.

त्यांनी या राष्ट्रीय अभिमानाचं महत्त्व शाळेच्या मुख्याध्यापकांच्या मनावर बिंबवलं. त्यामुळे झालं असं की ओमर, इरा आणि इतर वर्गप्रमुख मुलांना रसायनशास्त्राची सूत्रं लक्षात ठेवण्याबरोबरच, इंग्रजी आणि प्रादेशिक कविता, इतिहासातल्या महत्त्वाच्या सन-सनावळ्या आणि आता संविधानाची प्रतिज्ञा तोंडपाठ करण्याचं काम देण्यात आलं. शिवाय ती प्रतिज्ञा प्रार्थनेच्या वेळी त्यांना मोठ्याने म्हणावी लागत असे, जेणेकरून इतर मुलं त्याचं पुनरुच्चारण करू शकतील.

"विचार, अभिव्यक्ती, विश्वास, श्रद्धा आणि उपासना स्वातंत्र्य..." हेच तिच्या कानात घुमत असताना, आपल्या मेंदीच्या हातांनी तिने आपली जांभई दाबत, खिडकीच्या बाहेर नजर टाकली लंडनच्या करड्या क्षितिजाची तिने पाहिलेली ही पहिली झलक. तिने लंडनमधल्या छोट्या गावां विषयी आजपर्यंत फक्त तिच्या आवडत्या एनिड ब्लायटन आणि अगाथा क्रिस्टीच्या पुस्तकात वाचलं होतं. तेवढं वर्णनच तिला आनंदी व्हायला पुरेसं असायचं.

पेंगुळलेल्या इराने तिचा बोर्डिंग पास आणि पासपोर्ट काढण्यासाठी तिची हँडबॅग उघडली. त्यातून एक पिवळसर पडलेली चिट्ठी, विमानात पडली. त्यात ओमरने एका बाजूला खरडलेली संविधानाची प्रतिज्ञा आणि दुसऱ्या बाजूला इरासाठी लिहिलेलंपहिलंवहिलं प्रेमपत्र होतं. प्रवासाने शिणलेल्या तिच्या सहप्रवाशांनी घाईघाईने ती चिट्ठी नकळत पायदळी तुडवली. इरानेही "विचार, अभिव्यक्ती, विश्वास, श्रद्धा आणि उपासना यांचे स्वातंत्र्य" असले शब्द खरडलेली ती चिट्ठी विमानातच सोडली आणि तिच्या आयुष्याचा नवीन अध्याय सुरू करण्यासाठी तिने लंडनच्या थंड हवेत पाऊल ठेवलं....

प्रकरण २

प्रथेच्या नावाने

५ डिसेंबर २०१७ - तिचे खेळकर अस्तित्व संपुष्टात आलं, त्याला पंचवीस वर्षे उलटून गेली होती. इरा आता तिच्या मुलासोबत, समीरसोबत लंडनच्या हिथ्रो विमानतळावरून सुटलेल्या विमानात बसली होती. तिच्या मुलाचं मुंडन केलं होतं आणि त्याच्या हातात एक अस्थिकलश होता.

ही दुःखद घटनांची मालिका आता तरी संपावी अशी आशा इराला वाटत होती. इराचे सासू-सासरे आपल्या मुलाच्या मृत्यूने कोसळून गेले होते. इतक्या वर्षांची परवड आता तरी थांबावी या उद्देशाने त्यांनी कोणतेही धार्मिक किंवा पारंपारिक रीतीरिवाज पाळावेत असा आग्रह धरला नव्हता. पण तिचा मुलगा समीर याचा आपल्या वडिलांच्या अस्थि गंगेत विसर्जित कराव्यात असा आग्रह होता. कारण " सर्व हिंदू" असं करतात असं त्याचं म्हणणं होतं. समीरला धर्माविषयी अलीकडेच आकर्षण वाटू लागले होते. त्याचाच परिणाम म्हणून मृत व्यक्तींच्या मुलाने मुंडन करावं अशी प्रथा असल्याने त्यानेही मुंडन केलं होतं. प्राचीन काळात आपल्या वडिलांच्या

मृत्यूचा शोक म्हणून आणि त्यांच्याप्रति आदर दाखवण्यासाठी मुलगा ही प्रथा पाळत असे, पण आत्ताच्या काळात कोणी महाराष्ट्रीय हिंदू व्यक्ती सहसा ही प्रथा पाळत नाहीत. अशावेळी,भारतातील शहरी भागात राहणारे हिंदू (विशेषतः ब्राह्मण) बरेचदा व्यावहारिक विचार करतात आणि आपल्या कामाला लागतात.

मुंबई, पुणे आणि आसपासच्या गावातून अनेक लोक इंग्लंडला स्थलांतरित होऊनसुद्धा, तिथे महाराष्ट्रीय लोकांनी उभारलेलं एकही मंदिर दिसत नाही, यामागचं कारण कदाचित हे असू शकेल. समीरने आंतरजालावर (इंटरनेट) शोध घेऊन सुद्धा त्याला महाराष्ट्रीय हिंदू अंत्यसंस्कार करणारी कोणतीही कंपनी सापडली नाही. श्रीरामच्या मृत्युनंतरच्या २० दिवसांत समीरने हिंदू चालीरीतींची माहिती शोधण्यासाठी आंतरजाल पिंजून काढलं आणि त्याला मुंडन करणे वगैरे बऱ्याच प्रथांची माहिती कळली. याशिवाय, समीरचे आता या विषयावरचे मुख्य सल्लागार होते अंत्यसंस्कार संचालक आणि पुजारी असणारे हर्षदभाई. अंत्यसंस्कार करताना, दिवंगत आत्म्याच्या शांतीसाठी भारंभार श्लोक आणि लांबलचक संस्कृत कथन याचं त्यांनी पाल्हाळ लावलं होतं. भारत सोडून त्यांना आता चाळीस वर्षे झाली आहेत असं हर्षदभाईंनी स्वतःच कबूल केलं होतं. ते महाराष्ट्र आणि त्याची राजधानी असलेल्या मुंबई शहरातील कोणालाही ओळखत नव्हते. त्यांच्या दृष्टीने मुंबई म्हणजे फक्त बॉलिवूड तारकांची चंदेरी दुनिया. त्यांच्या वेबसाइटवर ठळकपणे जाहिरात करून त्यांनी आपल्याला तामिळ, गुजराथी, पंजाबी आणि शीख अशा सर्व प्रांतांच्या पद्धतीचे अंत्यसंस्कार करण्याचं सखोल ज्ञान असल्याचं सांगितलं होतं. (त्यातही शुध्द-लेखनाच्या बऱ्याच चुका केल्या होत्या) त्यांच्या वेबसाईटवर कुठेही “मराठी” भाषा किंवा “महाराष्ट्र” प्रदेश असा उल्लेखही नव्हता. पण

वडिलांच्या मृत्युच्या दुःखात असणाऱ्या समीरला त्यांनी आपण सर्व संस्कार यथासांग पार पाडू असं छातीठोकपणे सांगितलं होतं; कारण त्यांच्याकडे अंत्यसंस्कार करण्याचा सहा वर्षांचा अनुभव होता.

अंत्यसंकाराच्यावेळी, हर्षदभाईंनी "सर्व हिंदूंचं सर्वसामान्य वर्तन" यावर भाषण झोडलं. समीरचा उल्लेख त्यांनी "मृत व्यक्तींचा ज्येष्ठ मुलगा" तर डॉ. इरा गोडसे यांचा उल्लेख फक्त "विधवा" असा केला.

समीर आणि हर्षदभाईंची पहिल्यांदा भेट झाली, त्या भेटीतच हर्षदभाईंनी "पतीच्या मृत्युनंतर" प्राचीन भारतात काय प्रथा पाळल्या जात असत याची यादी वाचली होती. त्यामध्ये इराने साधी पांढरी साडी नेसावी, डोक्यावरून पदर घ्यावा, हातात काचेच्या बांगड्या घालाव्यात आणि त्या फोडाव्यात, कपाळावरील कुंकू पुसून टाकावं, कुणाकडून तरी तिच्या गळ्यातील मंगळसूत्र काढून घ्यावं अशा प्रथा होत्या.

नशीब एवढंच की समीरने रत्नप्रभांचा सल्ला ऐकला आणि हा विषय सोडून दिला. रत्नप्रभांना, आपल्या मुलामुळे पुन्हा एकदा आपल्या कुटुंबाची बेअब्रू व्हावी आणि लोकांना वायफळ चर्चा करायला अजून खाद्य मिळावं असं वाटत नव्हतं. हर्षदभाईंनी अंत्यसंकार करताना लागणाऱ्या वस्तूंची यादी दिली होती आणि समीरला त्या सगळ्या वस्तू आणायला सांगितल्या होत्या. समीरला व्यवहारासाठी केलेल्या गोड बोलण्याची सवय नव्हती. त्यामुळे हर्षदभाईंनी "तू एवढा दुःखात आहेस, तर मीच या सगळ्या वस्तू घेऊन येईन आणि तुला खास सवलत पण देईन" असं सांगितल्यावर समीर लगेच तयार झाला. तसेच हर्षदभाईंनी त्यांचा एक आचारी मित्र पूजेचा प्रसाद सवलतीच्या दरात बनवून देईल असं सांगितलं. इरा हा सगळा खर्चिक, रेंगाळत जाणारा प्रकार उघड्या डोळ्यांनी बघत होती तेव्हा तिला दोनच वर्षांपूर्वी तिची आजी गेली त्यावेळची आठवण

झाली. त्यावेळेला दीक्षित कुटुंबीयांनी अत्यंत साध्या पद्धतीने आणि आदरपूर्वक तिच्या लाडक्या सगुणा आजीचे अंत्यसंस्कार केले होते. त्याचे पौरोहित्य तिची विद्वान मावशी, प्रतिभाने केले होते. सुरु असलेल्या सगळ्या प्रकाराला विरोध करण्याचे त्राण इराच्यात नसल्याने मूकपणे ती हा सगळा प्रकार पहात होती. पण जेव्हा हर्षदभाईंनी "अस्थिकलश लंडनहून पवित्र अशा वाराणसीला नेण्याचे सगळे नियोजन आपणच करू" असा खुशामतीचा सूर लावला, तेव्हा मात्र इराने तिच्या मुलाचे मन वळवायचा प्रयत्न केला,

"समीर, आमचे लग्न १९९३ साली झाले, त्यानंतर तुझ्या वडिलांनी भारतात पायही ठेवला नाही. तुला जर त्यांच्या अस्थि इथेच इंग्लंडमध्ये विसर्जित करायच्या असतील, तर त्यासाठी लागणारी आवश्यक परवानगी आपण काढू शकतो. भारतात जाऊन अस्थिविसर्जन करणे ही तुझ्या वडिलांची इच्छा होती का नाही ते मला माहीत नाही, पण अंत्यसंस्कार करणाऱ्या कंपनीच्या संचालकांचा हा हट्ट आहे असे मला वाटते"

"आई, ही माझी इच्छा आहे! हर्षदभाईंनी मला सांगितलं आहे की जोपर्यंत बाबांच्या अस्थि पवित्र गंगेत विसर्जित केल्या जात नाहीत तोवर त्यांच्या आत्म्याला मोक्ष मिळणार नाही. त्यांनी दिलेल्या पॅकेजमध्ये ही जास्तीची सेवा म्हणून ते आपल्याला हे काम करून देणार आहेत."

समीरला नाही, पण इराला मात्र 'सेवा' आणि 'पॅकेज' हे शब्द खटकले. तिच्या घराण्यात पौरोहित्याची उज्ज्वल परंपरा होती, आणि अशा प्रकारे पौरोहित्य करण्याला तिच्या कुटुंबियांनी नेहमीच विरोध केला होता. 'फक्त पौराणिक धर्मग्रंथाचे आणि वेदांचे ज्ञान आहे एवढ्या एका कारणासाठी श्रद्धा, धर्म, समाज आणि परंपरा यांच्या बाबतीत अंतिम शब्द फक्त पुरोहिताचा असला पाहिजे.' या समजुतीला त्यांनी कायम विरोध

केला. जेव्हा एखादं कुटुंब त्यांच्यावर कोसळलेल्या आपत्तीमुळे विवश झालेलं असतं तेव्हा अशा समजुतींमुळे त्यांच्या निर्णयांवर आणि वर्तनावर प्रभाव पडतो.

"हिंदू धर्म तुम्हाला काहीही करण्यास भाग पाडत नाही, पण जे मध्यस्थ असतात, ते तुम्हाला अशा गोष्टींवर विश्वास ठेवण्यास सांगतात. म्हणजे त्यांना तुमच्यावर नियंत्रण ठेवता येतं." असं पौरोहित्य करणारी प्रतिभा आणि इराची आजी नेहमी तिला सांगत असत. पण आत्ता समीर काहीही ऐकून घेण्याच्या मनःस्थितीत नव्हता. आतापर्यंत समीर अनभिज्ञ होता, पण आता त्याच्यावर चहूबाजूंनी आणि वेगवेगळ्या प्रभावकांकडून हिंदुत्वाविषयीच्या अर्धवट माहितीचा आणि कालबाह्य ब्राह्मणवादी परंपरांचा मारा होत होता.

इराने एक पर्यटक या नात्याने याआधी वाराणसीला भेट दिली होती. तिने अलीकडेच वाचलं होतं की आता त्या पवित्र शहराची अगदी दुर्दशा झाली आहे- नयनरम्य घाटांवर चिता जळत असतात, त्याने नदीचं पाणी प्रदूषित होत असतं, सगळे लोक त्यातच स्नान करत असतात. आणि बाहेरून आलेल्या पर्यटकांना तिथले स्थानिक दलाल हातोहात फसवत असतात. समीर आत्तापर्यंत ज्या वातावरणात वाढला होता, ते लक्षात घेता या सगळ्यामुळे त्याच्या श्रद्धेला धक्का पोचणार होता. आणि त्यामुळे तो अधिकच निराश आणि दुःखी होईल असं इराला वाटत होतं. तेव्हा आपण दोघंही अस्थिकलश घेऊन लंडनला जाऊया असं तिने समीरला सुचवलं.

इंग्लंडमध्ये राहत असताना तिथल्या स्थानिक लोकांच्या अनेक गोष्टी तिला मनापासून पटल्या होत्या. त्यातलीच एक म्हणजे, प्रत्येक गोष्टीसाठी त्यांच्याकडे एक आखीव प्रक्रिया होती आणि प्रत्येकजण त्या

प्रक्रियेचे पालन करेल याकडे त्यांचा कटाक्ष असे. अगदी दुसऱ्या देशात अस्थि नेताना काय प्रक्रिया पालन करावीहेही त्यांनी ठरवून दिलं होतं. "दहशतवादी हल्ल्यांचा वाढता धोका लक्षात घेऊन" दोन्ही देशांची सुरक्षा आणि त्या देशाच्या रितीरिवाजांचा आदर ठेवून, कलश कशाचा बनलेला असावा ह्यासंबंधीची माहितीआणि कोणती कागदपत्रे बरोबर बाळगावी लागतील याची माहिती वेबसाईटवर दिली होती. इतर देशांच्या प्रथेचा आदर करून तो कलश उघडून दाखवण्यास सांगितले नाही.

इराला चित्रपट पाहण्याचा आवड होता. तिला १९८४ सालच्या 'सारांश'याहृदयद्रावक चित्रपटाची आठवण झाली. या चित्रपटात एका वडिलांची फरफट दाखवली आहे. त्यांचा मुलगा न्यूयॉर्कमध्ये एका दुर्घटनेत मारला जातो. त्याच्या अस्थि मुंबईच्या कस्टम अधिकाऱ्यांकडून ताब्यात घेताना त्यांना किती दुःखातून जावे लागते, ते पाहता आत्ताची ही प्रक्रिया तिला अगदी सोपी वाटून गेली.

श्रीरामला चित्रपटाची फारशी आवड नव्हती आणि तो कधीही चित्रपटगृहात गेला नव्हता. तसेही त्याकाळी बॉलिवूडचे चित्रपट अगदी क्वचित इंग्लंडमध्ये प्रदर्शित होत असत. तरीही इरा अधूनमधून आवर्जून चित्रपट बघायला जात असे, तेवढाच तिला तिच्या धकाधकीच्या आयुष्यातून विरंगुळा मिळत असे. ती इंग्लंडला गेल्यावर एक वर्षाने, "शिंडलर्स लिस्ट" मधील लाल कोट घातलेली मुलगी पाहताना तिचे डोळे पाणावले होते. तिने आजवर पुस्तकात वाचलेल्या यातनांची कथा जणू आज तिच्यासमोर उलगडत होती असे तिला वाटले.

लवकर न संपणाऱ्या एखाद्या दुःस्वप्नासारखे ते अंत्यसंस्कार चालू होते. आपल्या ब्रिटीश आणि गुजराथी अशा संमिश्र उच्चारांमध्ये हर्षदभाईंनी, त्यांनी आजवर कधीही न पाहिलेल्या माणसाचं गुणगान

केलं. सुरुवातीला तिला परिस्थिती फारशी गंभीर वाटली नव्हती, पण जेव्हा इराला श्रीरामच्या आजाराचे गांभीर्य आणि त्याच्या आईच्या वर्चस्व गाजवायच्या स्वभावामुळे आणि अतिसंरक्षणामुळे वाढणारी आजाराची तीव्रता लक्षात आली तेव्हा तिने तिच्या नशिबाची तुलना तिच्या आवडत्या जुन्या, १९७०च्या "खिलौना" या बॉलिवूड चित्रपटाशी केली. आपल्या मुलामधील कोणतेही दोष मान्य न करणं आणि कोणत्याही समस्येचं उत्तर म्हणून त्या मुलाचं "लग्न" लावून देणं असं त्या काळात सर्वसामान्य कुटुंबात सर्रास होत असे. पालक इतकी वर्षे प्रयत्न करूनही जो प्रश्न सोडवू शकले नाहीत तो प्रश्न नव्या नवरीने एखादी जादूची कांडी फिरवून सोडवला पाहिजे असं त्यांना वाटत असे. आणि श्रीरामच्या बाबतीत तर त्याची समस्या २८ वर्षे सुरु होती. श्रीराम कधीही हिंसक किंवा अपमानस्पद वर्तन करीत नसे. बरेचदा, तो सभ्य, मृदू, नियमांना धरून वागत असे. पण एखाद दिवशी, तो अगदी भिडस्तपणे, गप्पगप्प राहत असे आणि कोषात गुरफटून कुढत बसत असे. अशा वेळेला त्याचे कुटुंबीय "आज श्रीरामला जरा बरं वाटत नाहीये" असं म्हणून त्याच्या वागण्याकडे दुर्लक्ष करत. 'जरा बरं नाही म्हणजेच अंडर द वेदर' हा शब्दप्रयोग ब्रिटनमध्ये जर कोणाला वातावरणातील बदलामुळे जरासा सर्दी-खोकला झाला तर वापरत असत. पण आपल्या ब्रिटनमधील जीवनाचा एक भाग म्हणून इराने गोडश्यांच्या या सोयीस्कर शब्दप्रयोगाचा स्वीकार केला होता.

पहिल्यांदा ती इंग्लंडला आली तेव्हा हिथ्रो एअरपोर्ट वरती न्यायला फक्त तिचे सासरे आलेले बघून तिला नवल वाटले होते. त्यांनी श्रीराम आजारी असल्याचं कारण पुढे केलं होतं. "आजारी" श्रीरामने समीरचे अनेक वाढदिवस आणि त्याच्या शाळेतले कित्येक कार्यक्रम चुकवले होते. त्यांचा मुलगा हयात असतानाही त्याच्या अनुपस्थितीची भरपाई

करण्यासाठी तिचे सासू-सासरे हरतऱ्हेने प्रयत्न करत असत. रत्नप्रभांचा स्वभाव कद्रू आणि कर्मठ होता. असं असलं तरीही त्या आजी म्हणून अगदी प्रेमळ होत्या. इराने तिची वैद्यकीय पदवी मिळवल्यानंतर आणि श्रीरामच्या अतिरेकी वागणुकीमुळे तात्पुरत्या असलेल्या नोकऱ्या सोडून बाहेर पडल्यानंतरसुद्धा, प्रभाकर त्यांना वेळोवेळी सढळ हाताने रोख रक्कम आणि इतर भेटवस्तू देत असत .

"कदाचित माझ्या आजीने पण असाच विचार केला असेल." इरा सुरुवातीला स्वतःच्या नशिबाला बोल लावत, असा विचार करून स्वतःची समजूत घालत असे. ओमर हा चांगला मुलगा नाही हे सगुणाच्या लक्षात आलं होतं. तिने लगेच सगळ्या नातेवाईकांशी संपर्क साधून इंग्लंडमधील डॉक्टरांचा मुलगा, श्रीराम गोडसेयाचं स्थळ पक्कं केलं. दीक्षित कुटुंबियांची या विषयावर एक वादळी चर्चा झाली होती, त्यात सगळ्यांचा सूर असा होता की,

"ते आपल्यासारखे नसतात ; तुझं त्यांच्याशी जमणार नाही."

"ब्राह्मणांच्या दृष्टीने परजातीतल्या मुलांसोबत शाळेत जाणं इतपत ठीक आहे; त्यांना आपल्या घरी दिवाळीला बोलावणं आणि त्यांच्या सण-समारंभाला, लग्नाला आपण जाणं हेही आपण पुढारलेले आहोत असे दाखवण्यासाठी म्हणून मान्य करायचं. पण त्यांच्यातल्या मुलाशी लग्न करणं म्हणजे अब्रह्मण्यं!" इराच्या लग्नाविषयी कुटुंबाची चर्चा चालू असताना इरा त्वेषाने म्हणाली होती.

इराचं लग्न ठरवताना, सगुणाने प्रभाकर गोडसेंकडून असं वचन घेतलं होतं की ते इराला इंग्लंडमध्ये वैद्यकीय शिक्षण देतील, त्याचा

सगळा खर्चसुद्धा तेच करतील. रत्नप्रभासुद्धा या गोष्टीला राजी झाल्या होत्या कारण ब्राह्मण असल्याने शिक्षण हे त्यांच्या रक्तातच आहे असं त्यांना वाटत होतं.

आपल्या घुम्या, एकाकी आणि उदास अशा श्रीरामला स्वजातीय "गोरी, सडपातळ, कॉन्व्हेंटमध्ये शिकलेली" अशी बायको मिळाली होती यानेच त्यांना खूप दिलासा मिळाला होता. त्याकाळी अशी सून आपल्याला मिळावी असं शहरी भागातील प्रत्येक ब्राह्मण पालकांना वाटत असे. आणि त्यांच्या आडनावाचा देखील एक मुद्दा होताच- गोडसे, ५० आणि ६० च्या दशकात गांधींच्या मारेकऱ्यासारखंच आडनाव घेऊन वावरणं कठीण होतं. याच कारणास्तव प्रभाकरने इंग्लंडला जाऊन स्थायिक होण्याचं ठरवलं आणि गोडसे कुटुंबाशी सर्व संबंध तोडून टाकले. ९० च्या दशकापर्यंत त्यांना त्यांच्या आडनावामुळे होणारा त्रास बंद झाला होता.

१९६०च्या दशकात परदेशातून मायदेशी, सारखा प्रवास करणं शक्य नव्हतं आणि आंतरराष्ट्रीय दूरभाष अतिशय महाग होते. म्हणून त्या काळातील स्थलांतरित झालेले लोक आंधळेपणाने आणि कठोरपणे त्यांच्या धर्माच्या पुरातन आवृत्तीचे पालन करत असत. त्यांनी मागे सोडलेला भारत आता ओळखू येत नव्हता. विशेषतः मुंबई, शहर म्हणजे विविध भाषा आणि धर्मांचं वैश्विक मिश्रण झाली होती. पूर्वीचा देश स्वातंत्र्यलढ्यासाठी एकवटला होता, पण आत्ताच्या देशात आंग्लाळलेली भाषा, पोशाख तसंच बॉलीवूड आणि क्रिकेट यांचे वारे वाहत होते.

श्रीराम अगदी मोजकंच बोलत असे. तो इराला पहिल्यांदा मुंबईमध्ये तिच्या घरी भेटला. इरा नुकतीच कॉलेजमधून घरी आली तर तिला तिच्या घराच्या दिवाणखान्यात गोडसे कुटुंबीय चहा पिताना दिसले. तेव्हा

अस्खलित इंग्रजी बोलणाऱ्या, सुशिक्षित, जीन्स आणि स्लीवलेस टॉप अशा पेहरावातील इराला पाहून त्याच्या तोंडून एकच शब्द बाहेर पडला, "अँग्लिसाईज्ड!"

श्रीरामची बहिण स्वाती हिच्याविषयी मात्र तिला फारशी माहिती मिळाली नाही. जेव्हा त्यांच्या लग्नाची तयारी चालू होती, तेव्हा इतक्या कमी कालावधीत स्वाती त्यांच्या लग्नासाठी भारतात येऊ शकणार नाही असं मोघम बोलणं तिच्या कानावर पडलं होतं. इंग्लंडला गेल्यावर तिची पहिली दिवाळी असताना, इराला गरोदरपणातील मळमळ आणि उलट्यांचा खूप त्रास होत होता आणि तिची अजूनही रत्नप्रभांना घरकामात मदत करताना तारांबळ उडत होती. रत्नप्रभांनी दिवाळीसाठी अनेक प्रकारचे फराळाचे पदार्थ केले होते. फराळाचे प्रकार भरपूर होते, पण त्यांचं प्रमाण अगदीच थोडंसं होतं. इराला वाटलं स्वयंपाकघरात अजूनही पदार्थ असतील. तिच्या उलट्या जरा कमी झाल्या की तिला खूप भूक लागत असे पण रोज इतका कमी स्वयंपाक बघून तिला खाताना कसनुसं होत असे. कोकणस्थ ब्राह्मणांमधील काटेकोरपणा आणि काटकसरी वृत्ती तिला माहीत होती. (सुरुवातीला रत्नप्रभांनी गरिबीत दिवस काढले होते आणि इतरांनी दिलेल्या दक्षिणेवर त्यांना समाधान मानावं लागलं होतं.) पण इराला माहेरी अशा पद्धतीच्या काटकसरीपणाची सवय नव्हती. पण गोडसे कुटुंबीय असेच वागत. इरा दिवाळीच्या दिवशी नवी नवरी असलेल्या तिने साडी नेसली पाहिजे, लग्नातील सोन्याचे दागिने घातले पाहिजेत आणि दारासमोर रांगोळी काढली पाहिजे म्हणजे लक्ष्मीप्रसन्न होईल असा रत्नप्रभांचा आग्रह होता.

नववा महिना चालू असताना भरजरी साड्या नेसायला इराला आवडत नसे. अशा साड्यांमध्ये तिला अगदी अस्वस्थ वाटत असे. पण

लक्ष्मी पूजनासाठी तिने साडी नेसायचं मान्य केलं. लक्ष्मी पूजनाच्यादिवशी रत्नप्रभांनी एका तबकात तिचे दागिने आणि काही पौंड मांडून देवघरात ठेवले आणि त्यांच्यावर लक्ष्मीने कृपा करावी म्हणून त्यांची पूजा केली. इराची रांगोळी काढायला काहीच हरकत नव्हती. रांगोळी काढताना तिच्या सर्जनशीलतेला वाव मिळत होता. तिच्या मुंबईतल्या घरी त्यांच्या कामवाल्या रखमामावशी किती छान आणि मोठी रांगोळी काढत असत याची तिला आठवण झाली. मुंबईत असताना मित्र-मैत्रिणींसोबत ती निवांत भटकत असे, इथे मात्र दारे-खिडक्या लावून घरात बसावं लागायचं. रांगोळी काढायच्या निमित्ताने इराला जरा ताजी हवा खायला मिळत होती. तिने पांढऱ्या रांगोळीने कमळ काढलं. त्याच्या पाकळ्यांमध्ये गडद पिवळा रंग भरला आणि त्याची पाने छानशा हिरव्या रंगात रंगवली. हवेमध्ये गारठा जाणवू लागला होता. इरा उत्साहाने घरात गेली आणि तिने सगळ्यांना तिची रांगोळी बघायला बाहेर बोलावले. आता ती तिच्या सासू-सासऱ्यांना “आई-बाबा” अशी हाक मारू लागली होती.

“आई, बाबा, श्रीराम, या ना माझी रांगोळी बघायला. आपण ही रांगोळी अशीच भाऊबीजेपर्यंत ठेवूया, म्हणजे स्वातीताईना पण माझी रांगोळी बघता येईल.” हे म्हणत असतानाच आपल्या हातून काहीतरी भयंकर अपराध घडला आहे याची जाणीव इराला झाली. रत्नप्रभांनी पाण्याचा जग हातात घेतला आणि तरातरा बाहेर जाऊन तिच्या सुरेख रांगोळीवर पाणी ओतलं आणि जोरजोरात ओरडू लागल्या.

“हे इंग्लंड आहे. आणि तू अंगणात स्वस्तिक काढलंस. आधीच आजूबाजूचे लोक म्हणतात की, या आशियाई लोकांना इतकं महागडं घर कसं परवडतं. आता तर ते नक्कीच आपल्याला नाझी समजतील!”

इराला त्यांचं हे बोलणं समजायला जरा वेळ लागला... हिंदूंचं शुभ चिन्ह असलेलं स्वस्तिक उलट काढल्यास ते हिटलरच्या नाझी पक्षाचं चिन्ह दिसतं. इराने खूप वर्षांपूर्वी शाळेच्या पुस्तकात हे नाझींचं उलट स्वस्तिक असणारं चिन्ह पाहिलं होतं, पण हिंदूंच्या स्वस्तिकाचा आणि नाझी चिन्हाचा संबंध तिने आजवर जोडला नव्हता.

"असू दे, रत्ना. भारतात स्वस्तिक सगळीकडे काढतात. तुझ्या पोथ्यांमध्येही स्वस्तिक आहे. हा इथे एवढा संवेदनशील विषय असेल याची इराला कल्पना आली नसेल." प्रभाकरने समजुतीच्या स्वरात म्हटले. अस्वस्थपणे इरा तिच्या मोरपंखी साडीच्या काठाशी चाळा करत होती. "सॉरी" ती पुटपुटली.

सगळी रांगोळी पुसून टाकल्यावर रत्नप्रभा रागारागाने घरात आल्या आणि धुमसून म्हणाल्या,

"आणि स्वाती कधीही भेटायला येत नाही, भाऊबीजेला नाही आणि रक्षाबंधनाला पण नाही. कधीच नाही. तिला आणि तिच्या काळ्याबेन्द्र्या बाळाला मी इथे कधीच येऊ देणार नाही!" स्वातीचं नाव निघताच श्रीरामचा चेहरा काळवंडला. एकही शब्द न बोलता तो त्याच्या खोलीत निघून गेला आणि त्याने आतून कडी लावून घेतली. त्यानंतर तो पूर्ण संध्याकाळ खोलीतून बाहेर आला नाही. नवविवाहित म्हणून या दोघांनी लक्ष्मीपूजन करावे अशी रत्नप्रभांची इच्छा होती. त्यासाठीसुद्धा तो बाहेर आला नाही.

एका क्षणात, इराला श्रीरामच्या लाडक्या बहिणीचा विषय पुन्हा काढायचा नाही असे लक्षात आले. भाऊबीज आणि भावाने बहिणीला द्यायची ओवाळणी एवढं सोडल्यास, गोडसे कुटुंबात प्रत्येक प्रथेचं पालन करण्यात येत असे. यातले उपवासाचे दिवस जरा जास्तच महत्त्वाचे असत.

लहानपणी, इराने ओमर आणि त्याचे कुटुंबीय रमजानचे रोजे कसे पाळत असत हे पाहिलं होतं. ही ओमरची खाजगी बाब होती आणि त्याच्या उपवासामुळे मित्र-मैत्रिणींच्या कोणत्याही कार्यक्रमात अडथळा येत नसे. ते दोघे डेटवर असताना इरा चहा पीत असे, (त्याचा उपवास असताना तीसुद्धा काहीही खात नसे) पण ओमर मात्र पाण्याच्या थेंबालासुद्धा स्पर्श करत नसे. आणि म्हणूनच ईदच्या दिवशी सकीनाबी जो शिरकुर्मा करून दिक्षितांकडे पाठवत असे, त्याची गोडी काही औरच होती. डायबेटीसचं निदान झाल्यापासून सगुणाने उपवास करणं सोडून दिलं होतं. स्वतःच्या मनावर ताबा ठेवण्यासाठी तिला परमेश्वराच्या भीतीची गरज नाही असं तिने जाहीरपणे सांगून टाकलं होतं. पण रमजान चालू असताना ती तिचा आवडता वाहनचालक अब्दुल आणि त्याच्या कुटुंबासाठी साबुदाण्याची खिचडी करत असे आणि ती खिचडी करताना स्वयंपाक करणाऱ्या शांताकाकूंना त्यात भरपूर तूपही घालायला सांगत असे. या खिचडीसोबत ती अब्दुलला सल्लाही देत असे. "अब्दुल, फौजियालासुद्धा ही खिचडी सकाळी खायला सांग हं. तू दररोज एसी गाडीतून फिरतोस आणि तुझी मुलं शाळेतून घरी आल्यावर आराम करतात. पण फौजियाला मात्र मुंबईच्या कडक गरमीत काम करावं लागतं. आम्हा महाराष्ट्रीय लोकांसाठी साबुदाण्याची खिचडी म्हणजे फक्त एक चविष्ट पदार्थ नाहीये. जेव्हा माझी आजी आणि आई वेगवेगळे उपवास करत असत, तेव्हा त्या दोघीजणी साबुदाण्याची खिचडीच खात असत. साबुदाणा, बटाटे, तूप, साखर, मीठ, शेंगदाणे आणि खोबरं घातलेली ही खिचडी ऊर्जादायी असते बरं!"

काही वर्षांनंतर, इराला गोडश्यांच्या स्वयंपाकघरातील हिंदू कॅलेंडरशी जुळवून घ्यावं लागलं. त्यामध्ये महत्त्वाचे दिवस नोंदवून ठेवलेले होते. सगळ्या चालीरीती पाळल्या जात असत, उपवास केले

जात, खिचडीसाठी लागणारे बटाटे वेगळे शिजवले जात, उपवासासाठीचं तेल, मीठ, साखर हे स्वतंत्र कप्प्यात ठेवलं जायचं आणि काय काय! ९०च्या दशकात इंग्लंडमध्ये राहून या प्रथा का पाळल्या जात होत्या असा प्रश्न कुणीही विचारला नव्हता. रत्नप्रभा साठे (१९५२ साली प्रभाकर गोडसेंशी त्यांचे लग्न झाले) यांच्या कुटुंबात अशी पद्धत होती आणि त्यांच्या सुनेनेही ही पद्धत पुढे चालू ठेवावी अशी त्यांची अपेक्षा होती.

या अशा कर्मठ वातावरणात, भीतीच्या सावटात, एका मारेकऱ्याचे आडनाव असणाऱ्या कुटुंबात आणि सहजासहजी बाहेरच्या व्यक्तींना आपलेसे न करणाऱ्या इंग्लिश भवतालात स्वाती आणि श्रीराम यांचं बालपण गेले. त्यात श्रीरामच्या आजाराचं शेवटपर्यंत निदान झालं नाही. त्या आजाराची अनामिक भीती घेऊनच तो गेला. स्वातीने मात्र तडफेने या सगळ्याला विरोध केला. श्रीरामच्या अंत्यसंस्कारांच्या वेळी पांढरा सलवार-कुर्ता घालून स्वाती शांतपणे प्रार्थनास्थळाच्या मागच्या बाजूला दगडासारखा चेहरा करून बसली होती. आज ती तिच्या प्रिय पण परक्या झालेल्या भावाचं अंत्य दर्शन घ्यायला आली होती. तिच्या शेजारी तिची मुलगी लीला तिच्या खांद्याभोवती हात टाकून बसली होती. लीलाने औपचारिक असा गुडघ्यापर्यंत येणारा काळा ड्रेस घातला होता आणि तिचे केस तिने मागे वळवून बांधले होते. अशा प्रकारे, एकदाचे ते अंत्यसंस्कार उरकले.

इरा आणि समीर, श्रीरामचा अस्थिकलश घेऊन मुंबईच्या छत्रपती शिवाजी महाराज आंतरराष्ट्रीय विमानतळावर उतरले. भव्य आणि अत्याधुनिक अशा टर्मिनल २ मध्ये इमिग्रेशन काउंटर्सच्या रांगा होत्या आणि अनेक कलाकृती कलात्मकतेने लावलेल्या होत्या. भारताचं हे अभिमान वाटावं असं प्रवेशद्वार होतं. एक दशकापूर्वी असणारा पायाभूत

सुविधांचा अभाव आणि भ्रष्ट सीमाशुल्क अधिकाऱ्यांचा कारभार हे चित्र आता पालटलं होतं. मुघलांचा सामना करणाऱ्या १७व्या शतकातील शूरवीर छत्रपती शिवाजी महाराजांच्या नावाने हा विमानतळ उभारण्यात आला होता आणि आता तो मुंबईचे भूषण झाला होता. हे विमानतळ बघितल्यावर महाराजांना नक्कीच याचा अभिमान वाटला असता. पण इराला समीरला जो भारत दाखवायचा होता, तो मात्र दाखवता आला नाही. दादर पश्चिममधील दीक्षितांच्या घराकडे जाण्यासाठी विमानतळापासून एक तास लागत असे, आज त्याच प्रवासाला चार तास लागले.

"आज ६ दिसंबर है मॅडम हम भी क्या कर सकते हैं?" तो उत्तर भारतीय टॅक्सी ड्रायव्हर हिंदीतून म्हणाला.

"ओह, ६ डिसेंबर, १९९२, बाबरी मशीद-अयोध्या याच दिवशी घडलं ना!" इराने सुस्कारा सोडला.

"नहीं, मॅडम। अयोध्याका केस तो अभी भी कोर्ट में चल रहा है। लगता है अब मंदिर जरूर बनेगा। लेकिन उससे हमारे ट्राफिक को कोई फर्क नही पड़ता।" त्या ड्रायव्हरने गाडीची काच खाली केली आणि हिंदीतून एक सणसणीत शिवी हासडली.

त्याने मागे वळून बघितले आणि या "परदेशी पाहुण्यांना" सांगू लागला. "६ दिसंबर, १९५६ को आंबेडकर गुजर गये और आज हर साल की तरह देढ़ लाख से भी ज्यादा उनके अनुयायी उनको वंदन करने के लिये दादर के शिवाजी पार्क पर जमा होते हैं।"

इराने परत एकदा निःश्वास टाकला. तिला पेपरमध्ये आलेला एक लेख आठवला.

"अरे हो. भारताचे संविधान निर्माण करणाऱ्या, दलित समाजाला शिक्षण आणि नोकरी यांमध्ये आरक्षित जागा देणाऱ्या आणि ज्या हिंदू धर्माने दलित समाजाला वाळीत टाकलं होतं त्यातून बाहेर पडण्यासाठी बौद्धधर्माचा स्वीकार करणाऱ्या त्यांच्या या आद्यप्रवर्तक नेत्याला वंदन करण्याचा या दलित समाजाला पूर्ण अधिकार आहे. पण त्यांचे अनुयायी त्यांनी दिलेली कोणतीही शिकवण आचरणात आणत नाहीत. दर वर्षी हे लोक दादरकडे जाणाऱ्या रेल्वे आणि बस बळकावतात, रस्त्यांवर घाण करतात, हुल्लडबाजी करतात आणि गोंधळ घालतात. तसंच यांच्यामुळे आज शिक्षण आणि नोकरीच्या ठिकाणी आरक्षण असल्याने भूतपूर्व "उच्चवर्णीयांमध्ये" या लोकांविषयी सुप्त राग धगधगतो आहे."

हे संभाषण ऐकणाऱ्या समीरला उत्सुकता वाटली आणि तो म्हणाला, "डॉ. आंबेडकर?"

इरा उद्गारली, "बाबासाहेब म्हणजे महाराष्ट्रातील आंतरराष्ट्रीय ख्याती मिळवणारं दीपस्तंभासारख व्यक्तिमत्व. पण आज त्यांच्या नावाने फुटीरतावादी गट राजकारण करत असल्याने ते जणू काही शापित यक्ष झाले आहेत." समीरने लगेच इंटरनेटवर डॉ. आंबेडकरांची माहिती बघितली आणि म्हणाला," अरे, लंडन स्कूल ऑफ इकॉनॉमिक्समध्ये (LSE) त्यांचा अर्धपुतळा उभारला आहे. कारण त्यांच्याकडे तीन डॉक्टरेट होत्या त्यातली एक इथून घेतली होती. इंटरेस्टिंग."

"आपण वाराणसीवरून परत आलो की मी तुला त्यांचं घर दाखवेन आणि अजून अशाच थोर व्यक्ती होऊन गेल्या, त्यांची ही स्मृतिस्थळं तुला दाखवेन. फाळके, ज्यांना भारतीय चित्रपटाचे जनक म्हटलं जातं टिळक आणि गोखले, यांनी अनेक शिक्षणसंस्था स्थापन केल्या वीर सावरकराचं कार्य तर खूप मोठ आहे. हे सगळे कोणत्या ना कोणत्या

पद्धतीने इंग्लंडशी जोडले गेले आहेत" इरा कडवटपणे हसली. तिचा मुलगा तिचं बोलणं लक्ष देऊन ऐकत आहे असं तिला वाटत होतं, पण तेवढ्यात तो चटकन म्हणाला,

"आई! हर्षदभाई म्हणाले की विधवा स्त्रीने नवरा गेल्यावर इतक्या लगेच घराबाहेर पडू नये, आणि तिने लाल, हिरवे आणि पिवळे असे रंगही वापरू नयेत. असो, तसेही जे लोक मुस्लिमांचं लांगुलचालन करतात त्यांच्यात मला अजिबात रस नाही. आता आपण नथुराम गोडसेंसारखं धाडस दाखवलं पाहिजे. ज्या व्यक्तीने मुस्लिमांचे नेहमी लाड केले, त्यांना एक स्वतंत्र देश तोडून दिला आणि त्यांच्या दहशतवादाला खतपाणी घालण्यासाठी कोट्यावधी रुपये दिले, अशा माणसाला त्यांनी मारलं. तसंही, पुढच्या आठवड्यात मी माझ्यासाठी पुण्यामध्ये एका हॉटेलमध्ये रूम बुक केली आहे. मला तिथे जाऊन नथुराम गोडसेंची समाधी बघायची आहे"

प्रकरण ३

वंशाच्या नावाने

एका नव्या आणि अनोळखी नात्याचा धक्का पचवून, त्याच्याशी जुळवून घेण्याचा इरा पूर्णपणे प्रयत्न करत होती. फक्त मितभाषी आणि अरसिक नवराच नव्हे तर एक अपरिचित देश आणि तिच्या धर्माच्या जुन्या रूढींचाही ती अनुभव घेत होती. याच दरम्यान तिला दिवस गेले. बरोबर भाऊबीजेच्या दिवशी म्हणजे १५ नोव्हेंबर १९९३ रोजी समीरचा जन्म झाला. त्या भाऊबीजेला श्रीरामची बहीण, स्वाती नव्हती. इराच्या सासू सासऱ्यांचा आनंद ओसंडून वाहत होता. बाळंतपणानंतर योग्य वाटत नसूनही इराच्या सासूने-रत्नप्रभाने तिला वैद्यकीय परीक्षेला बसण्याची परवानगी दिली आणि तिनेही जिद्दीने पुढील वैद्यकीय अभ्यासासाठी विद्यापीठात प्रवेश घेतला. रत्नप्रभांनी इराला ठणकावून सांगितलं की, त्यांचे पती प्रभाकर, ह्यांनी तिच्या आजीला दिलेल्या वचनामुळे त्या तिला शिकण्याची परवानगी देत आहेत. प्रभाकरांनी तिच्या आजीला वचन दिलं होतं की, जर इराने गोडसे कुटुंबियांच्या बाबतीत तिची सगळी कर्तव्यं पार पाडली, सगळ्या रितीभाती पाळल्या तर ते तिच्या वैद्यकीय शिक्षणासाठी परवानगी देतील.

सतत नैराश्याने घेरलेला, भित्रट बाप, कर्मकांडांना महत्त्व देणारी कर्मठ आजी आणि स्वतःची वैद्यकीय पदवी मिळवण्यासाठी धडपडत असलेली आई त्यातही घर आणि छोट्या समीरला सांभाळण्याची तिची तारेवरची कसरत हे सगळं पाहतच समीर लहानाचा मोठा झाला. त्याने शैक्षणिक क्षेत्रात विशेष प्राविण्य मिळवलं. पदवीदान समारंभाच्या वेळी त्याने घरच्यांची ओळख त्याच्या जवळच्या मैत्रिणीशी - काह्याशी करून दिली. आजी आजोबांनी मुलगी भारतीय नाही हे पाहून तिच्याशी चार हात अंतर राखणं पसंत केलं, पण इरा मात्र खूश होती.

हे २१वं शतक असल्याने, आता पूर्वीसारखी घरच्या सगळ्यांची मतं विचारात घेतली जात नव्हती. समीर आणि काह्याला लंडनमध्येच चांगल्या पगाराची नोकरी मिळाली होती. इराच्या आयुष्यातली ही सगळ्यात आनंदाची वर्षं होती. काह्याने गोडसे कुटुंबियांना इंग्रजी जीवनपद्धतीचे काही पैलू नव्याने उलगडून दाखवले. एका शुक्रवारी, संध्याकाळी, काह्या गोडश्यांच्याघरी जेवणाच्या टेबलावर लॅपटॉप घेऊन बसली होती. ती सगळ्यांसाठी 'इव्हिटा,' ह्या नाट्यसंगीताच्या कार्यक्रमाची तिकिटं काढत होती. इराने चटकन होकार दिला, जरासे आढेवेढे घेत आजोबाही बरोबर यायला तयार झाले.

"याची तिकिटं फार महाग असतील आणि मला उच्चारही कळणार नाहीत, मी आपली श्रीरामाबरोबर घरीच थांबते कशी!"सर्वांनी ताव मारलेल्या आम्रखंडांच्या वाट्या आवरत रत्नप्रभांनी त्यांचा निर्णय जाहीर केला. प्रभाकरांच्या मध्यस्थीने इराने आपल्या सासूला मनवण्याचा प्रयत्न करून बघितला, परंतु उपयोग झाला नाही. सासरेबुवा दिवाणखान्यात निघून गेले. समीरने आपल्या आईकडे क्षणभर रोखून पाहिलं आणि तोंडाने 'चक' आवाज केला. काह्याने मात्र शांतपणे तिकीटखिडकीवर क्रेडिट कार्डचे तपशील भरले.

प्रभाकरांनी त्या संध्याकाळी डोमिनियन थिएटरमध्ये कार्यक्रमाचा पुरेपूर आनंद लुटला. प्रेक्षकात फक्त तेच कुटुंब भारतीय वंशाचं होतं. इरा त्या संगीताने, भव्य सेट पाहून तीन तास अगदी मंत्रमुग्ध झाली होती. जणू तिला त्या अर्जेंटिनाच्या नायिकेचा प्रवास आपलासा वाटू लागला होता. कार्यक्रमाच्या शेवटी पडदा पडत असताना, सर्वजण उठून, उभे राहून टाळ्या वाजवू लागले. तेव्हा इराने आपला हात काह्याच्या खांद्यावर ठेवला. इरा म्हणाली, "काह्या, समीर, एवढ्या सुंदर कार्यक्रमासाठी इथे घेऊन आल्याबद्दल मी तुमची आभारी आहे." काह्या आणि समीर दोघेही संकोचाने तिच्याकडे पाहून हसले.

"अगं काय आई!" समीर इराकडे पाहत स्वतःशीच हसला.

एका शुक्रवारी, समीर आणि काह्याने ओव्हनमध्ये बेक्ड भाज्या, बटाटे, रेड वाईन आणि रिसोतो असा जेवणाचा बेत आखला. टेबलावर काह्याने केलेले विदेशी पण शाकाहारी पदार्थ अगदी निगुतीने मांडले. श्रीरामसाठी आमटी भाताचं वेगळं ताट मांडलेलं होतंच. नेहमीपेक्षा वेगळं काहीतरी समोर आलं तर श्रीरामचं वेगळंच रूप सगळ्यांना पहायला मिळेल, हे रत्नप्रभांना आणि इतक्या वर्षांनंतर इरालाही ठाऊक झालं होतं. त्यापेक्षा नित्यक्रम पाळावा हेच सगळ्यांच्या दृष्टीने हिताचं होतं. रोजचं साधं जेवण असेल तरच श्रीराम ते खायचा. श्रीरामच्या ह्या आत्मकेंद्री आणि आत्ममग्नपणाचा इराला यापूर्वी संशय होता परंतु त्याचं निदान न झाल्यामुळे ते कोणाच्याच लक्षात आलं नाही. कोणत्याही परिस्थितीत त्याचं वेळापत्रक सांभाळणं हे सगळ्यांसाठीच जास्त सोपं होतं.

भारताचे पंतप्रधान नरेंद्र मोदी जेव्हा ६०,००० भारतीयांशी संवाद साधण्यासाठी लंडनमध्ये आले तेव्हा काह्यादेखील गोडसे कुटुंबियांबरोबर

त्या ठिकाणी गेली होती. ब्रिटनचे पंतप्रधान डेव्हिड कॅमेरॉन आणि त्यांची पत्नी, लंडनच्या वेम्बली स्टेडियममध्ये नोव्हेंबर २०१५ मध्ये उपस्थित होते. त्यांच्या पत्नीने साडी नेसली होती. समीरला राजकारणात स्वारस्य नसूनही तो स्टेडियमवर जमलेल्या हजारोंच्या गर्दीत भारताचं राष्ट्रगीत उत्साहाने म्हणत होता. हजारो दिव्यांच्या लखलखाटात ते स्टेडियम उजळून निघालं होतं. उपस्थित सर्वजण उत्कट आणि भारावलेल्या अवस्थेतच तिथून बाहेर पडले. त्यांच्या या लोकप्रिय नेत्याचं कौतुक करताना लोक थकत नव्हते.

लंडनच्या गारठ्यात, माणसांच्या समुद्रातच समीरची राघव स्वामींशी भेट झाली. समीरचं पूर्ण नाव ऐकून त्यांनी भलंमोठं स्मितहास्य केलं.

"मिस्टर समीर गोडसे, तुम्ही लंडनमध्ये राहूनही, तुमचं मराठी अगदी उत्तम आहे! भारतात आल्यावर आपण नक्की भेटूया. राजकारणात तुमचं भवितव्य उज्ज्वल आहे. हे घ्या माझं कार्ड, आणि मी माझा मोबाइल नंबर यावर लिहितो आहे." भगव्या रंगाच्या चकचकीत बिझनेस कार्डवर राघवने त्याचा मोबाईल नंबर लिहिला आणि समीरच्या पाठीवर थोपटलं. समीरने नम्रपणे हसून कार्ड आपल्या पाकिटात ठेवून दिलं.

त्यांच्या या शब्दाने प्रभावित झालेला समीर स्वतःचं करियर घडवण्यात खूप मग्न होता. काह्याला भारतीय राजकारण, गोडसे कुटुंबियांचं हिंदू धर्माचं पालन आणि स्वतःच्या बौद्ध धर्मातल्या चालीरीती यात स्वारस्य होतं.

२२ मार्च २०१७ रोजी, वेस्टमिन्स्टर स्टेशनवर चालत असताना काह्या समीरशी फोनवर बोलत होती. अचानक त्यांच्या फोनची लाइन

डिस्कनेक्ट झाली. टीव्हीवर सुरू असलेल्या बातमीने घाबरून समीरने परत तिला कॉल करण्याचा प्रयत्न केला. काव्या वेस्टमिन्स्टरला आहे आणि तिच्याशी संपर्क होत नाहीये, हे इराला सांगताना समीरच्या काळजाचं पाणी पाणी झालं होतं. एका चारचाकीने निरपराध प्रवाशांना धडक दिल्याने सहा जण ठार, तर ४९ जण जखमी झाले होते. अखेरीस ९० मिनिटांनी काव्याने लंडन यूस्टनहून फोन केला. काही मिनिटं अगोदर ट्रेनमध्ये चढल्याने तिच्यावरचं संकट टळलं होतं. इकडे ती सुखरूप आहे हे ऐकून समीरचा जीव भांड्यात पडला.

“ह्या बेफिकीर जमातीला जणू दहशत पसरवण्याचा परवानाच मिळाला आहे!” समीर म्हणाला.

दोन महिन्यांनंतर, श्रीरामला त्याच्या मँचेस्टर येथे असलेल्या कार्यालयात जाऊन एका क्लायंटची स्वाक्षरी घ्यायला सांगितलं होतं. मे महिन्याच्या त्या भयानक संध्याकाळी, तो मँचेस्टर व्हिक्टोरिया स्टेशनमधून बाहेर आला. तो पुढचं पाऊल टाकणार तेवढ्यात त्याला स्फोटाचा जोरदार आवाज आला .

त्याच्या प्रवासामध्ये आलेल्या व्यत्ययामुळे त्याचे डोळे विस्फारले आणि तो सुन्न झाला. आजूबाजूला लोक सैरावैरा धावत आहेत, एवढीच दखल त्याच्या मेंदूने घेतली. गडबडून गेल्यामुळे हातातली, सही केलेली कागदपत्रांची ब्रीफकेसही त्याने तिथेच खाली टाकली आणि तो अक्षरशः धावत सुटला. गोंधळलेल्या अवस्थेत असल्यामुळे सुरक्षित ठिकाणी जायच्या ऐवजी तो विरुद्ध दिशेने, म्हणजे मँचेस्टर अरेनाच्या दिशेने धावू लागला.

अरेनाच्या आत, तो मदतीसाठी ओरडत असलेल्या माणसांच्या गर्दीने वेढला गेला. बाहेर पडण्यासाठी धडपडणारी, खुर्च्यांवर विव्हळणारी मुलं, स्फोटामुळे छिन्नविछिन्न झालेले, गोठलेले मृतदेह आणि ते रक्ताचं थारोळं पाहून श्रीराम जागीच बेशुद्ध झाला. त्याला जखमी लोकांना मदत करता आली नाही, या भावनेने तो काही महिन्यांनंतर देखील झोपेत दचकून उठायचा. त्याला घाम फुटायचा. अपराधीपणाच्या भावनेनं त्याला पुरतं ग्रासलं. प्रत्यक्षात अंगावर एकही ओरखडा नसला तरीही त्याच्या मनावर त्याचा अतिशय खोलवर परिणाम झाला आणि जिवंतपणीच तो मृतवत झाला होता. शेवटी हॉस्पिटलमधून त्याला घरी सोडण्यात आलं.

त्याची सौम्य आत्ममग्नता, अनेक वर्षांपासून त्याला सहन करावं लागलेलं रॅगिंग, स्वातीला, त्याच्या सगळ्यात जवळच्या व्यक्तीला गमावणं या सगळ्यामुळे त्याला नैराश्याने ग्रासलं होतं. अखेरीस त्यानं समीरच्या वाढदिवसाच्या दिवशी म्हणजे नोव्हेंबरमध्येच आत्महत्या केली. बॉम्बस्फोटात असंख्य लहान मुलांचे मृत्यू झाले होते, त्यामुळे ह्या बॉम्बस्फोटाचे इतर परिणाम सामान्य लोकांच्या लक्षात आले नाहीत. ओल्याबरोबर सुकंही जळतं हे कुणालाच कळलं नाही.

त्याचं हे असं कोसळणं पाहून रत्नप्रभा उद्विग्न आणि उध्वस्त झाल्या. त्यांच्या भावनांचा उद्रेक झाला आणि त्या म्हणाल्या,

“या मुसलमानांना बहुधा दहशतवादासाठीच ५५ कोटी देऊन त्यांच्या सगळ्या अटी मान्य करून, अखंड भारतातून वेगळं करून नवा देश दिला. या इंग्रज आणि अमेरिकन सरकारचाच तर त्यांच्यावर वरदहस्त होता.” इराने पहिल्यांदाच रत्नप्रभांना ‘अखंड भारत’ हा शब्द उच्चारताना ऐकलं होतं. प्रभाकरांनी त्यांचं सांत्वन करून त्यांना गप्प

केलं. त्या शांत झाल्या. २२ वर्षीय लिबियन दहशतवाद्याने केलेल्या स्फोटाबद्दल त्यांच्या मनात तिरस्कार भरला होता. हे सगळं ऐकत असतानाच समीरला कसलातरी शोध लागला. इराने आक्रोश केला नाही की ती रडली नाही. काद्या आणि समीरने तिच्यासमोर ठेवलेल्या कागदपत्रांवर ती शांतपणे सह्या करत होती. गेल्या सहा महिन्यांनंतर या दुःखातून तिला जरासा दिलासा मिळाला होता. तिच्या मनात विचार आला, की हे देवानं घडवून आणलेलं इच्छामरण आहे. मग कोणी भगवंतावर विश्वास ठेवो अथवा न ठेवो.

समीरला इराने त्याच्या लहानपणी, आपल्या पूर्वजांच्या, भारतातल्या पहिल्या महिला डॉक्टर, नर्सिंग संस्थांचे संस्थापक, विधवा पुनर्विवाहाचा पुरस्कार करणारे समाजसुधारक आणि इतरही बऱ्याच गोष्टी सांगितल्या होत्या. समीर लहान असताना, प्रभाकर त्याला थोपटून झोपवत असत. इरा रात्री उशिरापर्यंत काम करायची तेव्हा प्रभाकरच समीरला लहान मुलांच्या गोष्टींची पुस्तकं वाचून दाखवायचे. दुपारी झोपताना रत्नप्रभा छोट्या समीरला रामराजाच्या, त्याच्या वानरसेनेच्या गोष्टी सांगायच्या. त्या वानरांच्या मदतीनं कसं प्रभू श्रीरामाने आपल्या पत्नीला सोडवलं, कशी लंका जिंकली याबद्दल रोमांचक गोष्टी सांगायच्या पण, गोडसे कुठून आले याबद्दल त्याला कधीही काहीही सांगितलं नाही. सगळ्या कुटुंबाचा इतिहास जणू काही १९६४ पासून, म्हणजे ते लंडनला स्थलांतरित झाल्यावरच सुरू झाला होता. त्याच्या आत्याचा, स्वातीचा उल्लेखही कधी घरात केला गेला नाही. तिचा साधा फोटोही घरात बाळगण्याची कोणाला परवानगी नव्हती. समीरच्या वडलांच्या मृत्यूनंतर, १३ दिवस आजीने त्याला दिवा लावायला सांगितला होता. तो दिवा दिवसरात्र तेवत राहील, याची काळजीही घ्यायला सांगितली. समीरने

त्याच्या आडनावाविषयी जमेल तेवढी माहिती इंटरनेटवरून मिळवली. जेव्हा तो जेवायला बाहेरच्या खोलीत आला, तेव्हा त्याने सगळ्यांना विचारलं, "आपण नथुराम गोडश्यांचे नातलग आहोत का?"

"नाही, अजिबात नाही. आपला आणि त्यांचा काहीही संबंध नाही." प्रभाकरांनी उत्तर देऊन विषय झटकून टाकला.

"आपण हिंदू आहोत, मुसलमानांनी माझ्या बाबांना मारलं, त्यांची तुम्हाला भीती वाटते, म्हणून तुम्ही आजपर्यंत माझ्यापासून अनेक गोष्टी लपवल्या आहेत. पण मला माहितीये, ही वैश्विक रचना आहे. नथुराम गोडसेंना १५ नोव्हेंबर १९४९ मध्ये गांधीजींच्या हत्येसाठी फाशी देण्यात आली. १५ नोव्हेंबर १९९३ ला माझ्या रूपात त्यांनीच जन्म घेतला आणि १५ नोव्हेंबर २०१७ ला बाबा गेले. या क्रांतिकारकाच्या आठवणी पुन्हा जाग्या करण्यासाठी आणि मुसलमानांचं तुष्टीकरण थांबवण्यासाठी, जगाला त्यांच्या अत्याचारांपासून वाचवण्यासाठी देवाने जणू माझ्यासाठीच हा संकेत पाठवला आहे." समीर भारावल्यासारखा बोलत होता.

श्रीरामच्या मृत्यूनंतर अचानकच तो हिंदू परंपरा पाळू लागला. कधीही दाढी न वाढवणारा समीर, आपल्या वडिलांच्या मृत्यूनंतर दाढीचं खुंट वाढवू लागला, हिंदू परंपरेला अनुसरून वागू लागला. इराचा तर त्याच्या वागण्याने थरकाप उडाला. हत्या आणि दहशतीच्या या भाषेला घाबरलेल्या आजी-आजोबांनी नरम भूमिका स्वीकारली.

"आपला संबंध आडनावापुरताच आहे. आपण त्यांचे नातलग नाही. आणि तुला जरी त्या इंटरनेटवरून आपल्या पूर्वजांची मढी उकरायची

असतील तरी आम्हाला यात काहीही स्वारस्य नाही." प्रभाकरांनी नाराजीने सांगितलं. त्यांचे हिरवे डोळे चमकत होते.

"मी १९५४ मध्ये जेव्हा तुझ्या आजोबांशी लग्नं केलं तेव्हा, कुणीही आपली मुलगी गोडसे घराण्यात द्यायला तयार नव्हतं. ३० जानेवारी १९४८ ला गांधीजींच्या हत्येनंतर ब्राह्मण समाजावर ताशेरे ओढले गेले. तू जेव्हा आता मुंबईला तुझ्या आजी आजोबांकडे जाशील तेव्हा दीक्षित तुला सांगतील, सावरकर भवनाच्या जवळ राहत असल्याने त्यांच्या घरीसुद्धा किती ताण होता. पण हा इतिहास आहे आणि तो तिथेच राहू दे." रत्नप्रभांनी जेवता जेवता वरण भाताचा घास कसाबसा पोटात ढकलत म्हटलं. श्रीराम गेल्यावर घरात दररोज फक्त वरणभातच केला जायचा. त्यांनी भिंतीवर टांगलेल्या कॅलेंडरवर नजर फिरवली आणि त्या शांतपणे म्हणाल्या, "गरिबी आणि माझ्या बहिणींची लग्नं यामुळे, माझ्या वडिलांनी तडजोड म्हणून डॉक्टरांच्या घरात माझं लग्न लावून दिलं. गांधीजींच्या हत्येबद्दल इतिहासाच्या पुस्तकांमध्ये लिहिलं जायचं. पण १९६४ साली जेव्हा नथुरामचा भाऊ गोपाळ तुरुंगातून शिक्षा भोगून परत आला, तेव्हा त्याच्यासाठी पुण्यात मोठा स्वागतसोहळा आयोजित केला होता. त्यात लोकमान्य टिळकांचे नातू, केतकर यांनी जाहीर केलं की गांधीजींना मारण्याचा कट सहा महिने अगोदरच रचला गेला होता. तेव्हाच्या मुख्यमंत्र्यांना, खेरांना त्याविषयी कल्पनाही दिली होती. त्यावेळी अतिरिक्त काळजी घेऊन हा कट उधळून लावता आला असता. त्यांच्या या विधानामुळे पुन्हा तिथे गदारोळ झाला. केस पुन्हा उघडली." त्यांचे हिरवट डोळे पुन्हा एकदा भरून आले आणि त्या पुन्हा टक लावून भिंतीवरच्या कॅलेंडरकडे पाहू लागल्या.

"आणि मग, मला वाटलं की भारत आणि त्या आडनावाशी संबंधित सगळं सोडून जाणंच योग्य आहे. तेव्हा आपण नथुराम गोडसेचे कुणीही नाही, आणि तसा संबंध तू जोडण्याचा प्रयत्नसुद्धा करू नकोस.. भारतातल्या गोडश्यांशी आम्ही संपर्क टाळला. त्यामुळे सोड तो विषय." प्रभाकर आपली काठी टेकत म्हणाले.

प्रकरण ४

राष्ट्रीयतेच्या नावाने

आपल्याला आपल्या घराण्याशी संबंधित काहीतरी ऐकायला मिळेल असं वाटल्याने समीर उत्साहित झाला होता. तो इंटरनेटवरही सारखा शोध घेत असे. याशिवाय, त्याला जी जी नवीन माहिती मिळत होती त्या माहितीला त्याच्या नवीन गुरुकडून कौतुकपर प्रोत्साहनच मिळत होते. कोणाच्याही नकळत, समीर भगव्या वस्त्रधारी राघव स्वामींच्या संपर्कात राहून त्यांच्याशी संभाषण करत होता.

अशाच एका प्रदीर्घ संभाषणात, राघवस्वामींनी समीरला १५ नोव्हेंबरच्या घटनांमागील "वैश्विक रचना" पटवून दिली होती. त्यांच्या मते "आपलं राहिलेलं कार्य पूर्ण करण्यासाठी" नथुराम गोडसे ह्यांनी समीरच्या रुपात पुनर्जन्म घेतला होता. राघवने त्याला हेही सांगितलं होते की त्याची भगवी सेना त्यांच्या नव्या उदयोन्मुख आणि प्रभावशाली नेत्याचा सत्कार करण्यास उत्सुक होती.

"श्री. समीर गोडसे, वेम्बली अरेनाच्या जादुई वातावरणामध्ये मी तुला पहिल्यांदा पाहिले तो दिवस आठव. ६०,००० देशभक्तांच्या त्या गर्दीमध्ये, माझ्या तिसऱ्या डोळ्याने तुझ्या चेहऱ्यावर उमटलेलं शक्तिशाली

तेज पाहिलं. जेव्हा तू मला तुझं आडनाव सांगितलंस, तेव्हाच प्रेरणादायी नेता शोधून काढायची जी माझी गूढ शक्ती आहे, त्याचा मला पुनर्प्रत्यय आला. आणि तुझ्याच जन्मतारखेला गोडसे नाव धारण करणाऱ्या तुझ्या वडलांना मुस्लिमांशी लढताना हौतात्म्य आलं, हे ऐकून तर मी प्रभू श्रीरामाला प्रार्थना केली. आपल्या लाडक्या श्रीरामाला अयोध्येत परत आणण्याची लढाई अजून चालूच आहे. पण लवकरच तो दिवस येईल जेव्हा त्या मंदिराचा विजयोत्सव प्रत्येक खरा हिंदू साजरा करेल. माझ्या प्रभूने मला दृष्टांत दिला आहे की एक उंच, गोरा, देखणा आणि सुशिक्षित मुलगा फक्त भारतातच नव्हे तर इंग्लंडमध्येही नथुरामांसाठी एक देऊळ उभारेल!"

वडिलांच्या निधनाचा बसलेला धक्का, प्रसिद्धीचं आमिष आणि राघवने उभ्या केलेल्या आभासी प्रतिमा या सगळ्यांमुळे समीर अगदी मंत्रमुग्ध होऊन गेला होता. गोडसे यांचा वेबवर घेतला जाणारा शोध हेच दर्शवत होता की काही काही भागांत गोडसेंच्या समर्थकांमध्ये लक्षणीय वाढ होत होती.

समीरला आता अतिशय जहाल शिकवण मिळत होती. तो आता त्याच्या आजोबांकडून त्याच्या विचारांना समर्थन मिळवण्यासाठी प्रयत्न करू लागला. समीरने ओठ आवळून घेतले होते, त्याची गोरी बोटं थरथरत होती. तो उठला आणि खोलीमध्ये येरझारा घालत बडबडायला लागला,

"तुम्हा लोकांना माहीत आहे का की "गोडसे" या शब्दावर १९५६ पासून भारतीय संसदेत बंदी घालण्यात आली आहे, आणि खासदार हेमंत गोडसे (ज्यांचा दावा आहे की ते नथुराम ह्यांच्याशी संबंधित नाहीत) कडून अपील करण्यात आले आणि शेवटी, २०१५ मध्ये, गोडसे हा शब्द

जोपर्यंत नथुरामांच्या संदर्भात येत नाही तोपर्यंत तो वापरण्याची परवानगी देण्यात आली!"

प्रभाकरांनी उसासा टाकला, समीरला इतिहासाविषयी थातुरमातुर उत्तरं देऊन चालणार नाही हे त्यांच्या लक्षात आले.

"स्वातंत्र्यपूर्वकाळात, ब्राह्मणांमध्ये- मवाळ आणि शांततावादी असे मतभेद होते. रानडे, गोखले, जोशी आणि आगरकर यांचं मत होतं कायदेशीर आणि प्रशासकीय बाबी, विकास आणि शिक्षण याबाबतीत ब्रिटीशांशी सहकार्याचं धोरण स्वीकारून आपला विकास साधता येईल. चापेकर बंधू, सावरकर, अगदी टिळक आणि नंतर आपटे, गोडसे हे काही क्रांतिकारक जहालमतवादी होते. पण आपापसातील हे मतभेद बाजूला ठेवून हे सगळे स्वातंत्र्यलढ्यात सामील झाले होते. त्यांनी अनेकांना इंग्रजी शिकण्यास, कायद्याचा आणि वैद्यकीचा अभ्यास करण्यास प्रोत्साहन दिलं, तसंच स्त्रियांना शिक्षण मिळावं यासाठी अनेक सामाजिक समस्यांचा सामना केला. आज त्यांच्यामुळेच आपल्यापैकी बरेच भारतीय इंग्लंडमध्ये स्थायिक झाले आहेत." मवाळमतवादी लोकांच्या कोणत्याही कर्तृत्वाविषयी ऐकून घेण्यास समीर तयार नव्हता. जेव्हा तो भारतात जात असे, तेव्हा त्याची पणजी सगुणा आणि त्याची आई त्याला याच गोष्टी सांगत असत. त्याचा आवाज चढला, "नथुराम गोडसेंच्या अस्थि पुण्यामध्ये एका कलशामध्ये जतन करून ठेवल्या आहेत. जेव्हा पाकिस्तान भारतात पुन्हा एकदा विलीन करण्यात येईल, तेव्हा पाकिस्तानातून वाहणाऱ्या सिंधू नदीत आपल्या अस्थि विसर्जित व्हाव्यात अशी त्यांची इच्छा होती. गांधीजींनी पाकिस्तानच्या सगळ्या मागण्या पूर्ण केल्या, शिवाय पाकिस्तानला भरपूर पैसे द्यावेत म्हणून त्यांनी उपोषण सुद्धा केलं. त्या पैशाचा उपयोग करून पाकिस्तानने

हिंदूंची हत्या केली आणि इतकं करूनसुद्धा पाकिस्तानने गांधींच्या अस्थि सिंधू नदीत विसर्जन करण्यास नकार दिला! आपण इथे इस्लामच्या दहशतवादाविरुद्ध काहीही न करता बसून राहतो. असे अनेक लोक आहेत जे अखंड भारताचं स्वप्न प्रत्यक्षात यावं म्हणून झटत आहेत; आजी जे म्हणत होती ना तसा अखंड भारत असावा असं त्यांचं स्वप्न आहे. माझ्या लक्षात येत नाही, असं समजू नका. ग्वाल्हेर आणि मेरठमध्ये नथुराम गोडसेंचं देऊळ बांधावं अशी मागणी होत आहे, पण जाहीरपणे त्यांचं कौतुक करायला लोक घाबरतात! पण मी घाबरत नाही, ही स्वप्नं पूर्ण करण्यासाठीच मी जन्माला आलो आहे!"

रत्नप्रभा आणि प्रभाकर यांचं सर्वस्व लुटलं गेलं होतं. त्यांच्या मुलीविषयी नेहमीच उलटसुलट चर्चा आणि कुजबूज व्हायची. त्यांचा मुलगा हकनाक एका बॉम्बहल्ल्यात बळी पडला होता आणि आता समीरही भलत्याच गोष्टीच्या नादी लागला होता. त्याला या सगळ्यातून बाहेर काढण्यासाठी एक शेवटचा प्रयत्न म्हणून प्रभाकर म्हणाले, "याविषयी काव्याचं काय मत आहे? तुम्ही दोघं लग्न करणार होतात आणि नोकरीच्या ठिकाणी तुला प्रमोशनपण मिळणार होतं ना? एक घर खरेदी करायचं म्हणून तुम्ही दोघं पैसे साठवत होता. खरं तर, तुला वाढदिवसाला भेट म्हणून द्यायचे पैसे सुद्धा तुला घर खरेदी करतानाच द्यायचे असं आम्ही ठरवलं होतं. हे घरही तुझंच आहे. पण तुला आणि काव्याला स्वतःच्या घरात राहायला आवडेल असं आम्हाला वाटतं." समीर तुच्छतेने म्हणाला, "बौद्ध तर सर्वात मवाळमतवादी आहेत. गांधीजींनी कसं आदर्श बौद्धधर्माचं आणि अहिंसेचं पालन केलं याबद्दल काव्या नेहमी अर्थशून्य बडबड करत असते!" समीर एक क्षणभर थांबला.

त्याने लॅपटॉप उघडला आणि त्याने शोधून काढलेली माहिती दाखवली. आणि परत तावातावाने बोलू लागला,

"नथुराम गोडसेंना गांधीजींविषयी काहीही तक्रार नव्हती. याउलट, पाश्चात्य शिक्षणावर बहिष्कार टाकावा असे आवाहन गांधीजींनी केल्यावर त्यांनी शिक्षण सोडले होते. पण नंतर, गांधीजींनी मुस्लिमांची बाजू घेण्यास सुरुवात केली, त्यांच्या सगळ्या मागण्या पूर्ण केल्या आणि हिंदूंचं मात्र खच्चीकरण केलं. आज जगात काय चाललं आहे ते बघा. आजोबा, तुम्ही इंग्लंडमध्ये राहून १९६० पासून कर भरत आहात. एन एच एसला उभारी देण्यात किती हिंदू डॉक्टरांचा हातभार लागला आहे याविषयी तुम्ही मला नेहमी सांगत असता. आपण भरलेल्या करामधून, इंग्लंडचं सरकार विद्यार्थ्यांना विद्यापीठातील शिक्षणखर्चात सूट देतं, विद्यार्थ्यांना शिक्षणासाठी कर्ज देतं. होय, मी सुद्धा शैक्षणिक कर्ज घेतलं होतं. पण मी अतिशय कष्टाने शिक्षण घेतलं आहे, मी सुद्धा कर भरतो. आणि आपल्या ओळखीतले सर्व हिंदू लोक कर भरतात हे मी पाहिलं आहे. पण त्या मँचेस्टरमध्ये बॉम्बस्फोट करणारे लोक बघा. त्यांनी शैक्षणिक कर्जातून मिळालेले पैसे वापरून बॉम्ब तयार केले! आपल्यात आणि त्यांच्यात काय फरक आहे हे जगाला दिसलं पाहिजं आणि आपले पूर्वज जसे धाडसी होते तसंच आता आपणही वागलं पाहिजे.

काह्या मिश्रवर्णीय आहे, म्हणून तिला आपल्या ब्राह्मणजातीच्या आणि धर्माच्या पवित्रतेची कल्पना येणार नाही! तिला अस्थिविसर्जन करण्यासाठी भारतात यायचं होतं. पण हिंदू स्त्रिया लग्न होण्यापूर्वी परपुरुषाबरोबर प्रवास करत नाहीत असं मी तिला सांगितलं. आपली ही संस्कृती नाही असं मला हर्षदभाईंनी सांगितलं. अगदी आईसुद्धा बाबांशी लग्न केल्यानंतरच इंग्लंडला आली!" इराने मान वर करून समीरकडे

पाहिलं. त्याच्या बोलण्यातून जहालवाद आणि पुरुषप्रधान मानसिकतेचा दर्प जाणवत होता. असे विचार तर इराच्या आजीलाही कधीच मान्य नव्हते. समीरचं संगोपन धर्मनिरपेक्ष आणि समतावादी पद्धतीने केलं होतं; आता त्याचा मागमूसही दिसत नव्हता. त्याहूनही अधिक वेदनादायक म्हणजे ज्या मुलीवर त्याचं मनापासून प्रेम होतं त्या मुलीला अगदी बेपर्वाईनं त्यानं झटकून टाकलं. आता आणखी सांगण्यासारखं काहीच राहिलं नव्हतं. इराच्या गालावरून अश्रू ओघळत होते, मला सामान भरायचं आहे अशा बहाण्याने ती उठली. "हिंदू ब्राह्मण वंशाची पवित्रता" याबद्दल समीरची टिप्पणी ऐकून तिच्या डोक्यात विचारांची चक्रं फिरु लागली होती.

धर्म, परंपरा, शास्त्रांमध्ये काय लिहिले आहं, स्वघोषित मध्यस्थांनी त्याचा काय अर्थ लावला आणि धर्माच्या अनुयायांना काय समजलं या सगळ्यांमधला फरक आता गाडला गेला होता आणि आता हे सगळं धर्मालाही वरचढ ठरलेल्या राजकारणाच्या तालावर चालू होतं.

(वाराणसीला श्रीरामच्या अस्थि नदीत विसर्जित केल्यावर, समीर आणि इरा देवळात गेले. हार-फुलं विकणारे, धार्मिक पूजा करणारे आणि हॉटेलवाले तसेच "अस्सल" हिंदुत्ववादी गोष्टी विकणाऱ्यांच्या कोलाहलात समीर आणि इरा गोंधळून गेले. पण इराने शर्थीने सगळ्यांना नम्रपणे पण ठामपणे परतवून लावलं.) समीरचं बोलणं आंग्लाळलेलं आहे हे सहज ओळखू येत होतं, त्यामुळे सगळीकडे त्याला तिप्पट भाव सांगितला जात होता. म्हणूनच इराला समीरसोबत वाराणसीला यायचे होते.

संध्याकाळी पर्यटनाचे मुख्य आकर्षण पाहायला ते दोघं गंगाकिनारी गेले. ते दोघं मायलेक इतर ३० लोकांसमवेत एका निळ्या लाकडी होडीत बसले. जसा गंगेवर सूर्यास्त होऊ लागला, तसे काठाला उभ्या केलेल्या

चौथऱ्यावर अनेक पुजारी येऊन उभे राहिले. त्यांच्या हातात मोठी अशी तेलाची दीपमाळ होती. त्यानंतरची ४५ मिनिटं गंगाआरती सुरु होती. हे दृश्य शेकडो भाविक डोळे भरून पहात होते. एका तालात आणि सुरात म्हणली जाणारी संस्कृत स्तोत्रं, काळोखात नदीच्या पाण्यावर तरंगणाऱ्या पणत्या, नदीकिनारी जमलेला मानवी समुद्र या सगळ्यांमुळे इराही भारावून गेली होती. या कलात्मक वाद्यवृंद रचनेमुळे आस्तिक आणि नास्तिक अशा दोघांनाही स्वर्गीय शांततेची प्रचीती येत होती. त्या लाटांवर हलणाऱ्या बोटीमध्ये अबोल आणि दुर्मुखलेल्या चेहऱ्याने समीर तिच्या शेजारी बसला होता. इराने मनोमन समीर तिच्या आयुष्यात असल्याबद्दल परमेश्वराचे आभार मानले.

मुंबईला परत आल्यावर दुसऱ्या दिवशी सकाळी समीर पुण्याला गेला. त्याने इरालाही बरोबर नेण्यास नकार दिला. तसेच पुण्यामध्ये तिची मावशी, प्रतिभा राहत होती. तिच्या घरी जाण्यासही तो तयार झाला नाही. कारण त्याच्या मते तो एका "मोहिमेवर" चालला होता आणि अशा "गाठीभेटी" घ्यायला त्याला सवड नव्हती. "नथुराम गोडसेंच्या समाधीला भेट देण्यासाठी काढलेली यात्रा" असे वर्णन करून समीरने पुण्यामध्ये दोन दिवसांसाठी हॉटेलमध्ये खोली बुक केली होती.

पण एका दिवसातच त्याने खोली सोडली आणि तो मुंबईला परत आला. यापूर्वी जेव्हा समीर भारतात येत असे, तेव्हा इराचे आई-वडील, दामोदर आणि प्रियंवदा आपल्या एकुलत्या एक नातवाचे खूप लाड करत असत. शिक्षणातली त्याची हुशारी आणि लंडनमध्ये त्याला असलेली नोकरी याचा त्या दोघांना नेहमीच अभिमान वाटत असे. प्रियंवदा आपल्या नातेवाईक, मित्र-मैत्रिणींना नेहमीच समीरबद्दल सांगत असे. यापूर्वी, समीर सगळ्यांशी सौजन्याने वागत असे, सगळ्यांशी बोलत

असे. सगळ्यांचे लक्ष स्वतःकडे वेधलेले त्याला आवडत असे. पण यावेळी मात्र, प्रियंवदाने बनवलेल्या चिली पनीर आणि चिकन मंचुरियनकडे त्याने ढुंकूनही पाहिले नाही. अशा नावाचे काही इंडो-चायनीज पदार्थ असतात याची कल्पनाही त्याच्या लंडनमधल्या आजीला नव्हती! आपण मुंबई शहरातल्या गजबजलेल्या बाजारात खरेदीला जाऊया किंवा मुंबईमध्ये मिळणारे स्वादिष्ट पदार्थ चाखून बघूया असे दामोदर यांनी सुचवून पाहिलं. पण या सगळ्या कल्पना समीरने धुडकावून लावल्या.

अगदी स्वाभाविकपणे वडिलांच्या आई-वडिलांशी त्याची जास्त जवळीक होती. पण दीक्षित कुटुंबियांशी त्याा संबंध फारसा येत नसे. म्हणून तो त्यांच्याशी मनमोकळेपणाने बोलत नसे. या ट्रीपच्या वेळी, तो सगळ्यांशी नम्रतेने पण अंतर राखून वागत होता. तो सगळ्यांशी असा तुटकपणे का वागतो आहे असं इराने त्याला हळुवारपणे विचारलं. ते ऐकताच समीरचा स्फोट झाला,

"इंग्लंडमध्ये आजी आणि आजोबा पूर्णपणे खचून गेले आहेत. माझे वडील वारले आहेत आणि या सगळ्यांना जबाबदार एकाच जातीचे लोक आहेत. तू एका ब्राह्मण विधवेसारखी वागत नाहीयेस. हर्षदभाई काय म्हणाले हे मी तुला सांगितलं आहे. आपल्या चालीरीती तुला समजावून सांगण्याऐवजी हे आजी-आजोबा आपल्याला घेऊन 'भारीतल्या लेबनीज रेस्टॉरंटमध्ये जेवायला जाऊया' असं म्हणत आहेत!" इंग्लंडमध्ये स्थलांतरित झालेल्या, स्वघोषित आणि बाजारू पुजाऱ्याच्या मते 'हिंदू विधवा स्त्रीचं' वर्तन कसं असावं याबद्दल समीरची दिशाभूल होत होती. हे पाहून इरा प्रक्षुब्ध झाली. समीरला हिंदू धर्माचं सार दाखवून द्यावं म्हणून तिने एक शेवटचा प्रयत्न केला. तिने हाक मारली,

"अब्दुल चाचा, आजीच्या 'ग्रंथालयाचं' कुलूप उघडता का? मला समीरला काहीतरी दाखवायचं आहे."

अब्दुलचाचा, सगुणाचे अतिशय विश्वासू ड्रायव्हर होते. त्यांच्या डोळ्यांची शस्त्रक्रिया झाल्यानंतर त्यांना गाडी चालवू नका असं डॉक्टरांनी सांगितलं होतं. हे समजल्यावर, सगुणाने त्यांना लगेच घरातील काही इतर कामं करण्यास सांगितलं होतं. सगुणाचा मृत्यू झाल्यानंतरही, दामोदर यांनी अब्दुलचं काम आणि पगार चालूच ठेवला होता आणि त्यांच्या मुलाच्या महाविद्यालयाची फीसुद्धा ते भरत होते. अब्दुल त्यांना घेऊन ग्रंथालयात गेले. तिथे अनेक थोर व्यक्तींचे फोटो टांगले होते. त्यामध्येच पांढऱ्याशुभ्र नऊवारीमधल्या सगुणाचाही फोटो होता. तिच्या फोटोला छोट्याश्या गुलाबी फुलांनी मढलेला छानसा चंदनाचा हार घातला होता. काहीही न बोलता, अब्दुलने एक फडकं आणलं आणि गर्द तपकिरी लाकडी खुर्च्या पुसून घेतल्या. नंतर त्यांनी त्यांच्या खिशातून एक निळसर चौकड्यांचा रुमाल काढला आणि सगुणाच्या फोटोची सोनेरी, गोलाकार फ्रेम पुसली. अब्दुलच्या सगळ्या हालचाली, इरा शांतपणे न्याहाळत होती. तिच्या आजीच्या आठवणींने त्यांच्या डोळ्यात आलेलं पाणी त्यांनी हळूच पुसलं हे तिने पाहिलं. समीर मात्र या सगळ्याकडे दुर्लक्ष करत होता.

"समीर, तुला माहितच आहे की मी काही कोणी संस्कृत पंडित नाही. पण तुझी पणजी, सगुणा... ती मात्र संस्कृत पंडिता होती. मला तिने जी शिकवण दिली आणि जी शिकवण तिने आयुष्यभर आचरणात आणली, ती आज मी तुला सांगणार आहे. आपल्या वेदांमध्ये असं कुठेही सांगितलं नाहीये की स्त्रीने शिक्षण घेऊ नये. १८ व्या शतकात बालविवाह प्रचलित होते कारण, तेव्हा माणसाचे जीवनमान अगदी कमी

होते. अनेकदा स्त्रियांचा बाळंतपणात मृत्यू होत असे. कारण त्याकाळी वैद्यकशास्त्र इतकं पुढारलेलं नव्हतं. त्याच वेळी, पौरोहित्य करणाऱ्या व्यक्ती (गोडसे, दीक्षित आणि संपूर्ण ब्राह्मण जमाजं) यांना परंपरेने संस्कृतचं ज्ञान मिळालं होतं आणि धार्मिक संहिता ते वाचू शकत होते." सध्या समीर हिंसेचा उदोउदो करत होता आणि "मवाळमतवादी" लोकांची त्याला भयंकर चीड येत होती. या सगळ्यातून त्याचा दृष्टीकोन सुधारावा म्हणून इराने त्याला एका पुस्तकातील जीर्ण आणि पिवळं पडलेलं पान दाखवलं. त्या पानावर चार माणसांच्या आकृत्या काढलेल्या होत्या.

"हे बघ समीर, वर्णव्यवस्था ही त्या त्या व्यक्तीचा किंवा समूहाचा व्यवसाय काय आहे हे सांगण्यासाठी तयार केली होती. ब्राह्मण हे समाजाला ज्ञानदानाचं कार्य करत आणि योग्य दिशा दाखवत असत. ज्यांच्याकडे शारीरिक ताकद जास्त होती असे क्षत्रिय. समाजाचं रक्षण करत असत. वैश्य लोक हे विविध वस्तूंचा व्यापार करत असत आणि शूद्रवर्णीय अंगमेहनतीची सर्व कामं करत असत. वडिलांकडून मुलांना ही सगळी कौशल्यं शिकवली जात असत आणि हळूहळू कालौघात, ही व्यवस्था अगदी अभेद्य झाली."

स्वच्छता आणि आरोग्यविषयक यंत्रणा सांभाळणारी व्यवस्था हळूहळू जाचक होऊन अस्पृश्यता पाळली जाऊ लागली. इरा हे सांगत असतानाच, दामोदर त्यांच्या आईच्या आवडत्या खोलीत आले. त्यांनी भिंतीला टेकवून ठेवलेली एक पत्र्याची खुर्ची उघडली, त्यावरची धूळ रुमालाने झटकली आणि ते समीरशेजारी बसले. एखाद्या जादुगारासारखे, हातात धूळ झटकायचे फडके घेऊन अब्दुल दारात अवतरले. दामोदर यांनी मानेनेच त्याला नकार दिला. इराने मूकपणे हात जोडून त्यांचे आभार मानले. अब्दुल निघून गेले. इराचेच बोलणे पुढे चालू ठेवत दामोदर

सांगू लागले की त्या काळात ब्राह्मणांनी या वर्णव्यवस्थेचा कसा गैरफायदा घेतला.

"यामुळे त्यांचा कार्यभाग साधत होता आणि त्याकाळात वेद-पुराणं ही फक्त ब्राह्मणांच्या हाती असल्याने त्यांनी त्याचा बागुलबुवा उभा केला, कारण इतर वर्णाचे लोक हे वाचू शकणार नाहीत हे त्यांना माहित होतं! यामुळे भयाण अशा अस्पृश्यतेचा जन्म झाला. आजही भारताच्या काही ग्रामीण भागात ही प्रथा पाळली जाते. तसंच अनेक स्त्रिया, विशेषतः विधवा स्त्रियांना अनेक हालअपेष्टांचा सामना करावा लागला. माझी आजी आणि तिच्या पिढीतल्या अनेक स्त्रियांना वैधव्य आल्यावर केशवपन करावं लागत होतं, संपूर्ण आयुष्य त्यांना अंगभर लाल आलवण नेसून वावरावं लागत होते, त्यांना कोणत्याही शुभकार्यात सामील होण्यास मनाई केली जायची आणि बरेचदा त्यांचेच कुटुंबीय त्यांना अतिशय हीन पद्धतीने वागणूक देत असत आणि त्यांचं शोषण करत असत." भिंतीवरील फोटोंकडे बोट दाखवत दामोदर उठून उभे राहिले.

"या सगळ्या थोर व्यक्ती, ज्योतिबा फुले, विष्णू शास्त्री पंडित, महादेव रानडे हे १८६०च्या दशकात विधवा पुनर्विवाह, स्त्री-शिक्षण आणि स्त्रियांना स्वतःच्या पायावर उभं करण्यासाठी झटत होते. यांना आपण हिंदू धर्माचे खरे अनुयायी म्हणू शकतो आणि माझ्या आईने आमचं संगोपनही असंच केलं आहे! हिंदू शास्त्रानुसार तेरावा करणं म्हणजे आपण गेलेल्या व्यक्तीची स्मृती जागृत ठेवावी, त्याच्या आत्म्याला शांती मिळावी म्हणून प्रार्थना करावी आणि मागे राहिलेल्या लोकांनी आपल्या दैनंदिन आयुष्याला पुन्हा सुरुवात करावी. समीर, आमचेही जावई गेले आहेत. त्यांच्या पाठीमागे तुला आणि इराला पुन्हा नव्याने आयुष्य जगायला

मदत करणं एवढंच आम्ही करू शकतो." दामोदर त्यांच्या नातवाकडे पाहून मंद हसत म्हणाले.

"मेरठला जायची तयारी करायला हवी" असे काहीतरी पुटपुटत समीर उठला आणि निघून गेला.

दुसऱ्या दिवशी सकाळी समीर दिल्लीच्या विमानात बसला. दिल्लीला पोचल्यावर तिथून तीन तास कारने प्रवास करून तो मेरठला पोचणार होता. दामोदर त्याला विमानतळावर सोडतो असं म्हणत होते, पण त्याने नकार दिला. इराने निघताना त्याला मिठी मारायचा प्रयत्न केला, पण अगदी थंडपणाने त्याने फक्त तिच्या दंडावर थोपटलं. इराने दरवाजात एक उसासा टाकला आणि वळून म्हणाली,

"बाबा, आपण त्याला थोडा वेळ देऊया. आम्ही एकदा लंडनला परत गेलो की मग तिथे काह्या आहे, त्याची नोकरी आहे. तिथे त्याचं रुटीन पुन्हा सुरु होईल." सर्व काही पुन्हा पहिल्यासारखं व्हावं असं इराला वाटत होतं. पण, तिला समीरच्या वळणदार हस्ताक्षरात लिहिलेलं पत्र टेबलवर एका चमच्याच्या खाली ठेवलेलं सापडलं.

"आई, माझ्या गोडसे वंशाची मुळे शोधून काढण्यासाठी मी पुण्याला गेलो होतो. तिथे नथुरामांची समाधी नाही, देऊळ नाही, अगदी माहिती देणाराही कुणी नाही. मला जो त्यांचा शनिवार पेठेतील पत्ता मिळाला होता, जिथे एका खोलीत राहून ते स्वतःचा शिवणकामाचा व्यवसाय करत होते, तिथे त्यांच्या नावाची साधी पाटीसुद्धा नाही. नथुराम आणि त्यांचे व्यवसायातील भागीदार, नारायण आपटे ज्या कचेरीतून दोन वर्तमानपत्रं चालवीत असत, तिथेही हीच परिस्थिती आहे. आता त्या जागी वेगळीच दुकानं आणि ऑफिसेस उभी आहेत. ज्यांनी अखंड

भारतासाठी आपले प्राण अर्पण केले त्यांची आठवण सुद्धा इथे राहणाऱ्या लोकांना येत नाही!

खूप वाईट आहे हे सगळं. त्यानंतर मी शिवाजीनगर इथल्या अजिंक्य डेव्हलपर्सच्या ऑफिसमध्ये गेलो. तिथे आता पिझ्झा रेस्टॉरंट्स आणि बरीच मोठमोठी दुकाने आहेत. अजिंक्य हे नथुराम गोडसे यांचे बंधू गोपाळ गोडसे ह्यांचे नातू. गोपाळ गोडसे यांचं २००५ साली निधन झालं. अजिंक्य प्रवासात आहेत असं मला कळलं.ते व्यावसायिक आहेत.

जरी मी पुन्हा पुण्याला गेलो आणि त्या कुटुंबातील इतर सदस्यांची गाठ घेण्याचा प्रयत्न केला, तरीही ते आपल्याशी पुन्हा संबंध प्रस्थापित करतील असं मला वाटत नाही. माझे आजी-आजोबा या आडनावापासून पळ काढून ५०वर्षांपूर्वी इंग्लंडमध्ये स्थायिक झाले, त्यानंतर त्यांनी इथल्या कोणाशीही संबंध ठेवले नाहीत आणि आजही आपला यांच्याशी काहीही संबंध नाही असंच त्यांना वाटतं. तर मग आता इथल्या लोकांनी आपल्याशी संबंध का ठेवावा?

असो, मी चौकशी केल्यावर एका शिपायाने मला आतल्या खोलीत नेलं आणि तिथे एका काचेच्या कपाटात ठेवलेला कलश दाखवला. त्या एकाच कलशात नथुराम गोडसे आणि नारायण आपटे ह्या दोघांच्याही अस्थि ठेवलेल्या आहेत. तसंच, ३० जानेवारी, १९४८ ला गांधीजींच्या सभेला जाताना जो पांढरा सदरा नथूराम यांनी घातला होता, तोही तिथे ठेवलेला आहे. त्यांना फाशी देत असताना जी भगवद्गीता त्यांनी हातात धरली होती, ती पण तिथेच शेजारी ठेवली आहे.

दर वर्षी १५ नोव्हेंबरला गोडसे कुटुंबीय आणि काही अन्य लोक नथुराम गोडसेंना याच दिवशी हौतात्म्य प्राप्त झालं म्हणून त्यांना

वंदन करण्यास येतात असं मला त्या शिपायाने सांगितलं. त्याने मला अखंड भारताचा प्रकाशित असा नकाशाही दाखवला. (त्या नकाशात पाकिस्तान आणि बांगलादेश हे दोन्ही देश भारताच्या हद्दीतच दाखवलेले आहेत). त्या नकाशाच्या मध्यभागी नथुराम गोडसेंचा फोटो लावला आहे. हे सगळे साहित्य समारंभाच्या दिवशी वापरलं जातं. चला, हेही नसे थोडके. पण याच शहरात जन्माला आलेल्या गोडसे आणि आपटे यांचा सन्मान करण्यात कोणालाच स्वारस्य नाही.

सगळीकडे नुसती रेस्टॉरंट्स, मॉल्स्, कारखाने आणि शिक्षणसंस्था यांचा सुळसुळाट झाला आहे. लोकांना फक्त त्यांचं स्वतःचं आयुष्य जगण्यातच रस आहे.

नथुराम गोडसे यांचं देऊळ बांधावं म्हणून कोणीही सक्रियपणे प्रयत्न करत नाहीये. आता पुण्यात काहीही करणे शक्य नाही. पण सुदैवाने, राघव स्वामींनी ही मोहीम ग्वाल्हेर आणि मेरठमध्ये चालवण्यासाठी माझी निवड केली आहे. निदान तिथले लोक धाडसी आहेत आणि नथुराम गोडसेंची स्मृती जिवंत ठेवण्यासाठी प्रयत्न करत आहेत. या मोहिमेचा उदयोन्मुख नेता म्हणून माझी निवड झाली हे मी माझं सौभाग्य समजतो. एवढंच नाही, तर या मोहिमेचा शुभारंभ करण्यासाठी जो मेळावा भरवण्यात येणार आहे, त्या मेळाव्यात मला प्रमुख पाहुणे म्हणून भाषणही करायचं आहे. मला शोधण्याचा प्रयत्न करू नकोस. खरं तर, तू शक्य तितक्या लवकर लंडनला परत जा आणि रीतीप्रमाणे, एक हिंदू विधवा स्त्री म्हणून तुझ्या सासू-सासऱ्यांची सेवा कर.

समीर.”

इराच्या हातून ते पत्र गळून पडलं. ती मटकन खालीच बसली.

प्रकरण ५

संयमाच्या नावाने

लंडन, शुक्रवार, १२ जानेवारी २०१८.

एव्हाना इरा कामावर रुजू झाली होती. लंडनला परतल्यापासून तिला समीरविषयी काहीही कळलं नव्हतं. तो फक्त तिच्या नावे एक पत्र लिहून गेला होता. तिच्या फोन कॉल्सना देखील त्याने उत्तर दिलं नव्हतं. ती सोशल मीडियावरुन त्याचा काही पत्ता लागतोय का ते पाहत होती आणि दर दोन दिवसांनी त्याला मेसेज पाठवत होती. त्याच्या पोस्टवरून तो भारतातच सुखरूप असल्याचा अंदाज इराला आला होता. काह्यासुद्धा मेसेजद्वारे त्याच्यापर्यंत पोहोचण्याचा प्रयत्न करत होती, पण तो तिच्याही मेसेजेसना उत्तर देत नव्हता.

इरा आणि समीर गोडश्यांच्या घरातून वेगळे झाले होते आणि तरीसुद्धा दर आठवड्याला ती सासरच्या मंडळींना भेटण्यासाठी क्रॉयडनला यायची. पूर्वी शाळा सुटल्यावर प्रभाकर समीरला शाळेच्या बसथांब्यावर आणायला जायचे. तो घरी येईपर्यंत रत्नप्रभा त्याच्या आवडीचे पदार्थ करून ठेवायच्या. काम संपल्यावर इराही त्यांच्याबरोबर रात्रीच्या जेवणासाठी सामील व्हायची. आपल्या कुटुंबियांबरोबर वेळ घालवण्यासाठी समीर खूप उत्सुक असायचा.

तो घरी आला की शाळेत घडलेल्या गमतीजमती सगळ्यांना सांगायचा, आजीच्या हातचे रुचकर आणि पारंपरिक पदार्थ खायचा.

इरा येईपर्यंत रत्नप्रभा ओट्यावर आंबटगोड आणि वाफाळलेला मसालेभात तयार ठेवायच्या. त्या मसालेभाताच्या पातेल्याशेजारी तुपाचं भांडं असायचं. 'ऊन ऊन मसालेभातावर भरपूर तूप घ्यायचं असतं, अशी रीत महाराष्ट्रातल्या लग्नाच्या पंगतीत असते', हे समीरने आजीकडून कित्येकदा ऐकलं होतं. समीरचं असं दर शुक्रवारी घरी येणं हे एखाद्या सणसमारंभापेक्षा कमी नव्हतं. स्वयंपाक होत आला की खालच्या न्हाणीघरात जाऊन इरा हात, पाय, तोंड धुवून, स्वयंपाकघरात शिरायची. रत्नप्रभांना पानं, वाट्या, पेले घ्यायला मदत करायची.

इरा सगळा स्वयंपाक तिच्या सासूच्या हाताखालीच शिकली होती, परंतु पारंपरिक पद्धतीनं ताट कसं वाढायचं हे मात्र ती तिच्या आजीकडून शिकली होती.

इरा आठ वर्षांची होती. तेव्हा गुढीपाडव्याच्या दिवशी तिच्या सगुणा आजीनं तिला एक गंमत दाखवली. तिनं चांदीच्या पानाला घड्याळाची उपमा देऊन पान कसं वाढायचं ते तिला शिकवलं. बाराच्या जागी मीठ वाढायचं, अकराच्या जागी लिंबाची फोड, दहाच्या जागी, खोबरं कोथिंबिरीची चटणी, नवाच्या जागी दाण्याचं कूट आणि तूपजिऱ्याची खमंग फोडणी असलेली काकडीची कोशिंबीर वाढायची. उजव्या बाजूला एकच्या जागी उकडलेल्या बटाट्याची भाजी आणि दोनच्या जागी उसळ वाढायची. मठ्ठ्याची वाटी नऊ आणि दहाच्या मध्यभागी यायला हवी. मसालेभात बरोब्बर सहाच्या जागी वाढायचा. पापड, कुरडई तीनच्या जागी वाढायची. इराने ते सगळं अगदी व्यवस्थित लक्षात ठेवलं होतं.

अनेक वर्षांनी गोडश्यांचा स्वयंपाकघरात, इराने तिच्या आजीनं शिकवलं होतं, तसंच पान मांडलं. छोटा समीर तर पानाला दिलेलं घड्याळाचं रूपक पाहून अगदी हरखून गेला. आजीनं पोळपाटावर लाटलेल्या आणि इराने तळलेल्या गरमागरम, टम्म फुगलेल्या पुऱ्यांचा तो आस्वाद घेत होता. श्रीराम जरी आपल्या मुलाबरोबर आणि आता परक्या झालेल्या बायकोबरोबर जेवायला बसला तरी त्याच्या ताटात आमटीभातच असायचा.

समीरच्या आजीच्या हातचे हे रुचकर पदार्थ त्याने आजपर्यंत इतर कुठेही आणि कधीही चाखले नव्हते. संपूर्ण युनायटेड किंग्डममध्ये 'करी हाऊस' नावाची रेस्टॉरंटची नवी साखळी सुरू झाली होती. त्या रेस्टॉरंटमध्ये उत्तर भारतीय आणि बांगलादेशी खाद्यपदार्थ मिळायचे. समीरच्या इंग्रज मित्रांना त्या करी हाऊस मधले पदार्थ रुचकर वाटत असले तरीही त्याला ते फारसे कधीच आवडले नाहीत. ते जेव्हा तिथे जायचे तेव्हा ते केशरी, लालसर रंगाची, आणि भाज्यांचे मोठे मोठे तुकडे असलेली ग्रेव्ही मागवायचे त्या ग्रेव्हीला चव कमी आणि तेलच जास्त असायचं. पण समीर तिथे जाऊन मटण कबाब मात्र आवडीने खायचा. समीरने आपल्या आजीला तो मांसाहार करत असल्याचा सुगावासुद्धा लागू दिला नव्हता. मांसाहाराला त्यांच्या घरून मुळीच परवानगी नव्हती.

रत्नप्रभांच्या स्वयंपाकघरात, एका कोपऱ्यात छोटं देवघर होतं. त्या देवघरात देवांच्या आणि त्यांच्या लाडक्या, खट्याळ कृष्णाची कामधेनूबरोबरची एक पितळी मूर्ती होती. कामधेनूने कशा त्याच्या सगळ्या इच्छा पूर्ण केल्या आणि गायींना इजा करणं पाप आहे, हे त्यांनी गोष्टीरूपातून समीरच्या मनावर बिंबवलं होतं.

इरा नेहमी व्यावहारिक दृष्टिकोन बाळगून असायची. तिच्या जडणघडणीमुळे तिला सगळ्या गोष्टींचा सारासार विचार आणि मूल्यमापन करता यायचं. समीरलाही तिने तश्याच पद्धतीने वाढवलं होतं. एका शनिवारी आठवडाभराची बाजारहाट करून परतत असताना, ती समीरला घेऊन ज्यूस प्यायला गेली. ते दोघं आरामात ज्यूस पीत असताना ती समीरला म्हणाली,

“समीर, तुझ्या आजीच्या विश्वासावर प्रश्नचिन्ह निर्माण करण्यासाठी म्हणून मी तुला हे सांगत नाहीये. पण माझ्या आजीने मला जे शिकवलं ते मी तुला सांगते. एखादी गोष्ट करण्याआधी आपण ती का करत आहोत हे समजून घेण्याचा प्रयत्न कर. तुझ्या आजीने सांगितल्या आहेत तश्या गोकुळातल्या, गवळणींचं दही, दूध, लोणी पळवणाऱ्या, खट्याळ कृष्णाच्या गोष्टी मीही लहानपणी ऐकलेल्या आहेत. या गोष्टी जर बारकाईने पाहिल्या तर तुझ्या लक्षात येईल की तेव्हाचे लोक दूध, दही, लोणी यांचा व्यापार करायचे. आणि त्यांना गवळी समाज म्हणून ओळखलं जायचं. त्यामुळे गायीगुरांना मारून त्यांचं मांस विकण्याऐवजी, त्यांचा असा उपयोग करता येईल हे त्या लोकांनी ओळखलं. त्यामुळे गोधन पाळून, त्यांना चारा घालून, त्यांची प्रेमाने काळजी घेऊन त्यांच्याकडे उदरनिर्वाहाचं साधन म्हणून पाहिलं जायचं. म्हणून गायीला कामधेनू म्हणायचे. (काम म्हणजे इच्छा, धेनु म्हणजे गाय) त्या दूध द्यायच्या आणि ते दूध विकून लोक आपला उदरनिर्वाह चालवत.. पण म्हणून जे बीफ खातात ते चुकीचे आहेत, असा त्याचा अर्थ होत नाही. इथे इंग्लंड आणि अमेरिकेत नेहमी थंड वातावरण असतं, त्यामुळे इथे फार भाज्या पिकत नाहीत. खूप वर्षांपूर्वी भाज्यांची आयात करणंही सोपं नव्हतं. त्यामुळे साहजिकच प्राण्यांचा वापर करून उदरनिर्वाह करणं आणि त्यांच्या मांसाचा

पोट भरण्यासाठी वापर करणं त्यांच्यासाठी आवश्यक होतं." समीर डोळे विस्फारून तिचं बोलणं ऐकत होता. तिने सांगितलेल्या सगळ्या गोष्टी त्याच्या मनाने टीपकागदासारख्या शोषून घेतल्या. इराने‌ही प्रेमाने त्याच्या मऊ, कुरळ्या आणि काळ्याभोर केसातून हात फिरवला आणि कुठल्याश्या निष्कर्षाप्रत येत ती म्हणाली,

"आणखी एक गोष्ट समीर. तू आता जेव्हा, तुझ्या मित्रांकडे वाढदिवसाला जाशील किंवा मोठा झाल्यावर तुझा तू पार्टीजना जाशील तेव्हा इथे सर्वसाधारणपणे पिकणारे आणि खाल्ले जाणारे सगळे पदार्थ तुला ठाऊक हवेत. तुला सगळ्यांच्यात मिळून मिसळून राहता यायला हवं. तू त्यांच्याबद्दल आणि त्यांनी तुझ्याबद्दल कसलेही पूर्वग्रह बाळगू नयेत. तुझ्या आजीला आवडणार नाही पण मला असं वाटतं की तू सगळे पदार्थ एकेकदा चाखून पहायला हवेस आणि मग तुला काय आवडतं हे तू ठरवायला मोकळा आहेस." त्याच्या आईने सगळा सारांश तिच्या बोलण्यातून समजावून दिल्यावर त्याच्या सगळ्या शंका फिटल्या. त्याचे हिरवे डोळे चमकले आणि तो पटकन रस संपवून उड्या मारत खेळायला निघून गेला.

तो अगदी हुशारीने घरी शाकाहारी आणि बाहेर मांसाहारी पदार्थांचा आस्वाद घेत राहिला. समीरला सगळ्यांबरोबर एकत्र वेळ घालवायला किती आवडतं हे इराला ठाऊक होतं. त्यामुळे ती दर शुक्रवारी न चुकता गोडश्यांच्या घरी यायची. श्रीरामचा मूड चांगला असेल तेव्हा तो संभाषणात सहभागी व्हायचा, अगदी समीरबरोबर सुडोकूसुद्धा सोडवायचा. पण बरं नसेल तेव्हा स्वतःच्या खोलीबाहेरसुद्धा यायचा नाही. कालांतराने समीरने त्याच्या बाबाच्या उपस्थितीबद्दल विचारणं कमी केलं. पण जेव्हा जेव्हा श्रीराम खोलीबाहेर असायचा तेव्हा समीर त्याच्याशी प्रेमाने आणि आदरानेच वागायचा.

पण २०१८ सालच्या जानेवारी महिन्यात, एका शुक्रवारी जेव्हा इरा क्रॉयडनला आली तेव्हा गोडश्यांच्या घरावर दुःखाचं सावट पसरलेलं होतं. लहानसा पण तरी सुखसोयींनी युक्त नीटनेटका दिवाणखाना त्या दिवशी भकास दिसत होता. पदार्थांच्या घमघमाटाने, कुकरच्या शिट्टीने, रत्नप्रभांच्या स्वयंपाकघरात वावरण्याने त्या स्वयंपाकघराला असलेली रया पार निघून गेली होती. रत्नप्रभाही दुःखाने सुन्न झाल्या होत्या.

इरा आणि समीर त्या घरातून बाहेर पडून वेगळे राहू लागले आणि समीर उच्च शिक्षणासाठी विद्यापीठात जाऊ लागला, तसं. दर शुक्रवारी त्याला आजीच्या घरी जाणं जमेनासं झालं. तेव्हा मग श्रीरामसाठी तिन्हित्रिकाळ गरमागरम स्वयंपाक करणं हेच रत्नप्रभांच्या आयुष्याचं एकमात्र उद्दिष्ट झालं. बरं नसतानादेखील हे मायलेक जेवणाच्या वेळा आणि ठरलेले पदार्थ चुकवत नसत. त्यांचे ठराविक पदार्थ म्हणजे, पोहे, उपमा, शिरा आणि रत्नप्रभांच्या उपासाच्या दिवशी साबुदाण्याची खिचडी! दुपारच्या जेवणात एखादी सुकी भाजी, गोडा मसाला आणि गूळ घालून केलेली आमटी, तूपजिऱ्याची खमंग फोडणी घातलेली कोशिंबीर, पांढरा वाफाळलेला भात, चटणी आणि कागदासारख्या पातळ पोळ्या..हे ठरलेलं असायचं. रात्रीच्या जेवणात फक्त उसळ किंवा वेगळी भाजी असायची, बाकी सारं तसंच!

फ्रीजच्या शेजारी भिंतीवर ठोकलेल्या खिळ्यावर भारतीय सण असलेलं इंग्रजी दिनदर्शिका लटकत असायची. लहानपणी समीरला, दिनदर्शिकेवर शाइपेनानं विशिष्ट तारखांसमोर केलेल्या खुणांचं फार अप्रूप वाटायचं. कृष्णाष्टमीला लोणी चोरणाऱ्या बाळकृष्णाचं चित्र होतं, तसंच गणपती आणि इतर देवीदेवतांची चित्रंही त्यावर होती. दिनदर्शिकेनुसार जानेवारी महिन्यात संक्रांत असायची. जेव्हापासून इरा आपल्या सासूला

पाहत होती तेव्हापासून त्या दर संक्रांतीला ओट्याशी उभ्या राहून तिळगुळाच्या वड्या करायच्या. गार झाल्यावर त्या वड्या स्टीलच्या ताटलीत काढून घरात प्रत्येकाच्या हातावर एकेक वडी ठेवून 'तीळगूळ घ्या, गोड बोला' म्हणायच्या. इरा, समीर आणि प्रभाकरसाठी एकेक छोटा डबा वेगळा ठेवायच्या. हे दोघे आपल्या ऑफिसमधल्या सहकाऱ्यांना आणि समीर शाळेत त्याच्या मित्रांना त्यांनी केलेला तीळगूळ वाटायचे. संध्याकाळी आजूबाजूच्या बायका हळदीकुंकवासाठी गोडश्यांच्या घरी यायच्या. कागदी ताटल्यांमध्ये प्रत्येकीला एकेक वडी, बटाट्याचा चिवडा दिला जायचा. काळया आणि सोनेरी रंगांच्या साड्या नेसून बायका नटूनथटून त्यांच्या घरी यायच्या, आणि सगळ्याजणी हसत खिदळत गप्पागोष्टी करायच्या. १९९४ साली इराची पहिली संक्रांत रत्नप्रभांनी अगदी थाटामाटात केली. तिने अनुभवलेलं ते सगळ्यात मोठं हळदीकुंकू होतं. यूकेच्या कुठल्याकुठल्या भागातून हिंदू बायका गोडश्यांची नववधू पहायला आल्या होत्या. पुढे प्रत्येक हळदीकुंकवाला इराच्या ब्रिटिश मैत्रिणीसुद्धा या समारंभाला येऊ लागल्या. त्यात समीरच्या शाळेतल्या ब्रिटिश मित्रांच्या आयाही होत्या.

पण २०१८ साली गोडश्यांच्या घरावर शोककळा पसरली. शून्यात हरवल्यासारख्या रत्नप्रभा स्वयंपाकघरातल्या मेजाजवळ येऊन बसल्या.

इरा तिच्या शुक्रवारच्या भेटीत फ्रीजमध्ये फळं आणून ठेवायची. यावेळी तिने पाहिलं तर फ्रीजमध्ये काहीही नव्हतं. दूध, प्रभाकरना लागणारं स्वीटनर, सगळं संपलं होतं. मग तिनेच उठून एका चाळणीत थोडे तांदूळ घेतले, त्यात मुगाची डाळ घालून ते धुवून ओट्यावरच जरा वेळ निथळत ठेवले. शेगडी चालू करून त्यावर कुकर चढवला. गोडा मसाला, थोडे फ्रोजन मटार घालून डाळखिचडी शिजायला ठेवली.

रत्नप्रभांकडे पाहत ती फक्त पुटपुटली, "आई... खिचडी... कुकर..." त्यांनीही सवयीप्रमाणे मान डोलावली. त्यांनीच हे पाककौशल्य तरुण इराला शिकवलं होतं. भात, डाळ खिचडी असेल तर कुकरच्या तीन शिट्ट्या, बटाटे उकडायचे असतील तर ५ शिट्ट्या, हे सगळं ती त्यांच्याकडूनच शिकली होती. इरा जवळच्या वाण्याच्या दुकानात गेली आणि संपलेला किराणा तिने पुन्हा भरून ठेवला. अर्ध्या तासात परत येऊन तिने तीन पानं मांडली. साधीशी मुगाच्या डाळीची खिचडी, कैरीचं लोणचं आणि दही तिने तिघांच्या पानात वाढलं. तिघेही चकार शब्द न बोलता जेवले. कारण बोलताना श्रीरामच्या मृत्यूच्या आठवणी आणि समीरची अनुपस्थिती हे दोनच विषय बोलले जायचे. जेवण झाल्यावर इराने पानं उचलली आणि घासून, पुसून जागेवर ठेवून दिली. तिने तिचा थंडीचा कोट उचलला आणि ती जायला निघाली.

प्रभाकर तिला निरोप द्यायला दरवाज्यापर्यंत आले आणि हळूच म्हणले, "इरा, तुझी आई सगळ्या देवांवर चिडली आहे. गेल्या ५५ वर्षात, आमचं लग्न झाल्यापासून मी तिला कधीही तिची स्तोत्रं, पूजाअर्चा, उपासतापास चुकवताना पाहिलं नाहीये.." इरा तिच्या कामात तिचा जीव रमवत होती, प्रभाकर वाचन आणि टीव्हीवर बातम्या पाहून स्वतःचा वेळ घालवत होते. रत्नप्रभांकडे वेळ घालवण्याची दोनच साधनं होती, ती म्हणजे देवधर्म आणि त्यांचा मुलगा. स्वभावानेच मऊ असलेले प्रभाकर, बरेच दिवसात घरी कुणीही न फिरकल्याने जरा हळवे झाले होते. आणि खूप दिवसांनी हक्काचा श्रोता मिळाल्यासारखे इराला मनातलं सांगत होते. त्यांच्या कामाच्या ठिकाणी असलेली एक नर्स काही दिवसांपूर्वी दारातूनच शोक व्यक्त करणारी चिठ्ठी सरकवून गेली होती. त्यांना त्रास द्यायची तिची इच्छा नव्हती. जेव्हा त्यांना ही चिठ्ठी मिळाली तेव्हा

प्रभाकरना मनापासून वाटलं तिने बेल वाजवून घरात येऊन कपभर चहा घेऊन जायला पाहिजे होतं .

"मी पुढल्या शुक्रवारी पुन्हा येईन बाबा. तुम्ही काळजी घ्या," इराने तिच्या कोटाचा पट्टा घट्ट आवळून घेतला आणि कुडकुडत्या थंडीत ती बाहेर पडली आणि ती इस्लिंग्टनला गेली. संध्याकाळी तिचं काही कॉल्स घ्यायचं किंवा कुणाशी बोलायचं राहून गेलं होतं. तिने शांतपणे तिचा व्हॉइसमेल उघडला. पहिला व्हॉइसमेल क्लेअरचा होता. तिने चिवचिवत भलामोठ्ठा मेसेज रेकॉर्ड केला होता."हॅलो इरा! ठरल्याप्रमाणे भारतात सगळं नीट झालं असावं, अशी आशा करते. तू परत आल्याने मला फारच आनंद झालाय. लवकरात लवकर कॉल कर. मी आपल्यासाठी "इन बिट्वीन" सिनेमाची तिकिटं काढली आहेत. तुझ्याखेरीज मी तो सिनेमा पाहणार नाहीये हे तुला ठाऊक आहे. मला कल्पना आहे, गेले काही दिवस तुझ्यासाठी फार कठीण गेले आहेत, पण आता जरा हसत जा." तिच्या या मेसेजने इराला आश्चर्य वाटलं नाही तर या काळजी दाखवण्याने तिला भरून आलं. इराने तिला "उद्या कॉल करते" म्हणून परत मेसेज पाठवला. मग तिने दुसरा व्हॉइसमेल उघडला.

"हॅलो इरा! मी कृत्तिका साने. आपण गेल्यावर्षी आणि त्याच्याही आधीच्या वर्षी संक्रांतीच्या हळदीकुंकवाला भेटलो होतो, आठवतंय तुला? रत्नाकाकूंच्या तीळगुळाच्या वडीची चव मी कधीच विसरणार नाही. मला रेसिपी नक्की पाठव. आणि हो, आम्ही नवीन घरी शिफ्ट झालो आहोत, तेव्हा शनिवारी संध्याकाळी ५ ते ७ च्या दरम्यान आमच्याकडे केव्हाही ये आणि नक्की ये. मी पत्ता पाठवते, आणि हो, संक्रांतीचं हळदीकुंकू करते आहे, त्यामुळे काळया आणि पिवळ्या रंगाचा ड्रेस किंवा साडी अशी थीम

ठरवली आहे. सगळ्या बायकांनी मिळून मस्त सेल्फी काढायचं ठरवलं आहे. तेव्हा नक्की ये, वाट पाहतेय. भेटू!

तिच्या या निमंत्रणाचं इराला नवलच वाटलं. कृत्तिकला तिचा नंबर कुठून मिळाला, याचंच तिला आश्चर्य वाटत होतं. गेल्या काही वर्षांमध्ये रत्नप्रभांच्या या हळदीकुंकू समारंभात, महाराष्ट्रातून यूकेला स्थलांतरित झालेल्या अनेक बायका यायच्या. संगणक अभियंत्यांची अनेक कुटुंब इथे होती आणि ही गोष्ट इराने हेरली होती. सोशल मीडियाच्या माध्यमातून दिखावा करत बायका आपल्या रीतीरिवाजांचं, परंपरांचं आधुनिक पद्धतीने का होईना, पालन करत होत्या.

तिच्या सासूच्या या वार्षिक संक्रांत समारंभाव्यतिरिक्त, इराला या बायकांकडून फार कमी आमंत्रणं येत. इथे आलेल्या भारतीय पुरुषांना, युके मधल्या भारतीय कंपन्यामध्ये नोकरी होती. तिथे असलेले सहकारी व सहकाऱ्यांच्या बायका नित्यनेमाने भेटायच्या, तेव्हा त्यांच्या अनेक विषयावर चर्चा झडत. पण श्रीराम कधीच त्यांच्यात सामील झाला नाही. ते दोघंही जोडपं म्हणून या चौकटीत कधीच बसले नाहीत. इरा यापैकी काही बायकांना रत्नप्रभांच्या व्रतवैकल्यांच्या वेळी भेटली होती आणि सोशल मीडियाच्या माध्यमातून, फ्रेंड रिक्वेस्टमधून तिची काही बायकांशी ओळख झाली होती.

दमलेली इरा, त्या बायकांच्या गराड्यात, साडी नेसून, सेल्फी काढण्याची कल्पनासुद्धा करण्याच्या मनस्थितीत नव्हती. त्यामुळे तिने दुसऱ्या दिवशी फोन करून हे आमंत्रण नाकारायचं ठरवलं. दुसऱ्या दिवशी सकाळी सतत वाजणाऱ्या फोनमुळे तिची झोपमोड झाली. पलीकडून कृत्तिकाच बोलत होती.

"इरा, हाय, तुला माझा निरोप मिळाला का? मी दोन वर्षं सलग तुमच्च्या घरी आले होते. पण तू अजून काही आमचं नवीन घर पाहिलेलं नाहीस, त्यामुळे नक्की ये." इराने खरं तर तिचं जुनं घरही पाहिलेलं नव्हतं, पण ते तिला सांगायची इच्छाही इराला नव्हती आणि आता तर गोडश्यांचं घरही तिचं राहिलं नव्हतं. तरीही ती नम्रपणे म्हणाली, "आभारी आहे, कृत्तिका पण मला त्या दिवशी संध्याकाळी यायला जमणार नाही. तुला माझा नंबर कसा मिळाला?"

"अगं, मी रत्नाकाकूंना आमंत्रण देण्यासाठी फोन केला होता. काकांनी फोन उचलला आणि ते म्हणाले काकूंची तब्येत ठीक नाही, त्यामुळे त्या काही येऊ शकणार नाहीत. म्हणून मग मी त्यांच्याकडे तुझा नंबर मागितला. आता काकू काही येऊ शकणार नाही, पण तू तरी ये." तिने गळ घातली. ही कृत्तिका फारच हट्टी होती. इराच्या लक्षात आलं की ती आणि श्रीराम विभक्त झाल्यावरही अनेक वर्षं, गोडसे कुटुंबीय ही वस्तुस्थिती मान्य करायला तयार नव्हते. आणि जर कुणी त्यांना ' समीर आणि इरा तुमच्या जवळच का राहत नाहीत ' असं विचारलं तर त्यावर रत्नप्रभा ठरलेलं उत्तर द्यायच्या. "इराला हॉस्पिटल आणि समीरला शाळा जवळ पडते म्हणून!" त्यामुळे कृत्तिकाला कुठलंही स्पष्टीकरण देण्याची गरज इराला वाटली नाही. त्याऐवजी इरा म्हणाली, "पुन्हा एकदा आभारी आहे कृत्तिका. पण माझी एक ऑफिसमधली मैत्रीण त्या दिवशी माझ्याकडे येणार आहे. मी पुन्हा केव्हातरी येईन." पण कृत्तिका हट्टालाच पेटली. जणू काही सलग दोन वर्षं गोडश्यांचा पाहुणचार घेतल्याने, आता तिला इराला घरी बोलावून तिला तिचं हे काम उरकायचं होतं.

तेवढ्यात कृत्तिका कर्कश आवाजात चिरकली, "हात्तिच्या, एवढंच ना, आपल्याकडे पाहुण्यांचे पाहुणे म्हणजे आपलेच पाहुणे असतात गं.

तिलाही घेऊन ये, अगदी थोडा वेळ येऊन गेलीस तरी चालेल. गेल्या वर्षी माझी बहीण आली होती, तेव्हा रत्नाकाकूंनी तिलाही घरी बोलावलं होतं. रत्नाकाकू इथे सगळे सणवार इतक्या निगुतीने करतात हे पाहून तर माझी बहीण थक्कच झाली . ती काकूंचं अगदी बारकाईने निरीक्षण करत होती. बंगलोरला नोकरी करत असल्यामुळे तिला या हळदीकुंकवासाठी वगैरे वेळ मिळत नाही." हे मात्र खरंच होतं, भारतातलं दीक्षितांचं घर असो वा लंडनमध्ये गोडश्यांचं घर असो कुणाकडेतरी आलेल्या पाहुण्यांना निमंत्रण असायचंच. आता इराकडे द्यायला दुसरं कुठलं कारणही नव्हतं. तिला ठाऊक होतं क्लेअरला हे सगळं फार आवडतं. ती तर इराचे भारतीय पोशाख कधी घालायला मिळतील आणि भारतीय मिठाई कधी चाखायला मिळेल याची वाटच पाहत असायची. त्यामुळे ठरल्याप्रमाणे बरोबर संध्याकाळी ६ वाजता इरा आणि क्लेअर, काळया पिवळ्या रंगाच्या पोशाखात कृत्तिकाच्या घरी पोहोचल्या. इराचा लांब काळा आणि सोनेरी बटणं असलेला कुर्ता क्लेअरने आकर्षक पद्धतीने परिधान केला होता.

त्यावर तिने पिवळ्या आणि केशरी रंगाची चमचमणारी ओढणी घेतली होती. क्लेअरने सगळ्यांप्रमाणे तिच्या चपला दाराबाहेर काढल्या. सगळ्या खोलीभर नजर फिरवली आणि दिवाणखान्यात अंथरलेल्या गालिचाच्या अगदी शेवटी जाऊन मांडी घालून बसली. भारतीय बायकांनी तो दिवाणखाना भरून गेला होता. वेगवेगळ्या रेशमी, शिफॉन, चंदेरी पोताच्या काळया आणि सोनेरी रंगाच्या, नाजूक नक्षीकाम केलेल्या साड्या बायका नेसून आल्या होत्या. त्यावर साजेसे सोन्याचे, मोत्याचे लखलखते दागिनेही घातले होते. हातात किणकिणाऱ्या बांगड्या होत्या. इरा काही नवीन आणि जुन्या ओळखीच्या बायकांमध्ये दिसेनाशी झाली. क्लेअर एकटी पडणार नाही याची तिला खात्री होती. कारण क्लेअर

अशा अनोळखी समारंभात, कुणालाही चटकन आपलंसं करून घेणारी, लाघवी आणि गोड स्वभावाची मुलगी होती.

"याचं श्रेय माझ्या आयरिश आणि स्कॉटिश जीन्सना मी देईन. शिवाय माझ्या ब्रिटिश आजोबांनी भारतात काही काळ कामही केलं होतं." असं म्हणून क्लेअर खळखळून हसायची. अर्ध्या तासानंतर, क्लेअर आपल्या कागदी ताटलीमधील तीळगुळाची वडी, बटाट्याचा चिवडा आणि सामोसा खात कृत्तिकाच्या स्पॅनिश शेजारणीला संक्रांतीच्या सणाचं महत्व सांगू लागली. "जुन्या काळात, भारतातल्या स्त्रिया घरातून बाहेर पडत नव्हत्या. कोणतीही सोयीची उपकरणं नसलेलं आयुष्य त्यांच्यासाठी कठीण होतं. विशेषतः बऱ्याच लोकांचा मोठ्या प्रमाणात स्वयंपाक करणं आणि नदीवरून पाणी आणणं यासाठी कुठलीही साधनं नव्हती. त्यामुळे स्त्रियांना विरंगुळा म्हणून असे हळदीकुंकू समारंभ साजरे केले जायचे. संक्रांत भारतात वेगवेगळ्या राज्यात वेगवेगळ्या नावांनी साजरी केली जाते. त्या दिवशी काळया रंगाचे कपडे घालतात कारण काळा रंग उष्णता शोषून घेतो. हा थंडीत साजरा होणारा सण असल्यामुळे या दिवशी काळे कपडे घातले तरी चालतात. खरं तर फक्त याच सणाला आवर्जून काळे कपडे घातले जातात. इतर सणांना काळे कपडे घालणं निषिद्ध मानलं जातं. यजमान स्त्री आलेल्या प्रत्येकीला हळदीकुंकू लावते आणि जाताना छोटीशी भेट देते, त्याला 'वाण' म्हणतात." क्लेअरने तिचं प्रवचन एकदाचं संपवलं. सगळ्या भारतीय बायका हिचं ज्ञान ऐकून चाट पडल्या. तिच्याकडे आकर्षित झाल्या. प्रभावित झाल्या.

इराने नम्रपणे सगळ्यांचा निरोप घेतला आणि क्लेअरला निघण्यासाठी नजरेनेच इशारा केला. त्या बायकांच्या गर्दीत त्या दोघी कृत्तिकाला शोधत होत्या.

"कृत्तिका, मला मुंबईतल्या सिद्धीविनायक मंदिरातून एक गणेशमूर्ती मिळाली आहे आणि तुमच्या नवीन घरासाठी भेट म्हणून मला हीच योग्य वाटली." असं म्हणून इराने तिच्या हातात बाप्पाची मूर्ती दिली.

"अरे वाह्! अप्रतिम आहे. सिद्धीविनायकावर आमची विशेष श्रद्धा आहे. सकाळी देवपूजा करताना, आम्ही याच मूर्तीची पूजा करू. अगं हो, प्रसाद घेऊन जा. "कृत्तिकाने तिला देवघराकडे जायचा रस्ता दाखवला. क्लेअरही तिच्यापाठोपाठ गेली. तेवढ्यात कृत्तिका इराकडे पाहत मराठीत काहीतरी पुटपुटली. तशी इरा तडक मागे वळली आणि क्लेअरला म्हणाली, "आपल्यांला उशीर होतोय, लगेच निघूया." आणि मग ती कृत्तिकाकडे वळून म्हणाली. "आम्हाला निघायला हवं कृत्तिका."

इरा आणि क्लेअर दिवाणखान्यात निरोप घेणाऱ्या बायकांच्या बरोबर उभ्या होत्या. तेवढ्यात कृत्तिका हातात हळदीकुंकवाची चांदीची कोयरी आणि निळ्या रंगाच्या प्लॅस्टिकच्या पिशव्या घेऊन येताना दिसली. तिने प्रत्येकीला हळदीकुंकू लावलं आणि वाण दिलं. त्यात काचेच्या हिरव्या बांगड्या, टिकल्यांचं पाकिट, कंगवा, विडा, ओटी आणि दोन छोटे प्लॅस्टिकचे डबे होते. तिने क्लेअरला सुद्धा वाण दिलं. इराकडे पाहताच ती क्षणभर थबकली आणि तिने तिला वगळून दुसऱ्या बाईला हळदीकुंकू लावलं. क्लेअरने कृत्तिकाला इराची आठवण करून देण्यासाठी तोंड उघडलं असतानाच इराने तिचा हात दाबला आणि सरळ थंडीचे कोट घेण्यासाठी बाहेर आली. रागावलेली क्लेअर तिच्यामागे पुटपुटत बाहेर आली आणि म्हणाली, "हे काय होतं? माझ्याकडून काही राहून गेलं का?" इरा फक्त चालत राहिली आणि पटकन म्हणाली, "हे जरा समजायला थोडं कठीण आहे. आपल्याला थिएटरमध्ये जायला बराच वेळ लागणार आहे आणि मला सिनेमाची सुरुवात चुकवायची नाहीये ."

प्रकरण ६

वर्णाच्या नावाने

इरा दर काही दिवसांनी समीरला मेसेज पाठवत होती. ती काव्याला पण मेसेज पाठवत होती. काव्या समीरच्या ऑफिसमधील जॉन नावाच्या एका व्यक्तीच्या संपर्कात होती. समीर लंडनमध्ये होता आणि तो परत कामावर रुजूही झाला होता, पण अजूनही तो कोणाचे कॉल्स घेत नव्हता. प्रत्येक वेळी गोडसेंच्या घरून परत येताना इरा उद्विग्न होत असे. पण कर्तव्यभावनेच्या ओझ्याखाली दबल्याने तिची यातून सुटका होत नव्हती. स्वातीशी सगळे संबंध तोडून टाकले असल्याने आता सासू-सासऱ्यांची सगळी जबाबदारी इरावर येऊन पडली होती. इराने स्वातीला फक्त एकदाच पहिले होते, तेही श्रीरामच्या अंत्यसंस्कारांच्या वेळी. तेव्हा इराच एवढी अस्वस्थ होती की ती तिच्याशी काहीही बोलू शकली नाही. आपण स्वातीशी संपर्क साधावा, असे इराला राहून राहून वाटत होते. पण रत्नप्रभांचा सक्त विरोध, तसेच स्वातीचे नाव काढताच श्रीरामची "बिघडणारी तब्येत" यामुळे तिने हा विषय वाढवला नव्हता. पण आता तिच्या सासू-सासऱ्यांची तब्येत नाजूक झाली होती आणि कालपरत्वे त्यांचा स्वभावही मवाळ झाला होता. म्हणून स्वातीसोबतचे नाते पुन्हा नव्याने सांधता येईल असे तिला वाटले.

पण हे नाते पुन्हा जुळावे असे स्वातीला वाटत होते का? स्वातीला शोधून काढणे सोपे होते. घरगुती हिंसाचाराच्या लढ्यात स्वातीचे नाव अग्रणी होते. तिला सर्वजण प्रेमाने "आपा" या उर्दू नावाने ओळखत असत. मिडियामधली तिची भाषणे, तिला मिळालेले पुरस्कार आणि यॉर्कशायरमध्ये तिच्या नावाचा असलेला दबदबा पाहून कुठल्याही आई-वडिलांना तिचा अभिमान वाटला असता. पण गोडसेंना तर तिचे अस्तित्वही खुपत होते. तिने आई-वडिलांशी संबंध पुन्हा जोडायचे प्रयत्न केले होते, पण तिला कोणताही प्रतिसाद न मिळाल्याने तिनेही प्रयत्न करणे सोडून दिले.

अंत्यसंस्कार चालू असताना स्वातीने तिच्या भावाच्या पार्थिवावर फुले वाहिली, त्यावेळी तिची मुलगी, स्वातीच्या शेजारी तिचा हात घट्ट धरून उभी होती, हे इराला अगदी पुसटसे आठवत होते. वर्तमानपत्रातील एका लेखामध्ये स्वातीची मुलगी लीला मारिया ही तिच्या आईच्या कामात सक्रीय सहभागी असते असे लिहून आले होते. लीलाचे स्वतःचे व्यावसायिक सोशल मिडियाचे प्रोफाईलसुद्धा अतिशय प्रभावी होते. इराने तिला मेसेज पाठवला आणि भेटण्याची विनंती केली.

तिच्या विनंतीला एक आठवडा उलटूनही काहीच उत्तर आले नाही, तेव्हा इराची आशा मावळू लागली. अशाच एका उदास सोमवारच्या सकाळी, इरा एकटीच कॉफी घेत असताना एक फोन आला,

"डॉ. गोडसे, मी पॅट्रिशिया मोहन बोलते आहे. मी हा फोन लीलाच्या वतीने करत आहे. आत्ता आमच्या इथे कामाची खूप धावपळ सुरु आहे आणि त्यामुळे तिला स्वतःला तुमच्याशी संपर्क साधता आला नाही. ती संपूर्ण आठवडा कामानिमित्ताने कोर्टात जात होती आणि पुढच्या

आठवड्यात एका कॉन्फरन्ससाठी ती स्वित्झर्लंडला निघाली आहे. तर तेव्हा तुम्हाला भेटायला यायला जमेल का?" दोन आठवड्यांनंतर, इरा, लीलाला भेटायला तिच्या आलिशान अशा टीकवूड आणि चामड्याने सजवलेल्या लंडनमधील ऑफिसमध्ये गेली. तिच्या मनावर दडपण आले होते. लीलाला भेटायला जाण्यासाठी इराने अर्ध्या दिवसाची रजा घेतली होती. तिला भेटायला जाताना इरा ऑफिसच्याच कपड्यांमध्ये गेली. तिने एक गडद रंगाची पँट आणि बारीक रेघा असलेला शर्ट घातला होता. तिचं लक्ष भिंतीवर गेलं. भिंतींवर अनेक स्फोटक चित्रे लावली होती आणि त्याखाली काही आकडेवारी लिहिली होती. इराने त्याकडे नजर टाकली. तेवढ्यात क्रीम रंगाचा बिझनेस सूट घातलेली पॅट्रिशिया तिथे आली आणि तिने इराला चहा-कॉफी घेणार का असे विचारले . चहा येईपर्यंत, इरा उठून उभी राहिली आणि ते कृष्णधवल फोटो आणि त्याखालची आकडेवारी बघू लागली. ती आकडेवारी पाहून अन्यायाचा किती दूरगामी परिणाम होतो हे कळत होते.

* २०१५ ते २०१७ मध्ये, कॉर्पस ख्रिस्ती कॉलेज, ऑक्सफर्ड युनिव्हर्सिटी येथे फक्त एका कृष्णवर्णीय विद्यार्थ्याला प्रवेश देण्यात आला होता. टॉप युनिव्हर्सिटीजमधील अल्पसंख्याक वांशिक विद्यार्थ्यांची संख्या १९९५ मध्ये ९ टक्क्यावरुन २०१७ मध्ये १८ टक्क्यांवर पोहोचली.

* ब्रिटनमध्ये १८३३ मध्ये गुलामगिरी संपुष्टात आली. ब्रिटिश सरकारने गुलाम मालकांना २० दशलक्ष पौंड इतकी नुकसान भरपाई दिली, जी सरकारच्या एकूण वार्षिक खर्चाच्या अंदाजे ४०% इतकी होती. गुलामगिरी निर्मूलन कायदा (१८३५) साठी घेतलेल्या कर्जाची परतफेड २०१५ मध्ये करण्यात आली.

* ज्या घटनांमध्ये पोलिस, लोकांवर बळाचा वापर करतात, त्यातील १२ टक्के घटनांमध्ये कृष्णवर्णीय लोकांचा समावेश असतो. ब्रिटनच्या एकूण लोकसंख्येच्या ३.३ टक्के कृष्णवर्णीय आहेत.

इरा ही सगळी माहिती जाणून घेत होती. इतक्यात पॅट्रिशिया तिला लीलाच्या खाजगी ऑफिसमध्ये घेऊन जाण्यासाठी आली. ऑफिसमध्ये महोगनी लाकडाचे टेबल होते. त्याच्या पाठीमागे खुर्चीत बसून लीला कोणाशी तरी फोनवर बोलत होती, मध्येच समोरच्या लॅपटॉपमध्ये डोकावून पाहत होती आणि चामडी बांधणीच्या वहीत काहीतरी लिहून घेत होती. तिच्या टेबलावर एक उंच कॉफी मग होता, तसेच व्यवस्थित रचून ठेवलेला लेबल केलेला आणि पिवळा टॅग लावलेला कागदी फायलींचा गठ्ठा होता. तसेच एक गडद तपकिरी रंगाचा, ड्रीफ्टवूडचा ॲशट्रेही होता. लीलाच्या मागच्या उंच काचेच्या कपाटात ऐतिहासिक खटले आणि ऐतिहासिक निर्णयांचे चामड्यामध्ये बांधलेले खंड होते. शेकोटीच्यावर असलेल्या फळीवर कॉन्फरन्समधले लीलाचे स्पीकर बॅच टांगले होते. अजूनही लीला फोनवर बोलत होती. बोलताबोलताच तिने पॅट्रिशियाला खूण केली. ती इराला खोलीच्या दुसऱ्या टोकाला असणाऱ्या गडद राखाडी रंगाच्या चामडी सोफ्याकडे घेऊन गेली. तिथल्याच एका छोट्याश्या, काचेच्या टेबलवर इराचा वाफाळत्या चहाचा कप ठेवला होता. पॅट्रिशिया निघून गेली.

कोपऱ्यातील टेबलावर दोन सुंदर फ्रेम केलेले फोटो ठेवले होते- ख्रिस्ती जसा पांढरा लग्नाचा पेहेराव घालतात तसा लीलाचा पेहेराव आणि चमकदार गुलाबी रंगाच्या स्कार्फमध्ये स्वाती एका फोटोत होती. दुसऱ्या फोटोत हिरवा आणि सोनेरी स्कार्फ घातलेली स्वाती आणि छोटा चमकदार गुलाबी रंगाचा पोशाख घातलेली लीला. स्वातीचे श्रीरामशी

असणारे साम्य अगदी ओळखू येत होते- हिरवे डोळे, गौर वर्ण, आणि काळे कुळकुळीत केस. त्याच्याच शेजारी सुट्टीवर गेलेल्या हसऱ्या कुटुंबाचा फोटो होता- लीलाने तिचे केस पिवळ्या रंगाच्या फितीने बांधले होते, तिने तिचे हात एका गोऱ्या, डेनिमची हाफ पँट घातलेल्या माणसाच्या गळ्यात टाकले होते आणि दोन छोटी मुले त्याच्या गुडघ्यावर बसली होती. त्या दोन छोट्या मुलांचे निरागस हसणं पाहून इराच्याही चेहऱ्यावर हसू उमटलं!

"माफ करा, तुम्हाला वाट बघावी लागली." लीलाने एक फिरती खुर्ची ओढून घेतली आणि हस्तांदोलन करण्यासाठी हात पुढे केला आणि म्हणाली,

"मी लीला."

इराने तिचा हात हातात घेतला. "नात्याने तर मी तुझी मामी लागते, पण आपल्या दोघींच्या वयात फार फरक नाहीये. तू मला इरा म्हणालीस तरी चालेल!" ती सौम्यपणे हसत म्हणाली. पण लीला हसली नाही. लीला नम्रपणे पण तटस्थपणे तिच्याशी बोलत होती. तिच्या वागण्यात व्यावसायिकता डोकावत होती. ती म्हणाली,

"तुम्हाला माझी काय मदत हवी आहे?" इराच्या लक्षात आलं की तिने तिला "मामी" किंवा "इरा" यांपैकी कोणत्याच नावाने संबोधित केलं नव्हतं. तिच्या या प्रतिसादाचं इराला आश्चर्य वाटलं नाही. काही वर्षांपूर्वी स्वातीचं तडकाफडकी घर सोडून जाणं, तिने परत आपल्या आई-वडिलांशी नातं जोडण्याचा प्रयत्न करणं, त्यांचा ठाम नकार, निरागस चिमुकल्या लीलाला वांशिक शिवीगाळीला सामोरं जावं लागणं या सगळ्यांबद्दल हृदयद्रावक गोष्टी इराने ऐकल्या होत्या. इरा घरकाम करत असताना या गोष्टी तुकड्या-तुकड्यात तिच्या सासू-

सासऱ्यांच्या बोलण्यातून तिच्या कानावर पडत असत. पण इंग्लंडमधील तिच्या पहिल्या दिवाळीच्या वेळी तिला जी ताकीद मिळाली, त्यानंतर तर हा विषय घरात काढण्याचं धाडस तिला झालं नाही. आणि, स्वातीचं नाव काढताच श्रीराम लगेच दार आपटून आपल्या खोलीत जाऊन आतून कडी लावून घेत असे. या सगळ्यामुळे गोडसे कुटुंबियांकडून आलेल्या प्रस्तावावर लीला चिडेल याची इराला कल्पना होती. पण पुढे जे झालं, ते मात्र इराला अगदी अनपेक्षित होतं,

"हे बघा, तुम्ही इथे का आला आहात हे मला माहित नाही. मला गोडसे कुटुंबाबद्दल काहीही माहिती नाही आणि माहिती करून घेण्याची माझी इच्छाही नाही. माझ्या आईशी ते अगदी घृणास्पद पद्धतीने वागले. मी त्यांचं पहिलं नातवंड, पण माझ्यात कॅरिबियन जनुके (जीन्स) आहेत म्हणून माझाही त्यांनी स्वीकार केला नाही. एवढंच नाही, तर स्वतःच्या मुलाचेही आयुष्य त्यांनी उध्वस्त केलं. फक्त माझी आईच तिच्या भावाला समजून घेऊ शकत होती आणि तरीही त्यांनी तिला कधीही मदत करू दिली नाही आणि आता तुम्ही माझ्याकडे आला आहात! काय पाहिजे तुम्हाला? तुम्हाला मालमत्तेच्या कागदावर आईच्या सह्या हव्या आहेत किंवा असंच काही काम असेल, तर आपण ते लगेच उरकून टाकू. एखाद्या कुटुंबाला आपल्या मुलीपेक्षा त्यांची पोकळ "प्रतिष्ठा" मोठी वाटली. कोणतीही आशियाई मुलगी रस्त्यावर येऊ नये यासाठी आईने खूप काम केले आहे आणि जीवनाच्या प्रत्येक क्षेत्रात कृष्णवर्णीय समुदायाविरुद्धच्या भेदभावाच्या प्रकरणांमध्ये मी काम करत आहे. आम्हाला गोडसे कुटुंबाशी काहीही देणंघेणं नाहीये. आता वारसाहक्काने जी काही मालमत्ता आली असेल, ती तुमच्या मुलालाच लखलाभ होऊ दे. तुमची जी काही कागदपत्रे असतील ती पॅट्रिशियाकडे द्या. पॅट्रिशिया

त्या कागदपत्रांवर आईची सही घेऊन ती कागदपत्र तुमच्याकडे पाठवेल. माझी आई त्या कागदांवर आनंदाने सही करेल आणि गोडसे कुटुंबाला जोडणारा शेवटचा धागाही तोडून टाकेल!" एवढं बोलून लीला उठून उभी राहिली. तिच्या लेखी ही भेट संपली होती.

इराला धक्काच बसला. अगदी नकळत तिने लीलाचा हात हातात घेण्याचा प्रयत्न केला,

"तुला तुझ्या आजी-आजोबांमुळे खूप मनस्ताप झाला आहे. पण कृपा करुन गैरसमज करून घेऊ नकोस. वारसाहक्क वगैरे काहीही मुद्दा माझ्या डोक्यात नाहीये. जे काही आहे ते तुझ्या आजी-आजोबांचं आहे, ते माझं आहे असं मला कधीच वाटलं नाही. तुला माहीतच असेल, की तुझ्या श्रीराम मामाला कधीच कोणतीही नोकरी टिकवता आली नाही. सुदैवाने, मी जितकं आजवर कमावलं आहे ते माझ्यासाठी आणि समीरसाठी पुरेसं आहे. तुला भेटताना पैशाचा विचारही माझ्या मनात नव्हता. मला जे बोलायचं आहे त्यासाठी थोडा वेळ दे." लीलाला इराच्या स्वरातला निष्कपटपणा जाणवला, आणि जरा अनिच्छेनेच लीला परत खाली बसली. इराही गडबडीने खुर्चीत बसली.

"कदाचित आत्ता तू गडबडीत असशील आणि तुला वाटलं तर आपण पुन्हा एकदा भेटूया. पण तुझी भेट घेण्यामागचा माझा उद्देश काय होता हे मला सांगायचं आहे. तुझ्या आईला त्यांनी अतिशय वाईट पद्धतीने वागवलं यात काहीच शंका नाही. वैयक्तिकरित्या, मला तिच्या धाडसाचं नेहमीच कौतुक वाटल आहे, तिने या जगात नाव कमावलं आणि सर्वात महत्त्वाचं म्हणजे, तिने एकहाती तुझं संगोपन किती छान केलं आहे. तुला मिळालेलं यश बघून मला तुझा खूप अभिमान वाटतो. मी इतक्या वर्षांत तुमच्याशी संपर्क साधण्याचा प्रयत्न केला नाही,

कारण मला माझ्या सासू-सासऱ्यांनी सक्त ताकीद दिली होती. पण मी त्यांचं म्हणणं का ऐकलं? आपण पुन्हा भेटलो तर माझी कहाणी मी तुला सांगेन, कदाचित ती ऐकल्यावर तुझ्या लक्षात येईल. पण आज मी इथे एकच गोष्ट तुला सांगण्यासाठी आले आहे, आणि ही गोष्ट तू तुझ्या आईलाही सांगावीस असं मला वाटतं. आमच्या दोघींची भेट घडली तर मला आनंदच वाटेल. आज तुझे आजी-आजोबा एकाकी, उदासीन आयुष्य जगत आहेत आणि त्यांच्या मुलाच्या मृत्यूने ते पूर्णपणे खचून गेले आहेत. त्यांचा लाडका नातू, समीर भारतात निघून गेला. त्याने त्यांच्याशी आणि माझ्याशीसुद्धा सगळे संबंध तोडून टाकले आहेत. आज त्याच्या आजी-आजोबांना त्याची सर्वात जास्त गरज आहे, पण अशा वेळी तो मात्र त्यांच्यापासून तुटून लांब गेला आहे. राहता राहिले मी, त्यांची सून. मी त्यांच्या मुलापासून अनेक वर्षांपूर्वीच फारकत घेतली होती, पण आमचा कायदेशीर घटस्फोट झाला नव्हता. म्हणून या दोघांना आम्ही परत एकत्र येऊ अशी अंधुक आशा वाटत होती. "घटस्फोटित मुलाचे अपयशी आई-वडील" असा शिक्का माथी घेऊन त्यांना त्यांच्या समाजात वावरायचं नव्हतं. पण हाच समाज आज त्यांना परका झाला आहे. ते मान्य करणार नाहीत आणि पुढाकार घेऊन काही करणारही नाहीत, पण मनातून त्यांना तुझ्या आईची आठवण नक्कीच येत असणार. आणि त्यांचा कर्मठ स्वभाव, विशेषतः तुझ्या आजीचा, आता थोडा मवाळ झाला आहे. त्यांना आयुष्यात इतक्या भयाण घटनांचा सामना करावा लागल्यानंतर त्यांच्या मनात जे टोकाचे पूर्वग्रह होते तेही आता इतके टोकदार राहिले नाहीत. तसंही लीला, त्यांच्या संकुचित मनोवृत्तीमुळे आता ते या जगात अगदी असहाय झाले आहेत. त्यांनी जी जाचक चौकट स्वतःभोवती आखून घेतली होती, ती आता २०१८ साली उपयोगाची नाही हेही त्यांना जाणवतं आहे.

८०च्या दशकात वंशभेदाचा त्रास तुझ्या आईला सोसावा लागला होता; आणि थोड्याफार फरकाने आम्हालाही ९०च्या दशकात धार्मिक भेदभाव आणि जातपात यांचा अनुभव आला. आणि आज, तूही अशाच प्रकारे लढते आहेस. पण आता गोडसे कुटुंबात बदल होणे अपरिहार्य आहे. वयाच्या ८०व्या वर्षी दोन लोकांची ही अवस्था पाहून, त्यांची आणि त्यांच्या दुरावलेल्या मुलीची आणि नातीची एकदा तरी भेट घडावी असं मला कळकळीने वाटतं. मला खात्री आहे की, त्यांच्याकडून कोणत्याही प्रकारचा पाठींबा नसतानासुद्धा तू जे यश मिळवलं आहेस ते पाहून त्यांना खूप अभिमान वाटेल." इराने तिचा चहाचा कप खाली ठेवला आणि ती उठून उभी राहिली, आणि तिच्या नेहमीच्याच सौम्य स्वरात म्हणाली,

"माझं म्हणणं ऐकून घेतल्याबद्दल धन्यवाद, लीला."

ती बोलत असताना लीलाने तिला मध्येच थांबवलं नाही, आणि ती जात असताना उठून उभी पण राहिली नाही. लीला कोपऱ्यात ठेवलेल्या तिच्या आईच्या फोटोकडे बघत होती. तिचे डोळे पाण्याने डबडबले होते, पण ती शर्थीने आपले अश्रू परतवून लावत होती.

निघताना इरा म्हणाली, "मी तुला आता परत त्रास देणार नाही, लीला. जेव्हा तू तयार असशील आणि स्वातीताईंची भेटायची इच्छा असेल, तेव्हा आपण पुन्हा भेटू. तुझी मुलं अगदी गोड आहेत. २०१८ साली ते दोघे लंडनमध्ये वाढत आहेत ही चांगली गोष्ट आहे, कारण इथे कोणीही कुणाला विचारत नाही आणि कोणी कोणाची पर्वा करत नाही. तुझ्यासारखी यशस्वी आई त्यांना मिळाली आहे. ते दोघं नक्कीच सगळे अडथळे सहज पार करतील. त्या दोघांना माझ्या मनापासून शुभेच्छा."

लीलाने न बोलता नुसती मान हलवली आणि इराला दारापर्यंत सोडण्यासाठी चालत आली.

घरी परत येत असताना, आपण आपलं बोलणं लीलापर्यंत पोचवलं याचं समाधान इराला वाटत होतं.

आता त्याचा परिपाक म्हणून स्वाती आणि लीला आपल्याशी पुन्हा संपर्क साधतील का? देव जाणे. जर त्यांनी संपर्क नाही साधला, तरी इरा ते समजू शकत होती. तिच्या पाठीशी असणाऱ्या परमेश्वराचे तिने मनोमन आभार मानले. आता हा ईश्वर कोणताही असेलः ओमरचा अल्लाह, त्यांच्या शाळेतल्या चर्चमधील येशू ख्रिस्त, गोडसे कुटुंबाचं दैवत असणारा प्रभू राम, तिच्या आजीचा लाडका गणपती, किंवा मागच्या नाताळला काह्याने भेट म्हणून दिलेला बुद्ध. इराने इतक्या दशकांपूर्वी स्वतःसाठी जे जीवन अपेक्षिलं होतं ते देण्यात या सर्व देवांच्या सामूहिक शक्तींना अजूनही यश आलेलं नव्हतं. इराजवळ कोणतंही प्रार्थना पुस्तक, जपमाळ किंवा मूर्ती काहीही नव्हतं, पण तरीही आपल्याला जे काही मिळालं त्याबद्दल कृतज्ञ राहून तिने मनःशांती मिळवली होती .

गोडसे कुटुंबाने त्यांचा आयुष्यभर आजारी असणारा मुलगा गमावला होता. समीरने जरी त्यांच्याशी कोणत्याही प्रकारे संबंध ठेवण्यास नकार दिला असला तरी, निदान तो जिवंत आणि निरोगी होता. स्वातीला तर तिच्या आई-वडिलांकडूनच अपमानास्पद वागणूक मिळाली होती आणि इराला खात्री होती की, लीलालासुद्धा मोठे होत असताना बराच संघर्ष करावा लागला असेल. आईच्या एकटीच्या तुटपुंज्या कमाईवर लीलाने कष्टाने कायद्याची पदवी घेतली आणि कृष्णवर्णीय आणि भारतीय अशी मिश्रवंशीय असल्याने तिला वर्णभेदाचा

सामना करावा लागला. हे तिने कसं केलं असेल याबद्दल इरा विचार करत होती. इरा वैद्यकीय शिक्षण घेत असताना समीर खूप लहान होता. पण या दोन्ही आघाड्यांवर लढताना तिच्या सासू-सासऱ्यांनी तिला बरीच मदत केली, याविषयी तिला पुन्हा एकदा कृतज्ञता वाटून गेली.

इराला आठवले की वारसाहक्काने तिला जे विशेष अधिकार मिळाले होते, त्याविषयी परमेश्वराचे आभार मानण्यास तिला शिकवलं होतं. आपल्याला जे मिळालं नाही त्याविषयी खंत बाळगण्याऐवजी आपण इतरांपेक्षा अधिक चांगल्या परिस्थितीत जगत आहोत याविषयी कृतज्ञता बाळगण्यास तिला शिकवलं होतं. मुंबईतल्या कोणत्याही नामवंत मेडिकल कॉलेजमध्ये इराला प्रवेश मिळत नव्हता, त्यावेळी तिने तक्रार करण्यापूर्वीच तिच्या आजीने आपल्याकडे जे आहे त्याबद्दल कृतज्ञ असण्याचं तत्वज्ञान तिला सांगितलं होतं.

जून, १९९२ मध्ये इरा आणि ओमरच्या बोर्डाच्या परीक्षेचा निकाल लागला. दोघांनाही साधारण ऐंशी ते पंच्याऐंशी टक्के मार्क मिळाले. सिद्दिकी कुटुंबामध्ये अगदी जल्लोषाचं वातावरण होतं. ओमरच्या वडिलांचं अभिनंदन करण्यासाठी जे लोक घरी येत होते, त्यांच्यासाठी स्वयंपाकघरातून ताटल्या भरभरून कबाब आणले जात होते. मुश्ताक सिद्दिकी यांनी बिझनेस पार्टनर आणि कामगार, यांना वाटण्यासाठी वेगवेगळी रंगीबेरंगी मिठाई मागवली होती. ओमरचा निकाल ऐकल्यावर मुश्ताकने त्याला अगदी घट्ट मिठी मारली. कारण त्यांच्या मते त्यांच्या आख्ख्या खानदानात आजवर इतके प्रशंसनीय मार्क कोणालाही मिळाले नव्हते. मुश्ताक आणि सकीनाबी या दोघांच्याही कुटुंबातली बहुतांश तरुण मुले नुसता वेळ वाया घालवत असत, आणि त्यामुळे त्या सगळ्यांचे शालेय शिक्षण कसेबसे पूर्ण झाले होते. दिवाणखान्यात

ठेवलेल्या पितळी हँडलने सजवलेल्या टेलिफोनवरून मुश्ताक बोलत होते ते ओमरने ऐकले. त्याच्या वडिलांच्या आवाजातून त्याच्याविषयीचा अभिमान ओसंडून वाहत होता. मुश्ताक गडद लाल आणि काळ्या रंगाच्या शानदार सोफ्यावर बसले होते, त्यांच्या पायाखाली जांभळ्या आणि हिरव्या रंगाचा नक्षीदार पर्शियन गालिचा घातला होता. मुश्ताक फोनवर बोलताना अगदी दिलखुलास हसत होते,

"हो भाई, कॉन्व्हेंट स्कूलसाठी घातलेले सगळे पैसे अगदी वसूल झाले. आता तर नफाच नफा होणार." ओमर आपल्या वडिलांचे बोलणे फारसा मनावर घेत नसे. मुश्ताक हे एक यशस्वी उद्योजक होते आणि त्यांच्याकडे अनेक कौतुकास्पद गुण होते. त्यांपैकी एक म्हणजे धर्म, जात आणि सामाजिक स्तर यांच्या पलीकडे जाणारा त्यांचा जनसंपर्क होता आणि अर्थातच, आपल्या एकुलत्या एक मुलावर असणारं त्यांचं नितांत प्रेम. जरी त्याचे वडील गंमतीत हे संभाषण करत होते तरीही ओमरच्या मनात "त्याच्या शिक्षणावर केलेला खर्च वसूल झाला" या वाक्यामुळे चलबिचल झाली. तो म्हणजे फक्त व्यापार वाढावा म्हणून एक गुंतवणूक केलेली मालमत्ता आहे का? आणि त्याच्या मोठ्या बहिणी ज्यांना मुस्लिम मदरश्या मध्ये शिकायला पाठवले होते त्या म्हणजे कुटुंबावर पडणारा भार?

दीक्षित कुटुंबात निराशेचं वातावरण होतं. ओमरला ८४% मार्क मिळाले होते. त्या जोरावर त्याला मुंबईमधील कोणत्याही सर्वोत्कृष्ट वाणिज्य, मानव्यविद्या किंवा विधी पदवी महाविद्यालयात सहज प्रवेश मिळाला असता. पण इराला मात्र एवढ्या मार्कांवर कोणत्याही मेडिकल कॉलेजमध्ये प्रवेश मिळणार नव्हता. इराला एवढे कमी मार्क मिळाले यावर दामोदर दीक्षितांनी काहीही प्रतिक्रिया दिली नाही. पण जेव्हा त्यांच्याकडे

कामाला असणाऱ्या रखमा मावशी त्यांची मुलगी लक्ष्मी, जावई दगडू आणि त्यांची नात वैशाली यांना घेऊन पेढे द्यायला आल्या, तेव्हा मात्र प्रियंवदाचा उद्रेक झाला. ही सगळी वरात घेऊन रखमा सगुणाआजीच्या खोलीत गेली. तिच्या डोळ्यात आनंदाश्रू तरळत होते, "आजी, तुमचे आभार कसे मानू तेच कळत नाहीये. वैशालीला ६५% मार्क मिळाले आहेत. आमच्या वस्तीतून डॉक्टर होणारी ती पहिली मुलगी असेल!" रखमा बाजूला सरकली आणि तिने तिच्या मुलीला, जावयाला आणि वैशालीला आजींच्या पाया पडायला लावले.

समाजसुधारणेचे आपले प्रयत्न निदान एवढे तरी फलद्रूप झालेले बघून आजीला समाधान वाटले. तिने अब्दुलला रखमा आणि तिच्या कुटुंबियांसाठी चहा-नाश्ता आणायला सांगितले. आजी कधीच गुळमुळीतपणे बोलत नसे. रखमाने लक्ष्मीचं लग्न १५व्या वर्षीच दगडूशी लावून दिलं होतं. ते आपल्याला पटले नव्हतं हे आजीने स्पष्टपणे तिला सांगितलं होतं. आपण वस्तीतल्या लोकांच्या दबावाखाली येऊन कमी वयातच आपल्या मुलीचं लग्न करून देणार आहे हे स्पष्टीकरण आजीला पटलं नव्हतं. त्यामुळे तिने लग्नाला यायला ठाम नकार दिला. त्यानंतर, एका वर्षातच वैशालीचा जन्म झाला आणि पाठोपाठ दोन मुलगेही झाले. सगुणा आजी लक्ष्मीला आर्थिकदृष्ट्या स्वतंत्र बनवू शकली नाही, पण आता तिने तिचं सगळे लक्ष लक्ष्मीच्या मुलीवर, वैशालीवर केंद्रित केलं आणि आतापर्यंतच्या तिच्या सगळ्या शिक्षणाचा खर्च उचलला. चहा-नाश्ता झाला. वैशालीला भेट म्हणून आजीने तिला १८व्या शतकातील नर्स ट्रेनिंग मधील अग्रणी असणाऱ्या रमाबाई रानडे यांचं पुस्तक दिलं. ते घेऊन वैशाली निघून गेली. या घटनेतील विरोधाभास पाहून प्रियंवदाने पेढा खाण्यास नकार दिला आणि ती खोलीत येरझारा घालत पुटपुटत

होती, "आपण या मुलीच्या शिक्षणाचा सगळा खर्च केला, आणि आता फक्त ६५% मिळवूनसुद्धा तिला वैद्यकीय महाविद्यालयात प्रवेश मिळेल. नगरपालिकेच्या शाळेतला शिक्षणाचा दर्जा आणि तिचे इतके सुमार इंग्रजी बघता तिला हे वैद्यकीय शिक्षण कितपत झेपेल काय माहिती. आणि कोणत्या दर्जाची डॉक्टर होईल ती, हे परमेश्वरालाच ठाऊक. आणि इथे इराला ८५% मार्क मिळूनही कुठल्याही वैद्यकीय महाविद्यालयात मिळणार नाही. आता तिच्यासमोर करीअरचे फारसे पर्यायही नाहीत!"

"असं बोलणं बरोबर नाही, प्रिया. वैशालीने पण खूप कष्टाने शिक्षण घेतले आहे. आणि इरालाही अजून वेगवेगळी करीअर करता येतीलच की! तिच्याकडे भाषा आणि अभिव्यक्ती कौशल्य आहे, जगातील अनेक गोष्टींचा अनुभव आहे. तिने पदवी मिळवली की तिला करिअरच्या अनेक संधी उपलब्ध होतील याची मला खात्री आहे. आता एवढं मनाला लावून घेऊ नका!" असं म्हणून दामोदरने एक पेढा तोंडात टाकला, आणि एक पेढा हिरमुसून बसलेल्या इराला दिला. दामोदर एवढे बोलून खोलीतून बाहेर गेले, जाताजाता त्यांनी प्रियंवदाला आपल्या मागे येण्याची खूण केली. दरवाजात गेल्यावर त्यांनी मागे वळून पाहिले आणि आपल्या आईला म्हणाले,

"आई, तुझं अभिनंदन. तू त्या मुलीतले गुण ओळखलेस आणि शिक्षण देऊन तिला मार्गी लावलंस!" आता इरा त्या खोलीत आजीसोबत एकटीच राहिली. मग मात्र तिच्या अश्रूंचा बांध फुटला.

"आजी, माझ्यामुळे तुझी निराशा झाली. मला माफ कर. आणि आयुष्य कधीच न्याय्य (फेअर) नसतं!" इराच्या विस्तारित आणि ख्यातनाम अशा वंशवृक्षामध्ये डॉ. आनंदी जोशी यांचा समावेश होता. त्या पेन्सिल्वेनिया विद्यापीठातून १८८६ मध्ये वैद्यकीय पदवी प्राप्त

केलेल्या पण वयाच्या २२व्या वर्षी क्षयरोगाने मरण पावलेल्या भारतातील पहिल्या महिला डॉक्टर होत्या. सगुणाची, इराने डॉक्टर व्हावे अशी खूप इच्छा होती, कारण तिला स्वतःला डॉक्टर होता आले नव्हते. सगुणाने तिचा सुरकुतलेला हात इराच्या डोक्यावर ठेवला आणि मंदपणे हसत म्हणाली,

"इरा, तू मला आजिबात निराश केलेले नाहीस. मला माहिती आहे की तू खूप मन लावून प्रयत्न केलेस आणि कोण जाणे, तू एके दिवशी डॉक्टर होशीलसुद्धा पण तो दिवस बघायला कदाचित मी हयात नसेन. असो, ते महत्वाचं नाही. तुझे बाबा जे म्हणाले ते अगदी खरं आहे. तुला उत्तम शिक्षण मिळाले आहे, या घरात जोपासलेली कामाची शैली मिळाली आहे आणि तुला किमान पाच पिढ्यांचा सुशिक्षित पुरुष आणि तीन पिढ्यांचा सुशिक्षित स्त्रियांचा वारसा लाभला आहे. त्या जोरावर, तुला नेहमीच कामाच्या संधी मिळत जातील. पण रखमा आणि लक्ष्मीकडे एक गोष्ट नव्हती, जी मला आणि तुझ्या आईला मिळाली - मनाचे संगोपन. आणि बाळा, न्याय-अन्याय हा विषय इतका गहन आहे की तो अशा वरवरच्या संभाषणात संपणारच नाही. म्हणून तुला जे विशेष अधिकार किंवा संगोपन मिळाले आहे, त्याला कधीही कमी लेखू नकोस." आले घातलेल्या गोड चहाचे घोट घेत आणि ग्रंथालयातल्या पुस्तकांमध्ये रमत, सगुणा दोन तास इरासोबत हितगुज करत राहिली.

प्रकरण ७

पुतळे आणि मनोऱ्यांच्या नावाने

नोव्हेंबर २६, २०१८

इरा तिच्या लंडनच्या घरात बसून, समीर आणि त्याच्या भगव्या दलाच्या बातम्यांसाठी भारतीय टीव्ही चॅनेल अदलाबदल करून बघत होती. त्यांच्या विचित्र उद्घोषणांवरच्या बातम्यांचं उपहासात्मक वृत्त, वृत्तवाहिन्यांनी टिपलं होतं. त्याचं नाट्यमय रुपांतरण करून ते सतत प्रेक्षकांना दिसत राहील याची त्यांनी खबरदारी घेतली होती. त्याचा प्रेक्षकांवर भडिमार करत होते. समीरची एक झलक पाहून इराला बरं वाटत होतं पण हा तिच्याच संस्कारांमध्ये वाढलेला मुलगा आहे, यावर तिचा विश्वासच बसत नव्हता.

वृत्तवाहिन्या नजरेखालून घालत असताना, एका वाहिनीवर २६/११च्या घटनेला १० वर्षं पूर्ण झाल्याबद्दलचं विस्तृत कव्हरेज दाखवत होते. लष्कर-ए-तैयबाने मध्यरात्री केलेल्या या हल्ल्याचं ते कव्हरेज होतं. दुसऱ्या वृत्तवाहिनीने पाकिस्तानातून मुंबईला निघालेल्या दहा सशस्त्र दहशतवाद्यांची सांगितलेली कथा तिने पुन्हा ऐकली. त्या दहशतवाद्यांनी पाच ठिकाणी नरसंहार केला होता, त्यांच्या "हँडलर्स"

कडून थेट मोबाइल फोन दिशानिर्देशांद्वारे त्यांना मार्गदर्शन मिळालं होतं. या कव्हरेजमध्ये "बेबी मोशे" या दोन वर्षांच्या ज्यू बाळाची हृदयस्पर्शी कथा होती. या बाळाने २६/११ च्या दहशतवादी हल्ल्यात आपले पालक गमावले. गोळीबाराच्या वेळी, मोशेला त्याच्या भारतीय आयाने- सँड्रा सॅम्युअल्सने छाबड हाऊसमध्ये नेऊन त्याचा जीव वाचवला. तिला तो त्याच्या आई-वडिलांच्या मृतदेहाशेजारी बसून रडताना दिसला. त्यानंतर सँड्रा त्याला घेऊन त्याच्या आजी-आजोबांच्या घरी- इस्त्रायलला गेली. दहा वर्षांनंतर, मोशे आणि सँड्राचं मुंबईत जंगी स्वागत झालं. कव्हरेजमध्ये पोलीस आणि संरक्षण खात्याच्या कर्मचाऱ्यांच्या कुटुंबीयांच्या मुलाखतींचाही समावेश होता. या कर्मचाऱ्यांनी ओलीस ठेवलेल्या लोकांना आणि नेत्यांना हल्लेखोरांपासून वाचवताना स्वतःचा जीव धोक्यात घातला होता.

इरा नुकतीच तिच्या पानात पुन्हा ग्रील्ड चिकन आणि सॅलड आणण्यासाठी स्वयंपाकघरात गेली होती.

तितक्यात वृत्तवाहिनीवरचा आवाज ऐकून ती जागीच थबकली. तो आवाज तिच्या ओळखीचा होता, जो ती कधीच विसरू शकत नव्हती.

"२६/११च्या हल्ल्यात मृत्युमुखी पडलेल्यांना श्रद्धांजली वाहायला आलेल्या लोकांसाठी दोन वर्षांच्या बेबी मोशेचं रडणं ही अत्यंत हृदयद्रावक घटना म्हणून नोंदवली गेली होती. आज, तो भारतात परत आल्यावर, सगळ्या धार्मिक अडथळ्यांना पार करून आम्ही मुंबईकर त्याला धर्मनिरपेक्ष मुंबईसाठी आशेचा किरण मानत आहोत. धर्मनिरपेक्ष मुंबईचा आम्हाला अभिमान आहे, आणि अजूनही मुंबईला आम्ही त्याच

स्वरूपात पाहतो." त्या बोलणाऱ्या माणसाच्या चेहऱ्याकडे झरा बराच वेळ निरखून पाहत होती.

तो माणूस जरा जाडसर चणीचा होता. विरळ होत चाललेले केस, लिननचा पांढरा शर्ट आणि गडद निळी जीन्स आणि तीच तीक्ष्ण नजर. बोलणारा, हिरव्या डोळ्यांचा तो इसम ओमर होता. तो पुढे म्हणाला,

"त्यांनी लिओपोल्ड कॅफे, ताज आणि ओबेरॉयच का निवडलं? कारण मुंबईकरांव्यतिरिक्त, इथे परदेशी पाहुणे येतात. सीएसटी रेल्वे स्थानकच का निवडलं? कारण ते मुंबईतलं सगळ्यात गर्दीचं ठिकाण आहे. तिथे जास्तीत जास्त लोक मारले जाऊ शकतात! हा केवळ एका दहशतवादी हल्ला नाही. २००५च्या लंडन बॉम्बस्फोटांचंच उदाहरण घ्या. लंडनला ऑलिम्पिकची घोषणा करताच तिथे बॉम्बस्फोट घडवण्यात आला. पुन्हा २०११ साली बॉम्बस्फोट झाला तरीही २०१२ चं ऑलिंपिक सुरळीत पार पडलं. या दहशतवाद्यांना लोकांना एकजूट करणाऱ्या खेळापासून ते चित्रपटांपर्यंत सगळ्या क्षेत्रांवर घाला घालायचा असतो पण आम्ही तसं होऊ देणार नाही. त्यांचा उद्देश असतो सुरळीत चाललेलं आयुष्य विस्कटून टाकणं, जागतिकीकरण रोखणं आणि भूतकाळापेक्षा भविष्यात रममाण होत, आपण कधीही, कुठेही, काहीही करू शकतो असा वृथा अभिमान निर्माण झालेल्या पांढरपेशा शहरी समाजाची गळचेपी करणं! पण आम्ही मुसलमान, हिंदू, ख्रिस्ती, ज्यू ,शीख आणि बौध्द या झगमगणाऱ्या दुनियेचे धर्मनिरपेक्ष रहिवासी आहोत. आमच्यापैकी अनेकांची ही कर्मभूमी आहे. जगण्यासाठी अथकपणे, अहोरात्र काम करणारं हे शहर आहे. जे इथे टिकून राहतात त्यांची भरभराट होते. हे दहशतवादी हल्ले आमच्याकडून

जगण्याची उमेद हिरावून घेऊ शकत नाहीत आणि त्यांच्या या हल्ल्यांमुळे आम्ही आयुष्य जगायचं थांबवणार नाही."

निवेदक दुसऱ्या माणसाकडे गेला. इरा एकही घास न खाता तशीच सोफ्यावर बसली. ओमर पूर्वी वादविवाद स्पर्धांमध्ये ज्या हिरीरीने भाग घेऊन तार्किक आणि परखड विचार मांडायचा, तसाच तो आजही बोलत होता. बाकीचे प्रेक्षक त्याचं बोलणं ऐकत जागीच खिळून होते. इरा तिच्या मनातल्या भावनिक वादळाशी झुंजत होती. काही वर्षांपूर्वी, लग्नाच्या आदल्या रात्री ती ओमरची वाट पाहत असतानाच त्याला अटक झाल्याची बातमी तिला मिळाली, ज्यावर तिचा अजिबात विश्वास बसला नव्हता.

काही दिवसांनी, इराने "धर्मनिरपेक्षता आणि बॉलिवूडची उत्क्रांती" या विषयावरचा एक टॉक शो टीव्हीवर लावला. काळया आणि चंदेरी रंगाच्या आधुनिक स्टुडिओमध्ये भारतीय प्रेक्षकांना दाखवून मग तो कॅमेरा चकचकीत निळ्या स्टूलवर बसलेल्या पॅनलिस्टकडे वळला. कॅमेरा ओमरवर विसावला. आज त्याने पांढऱ्या रंगाचा सुती शर्ट आणि निळी डेनिम परिधान केली होती. त्याने बोलायला सुरुवात केली.

"८०च्या दशकातल्या मुख्य प्रवाहातील बॉलिवूड चित्रपट अनेकदा मजेदार आणि गडबड गोंधळातून गमतीजमती करून लोकांचं मनोरंजन करायचे. लोकांपर्यंत काहीतरी छोटे आणि चांगले संदेश पोहोचवायचे. पण याचा कोणी फारसा विचार करायचं नाही. हळदीने पिवळेजर्द झालेले पॉपकॉर्न, अगदी मिठास अशा कोल्ड्रिंकच्या बाटल्या आणि याच्या जोडीला आपल्या आवडीचं माणूस असलं म्हणजे पडद्यावर काही का गोंधळ चालेना! ७० आणि ८० च्या दशकात जे चित्रपट आपण

अगदी आवडीने बघत होतो, त्यामध्ये अगदी सुमार अभिनय, भडक कपडे, आणि तद्दन फिल्मी योगायोग अगदी ठासून भरलेला असायचे. या चित्रपटातून “धर्म, जात आणि कोणताही अडथळा असो, खऱ्या प्रेमाचाच विजय होतो” असा संदेश अगदी ठामपणे दिला जायचा. ७०-८० च्या दशकात आम्ही पाहिलेल्या फॉर्म्युला चित्रपटांमध्ये असलेल्या त्या नट नट्यांच्या अभिनयाबद्दल शंका येई. त्यांचा तो हास्यास्पद अभिनय, विचित्र पोशाख आणि काल्पनिक परिस्थिती हे अगदी ठासून भरलेलं असायचं. त्यांच्या आयुष्यात कायमच प्रेमाचे त्रिकोण निर्माण झालेले असायचे पण सगळ्याचा शेवट मात्र गोड व्हायचा. या चित्रपटांमधून कायमच ‘जात, धर्म आणि सामाजिक-आर्थिक भेदांच्या अडथळ्यांवर मात करून, प्रेमानेच सगळं जग जिंकता येतं.” असा एक संदेश पोचवला जायचा. ओमर उदाहरणादाखल १९७७ साली प्रदर्शित झालेल्या ‘अमर अकबर अँथनी’ या चित्रपटाविषयी बोलू लागला. त्यात लहानपणीच वेगळ्या झालेल्या तीन भावंडांची कहाणी दाखवली होती. ती तीन भावंडं वेगवेगळे धर्म असलेल्या तीन वेगळ्या कुटुंबात लहानाची मोठी होतात . मोठे झाल्यावर ते एकाच ठिकाणी त्यांच्या खऱ्या, आंधळ्या आईला रक्तदान करताना दाखवले होते.

“चला, साचेबद्ध कथानकाला मान्यता असली तरी त्यात हरवून जाऊ नका.. त्या सिनेमामधून मिळणारा मोठा संदेश तुम्ही नजरेआड करू नका की, हरवलेल्या आणि सापडलेल्या या तीन भावांच्या आयुष्यात असलेल्या प्रेयसी या व्यावसायिक आहेत. उडाणटप्पू आणि दिलफेक कव्वाली गायकावर- अकबरवर, त्याच्या हिरव्याकंच जॅकेटवर, एक मुस्लिम डॉक्टर मुलगी फिदा झालेली आहे. आपल्या कुटुंबाला पोसणारी हिंदू मुलगी अमरची प्रेयसी दाखवली आहे. आणि ख्रिश्चन अँथनीसाठी

स्कर्ट घातलेली ख्रिश्चन प्रेयसी दाखवली आहे. सगळ्या भारताला या विविधतेत एकता असलेल्या कहाणीची भुरळ पडली. त्यावर कुणीही आक्षेप घेतला नाही." असं म्हणत ओमरने आपले दोन्ही तळवे उंचावले. खांदे उडवत तो पुढे म्हणाला, "धर्मनिरपेक्षतेचा बुरखा फाडणाऱ्या दंगली होण्याआधी मुंबईमध्ये प्रेमाचे वारे वाहत होते. सगळ्या जाती धर्म पंथांच्या देवांना रस्त्यावर खेचून आणण्या आधीचे ते दिवस होते. भरकटलेल्या बिचाऱ्या लोकांचा धर्म आणि राजकारण्यांवर आंधळा विश्वास होता. क्रूरता अनुभवण्याच्या आधीचे ते दिवस होते." ओमरच्या आवाजात जुन्या काळातल्या चित्रपटांविषयीचा निरागसपणा आणि आत्ताच्या परिस्थितीसाठी संतापाची भावना एकाच वेळी दाटून आली.

तितक्यात काह्याच्या कॉलमुळे इराच्या टीव्ही शो बघण्यामध्ये व्यत्यय आला. खरं तर समीरच्या अशा वागण्यामुळे तिला कानकोंडं वाटत होतं, पण तरीही समीरविषयी माहिती देणारा हा दुवा तिला आवडत होता. समीरने पदवीदान समारंभाच्या वेळी जेव्हा काह्याची सगळ्यांशी ओळख करून दिली होती, तेव्हा त्याचे आजी आजोबा जरा नाखुशच होते. ते एकमेकांना कुजबुजत म्हणाले होते, "ही आपल्यातली नाही.." पण इराने मात्र त्यांच्या या बोलण्याकडे साफ दुर्लक्ष केलं होतं.

नंतर फक्त जेव्हा मायलेक घरात होते, तेव्हा इराने समीरला अगदी बॉलिवूड स्टाईलने डायलॉग म्हणून दाखवला, "एक दिवस, मी सिनेमामधल्या आईसारखी वागणार आहे. खोटे खोटे अश्रू ढाळून, माझ्या सुनेने माझ्यापासून माझ्या मुलाला तोडलं म्हणून रडणार आहे." यावर इरा स्वतःच हस ली आणि समीर म्हणाला, "नाही आई, तू आणि काह्या ज्या पद्धतीने एकमेकांना मेसेज करता त्यावरून तरी मला वाटतं की तू बॉलिवूडमधे गोड गोड बोलणाऱ्या सासूची परंपरा सुरू ठेवशीलआणि

हो, एक छोटीशी दुरुस्ती! काव्या तुझी सून नाही. मी याबद्दल अजून कसलाही विचार केलेला नाही. तिला तिचं पदव्युत्तर शिक्षण करायचं आहे आणि मला नवीन घर घेण्यासाठी प्रमोशन मिळवायचं आहे."

पण त्याचं हे असं सहेतुक हसणं पाहून इराला समीरच्या मनात काय आहे, समजलं होतं. तिला या गोष्टीचा आनंदच होता. समीरला असं वाटायचं की आजी-आजोबा एखाद्या माणसाशी जुळवून घेऊ शकत नाहीत कारण ती व्यक्ती महाराष्ट्रीय ब्राह्मण नाही.रत्नाप्रभाच्या बाबतीत ही गोष्ट खरी होती कारण किराणा मालाच्या दुकानात उपयोगी पडेल इतपतच त्यांचं इंग्रजी संभाषण होतं. समीरने कधीही त्याच्या आजी-आजोबांना भारतीयांव्यतिरिक्त इतर लोकांनी घरी बोलावल्याचं ऐकलं नव्हतं. पण समीरच्या आयुष्यात आजी-आजोबांचे किती महत्त्व आहे हे जाणून काव्याने त्यांच्यासोबत संवाद साधण्याचा प्रयत्न केला होता.

आज तीन वर्षांनंतर काव्याच समीर आणि इरामधला संवादाचा एकमेव दुवा ठरेल असं कुणाला वाटलं असतं? इराने टीव्ही शो नंतर पाहण्यासाठी, चटकन रिमोटवरचं रेकॉर्ड बटण दाबलं. ती काव्याचा निरोप ऐकण्यासाठी जास्त उत्सुक होती. काव्याला सगळी माहिती भरभर द्यायची असल्यासारखी ती वेगाने बोलत होती.. बोलून बोलून तिला दम लागला,

"समीर लंडनमध्ये आहे. जॉनने मला सांगितलं की तो उद्या त्याच्या ऑफिसमध्ये जाऊन राजीनामा देणार आहे. ऑफिसने त्याची रजा वाढवण्यास नकार दिलाय आणि राजीनामा सुपूर्द करण्यासाठी त्याला प्रत्यक्ष येण्याचा आग्रह धरला आहे. समीरला हे मान्य होईल की नाही ते मला माहीत नाही, पण जॉन आणि मी त्याला संध्याकाळी ७ वाजता पॅटर्नोस्टर स्क्वेअरच्या एका रेस्टॉरंटमध्ये ड्रिंकसाठी भेटण्याचा

विचार करत आहोत." इराचा मुलगा लंडनला आला होता आणि तरीही त्याने तिच्याशी साधा संपर्कही साधला नव्हता. इराच्या मनाला ही गोष्ट फार लागली. इराने डोळे पुसले. तिने लगेच काह्याचे आभार मानून मनातल्या मनात समीरला भेटण्याची योजना तयार केली.

"मला वाटतं मी पॅटर्नोस्टर स्क्वेअरच्या कॉफी शॉपमध्ये बसणं योग्य ठरेल. ऑफिसच्च्या इमारतीला जाण्यायेण्यासाठी फक्त एकच दार आहे. मी अशाच टेबलवर जाऊन बसेन जेणेकरून तो मला कुठूनही दिसू शकेल. तुला काय वाटतं काह्या?" तिच्या योजनेमुळे समीरपुढे कुठलाही पेचप्रसंग निर्माण होऊ नये असं इराला वाटत होतं. त्याच्या लहानपणापासूनच ती याविषयी अत्यंत जागरूक होती. लहानपणी एक भारतीय मुलगा इंग्रजी मुलांबरोबर त्यांच्या शाळेत रुळण्याचा प्रयत्न करत होता. तेव्हाही तिला असंच वाटायचं. आतासुद्धा कोणत्याही प्रौढ व्यक्तीला, मोक्याच्या ठिकाणी स्थित असलेल्या टेबलवर, ऑफिसच्या इमारतीभोवती घुटमळणारी आई नको असते. पण वर्षभरानंतर आपल्या मुलाला पाहण्याची तळमळ इराला गप्प बसू देत नव्हती.

"हो, मला वाटतं हा उत्तम योजना आहे. तुम्ही साडेपाचच्या आधी तिथे पोहोचू शकाल का? जॉन म्हणाला, समीरची एच आर आणि त्याच्या मॅनेजरशी भेट साडेचार वाजता ठरली आहे. यापेक्षा जास्त वेळ त्यांना लागणार नाही."

काह्याने तिचं बोलणं संपवलं.

"काह्या..." इरा संकोचली. पूर्वी समीरने इराला फिल्मी आई म्हणत तिची मस्करी केली होती.

"काय?" काह्याने विचारलं.

"मला जर मुलगी झाली असती तर ती अगदी तुझ्यासारखी असती. तुझ्या सगळ्या इच्छा पूर्ण होऊ दे बाळा.. तुला जगातला सगळा आनंद मिळो.." इरा किंचित भावूक झाली होती.

"थँक यू, तुम्ही काळजी घ्या" काह्या शांत होती.

दुसऱ्या दिवशी संध्याकाळी, इरा ऑफिसमधून लवकर निघाली आणि सेंट पॉल स्टेशनवर पोहोचली.चित्रपटातल्या, आईसारखे तिने आदल्या दिवशी केलेले समीरच्या आवडीचे बेसनाचे लाडू आणले होते. एका प्लास्टिकच्या डब्यात तिने लाडू ठेवून तो डबा खाकी पिशवीत गुंडाळून आपल्या हँडबॅग मध्ये सरकवला होता. ऑफिसमधून स्टेशनवर येईपर्यंतच्या प्रवासात इरा चिंताग्रस्त होऊन विचार करत होती. समीरच्या डोक्यातून 'ब्राह्मण वंशवादाच्या पावित्र्याचं' खूळ काढून टाकण्याचा एक शेवटचा प्रयत्न करण्याचा निर्णय तिने घेतला.

सेंट पॉल स्टेशनवरून, काही मिनिटांतच तिने पॅटर्नोस्टर स्क्वेअरपर्यंतचं अंतर पार केलं. डिसेंबरच्या गारठ्यात तिने तिचा कोट आणखी घट्ट लपेटून घेतला. ऑफिसला जाणाऱ्या-येणाऱ्या आणि खरेदी करणाऱ्या लोकांमधून ती चालत होती. २०१६च्या ख्रिसमसपर्यंत, ते दोघे त्यांच्या दिवाणखान्यात ख्रिसमस ट्री खाली भेटवस्तू ठेवून पारंपरिक पद्धतीने ख्रिसमस साजरा करायचे आणि त्यांच्या आवडीची पक्वान्नं करून खायचे. पूर्वी ते हॉटेलमधले पदार्थ, मिठाई विकत आणायचे. गोडश्यांच्या घरी मांसाहाराचा प्रश्नच नव्हता. पण प्रभाकर त्याच्या स्टॉकिंग्जमध्ये सांताने दिलेल्या भेटवस्तू ठेवायचे आणि इस्टरच्या दिवशी चॉकलेटचे इस्टर एग्ग्स आणून द्यायचे. या गोष्टीची मात्र समीर आवर्जून वाट पहायचा.

इरा आणि समीर त्यांच्या घरी रहायला गेल्यावर, इराने विविध प्रकारच्या पाककृती शोधायला सुरुवात केली आणि प्रत्येक सणाला पूरक असणारे पदार्थ ती करू लागली. समीरही तिच्या हाताखाली हळूहळू तयार झाला. तिच्या मुलाने प्रत्येक संस्कृतीचा आदर करावा, ती जपावी, वाढवावी असं इराला नेहमी वाटायचं. मात्र २०१७ चा ख्रिसमस हा श्रीरामच्या मृत्यूमुळे त्यांच्यासाठी काळा दिवस ठरला. यंदाचा ख्रिसमस अगदी काही दिवसांवर येऊन ठेपला होता आणि समीरचा अजूनही काही पत्ता नव्हता. इराने त्या ख्रिसमसच्या गजबजणाऱ्या मार्केटपासून लक्ष वळवलं. ती पॅटर्नोस्टर स्क्वेअरच्या उबदार कॉफी शॉपमध्ये आली. सगळं ठरल्याप्रमाणे सुरू होतं. बरोबर सव्वा पाच वाजता, ती कॅफेमध्ये खिडकीजवळच्या एका छोट्या टेबलावर चहा घेत बसली. पुढची २५ मिनिटं समोरच्या बिल्डिंगमधून बाहेर पडणारा प्रत्येक माणूस तिला समीरसारखाच दिसत होता. ती सतत कान्हाच्या मेसेजची वाट बघत फोन तपासून पाहत होती. योजनेत काही बदल तर झाला नाही ना, असा विचार करून ती हातातला पेपर कप कचऱ्याच्या डब्यात टाकून, उठायच्या बेतात असतानाच, तिला समीर दिसला. ऑफिसमधून बाहेर पडणाऱ्या लोकांच्या घोळक्यात तो होता. तो लोकांच्या गर्दीत हरवण्यापूर्वीच त्याला गाठायचा विचार इराच्या मनात आला. पण जॉन आणि कान्हाच्या योजनेमुळे इराला फार धावपळ करावी लागली नाही. जॉन आणि समीर कॉफी शॉपच्या बाहेरच उभे होते.

"समीर, मी माझ्या सिक्रेट सांतासाठीची खरेदी करून एक तासाभराने इथे परत येतो." असं म्हणून जॉन निघून गेला. इकडे समीर कॉफीचे पैसे देण्यासाठी कॅफेमध्ये आला. ओटमील कुकीज आणि कॉफीचे पैसे भरून तो कॅफेमधल्याच, कोपऱ्यातल्या सोफ्यावर जाऊन

बसला. बसल्या बसल्या त्याने त्याचा लॅपटॉप सुरू केला. इरा अजूनही खिडकीतच बसली होती, कॅश काउंटरकडे तिची पाठ होती. अस्वस्थपणे ती चालत समीरपाशी गेली आणि हातमोजे घातलेला हात तिने त्याच्या खांद्यावर ठेवला, तसं समीरने वर पाहिलं.

त्याने काही प्रतिक्रिया देण्यापूर्वीच इरा त्याच्या समोरच्या रिकाम्या खुर्चीत जाऊन बसली. हँडबॅगमधून खाकी पिशवी काढून तिने त्याच्यासमोर ठेवली. “समीर, हे बेसनाचे लाडू आहेत. या हवेला कमीतकमी महिनाभर तरी ते टिकतील. मी काही तुला चित्रपटातल्या आईसारखी रागावणार नाहीये की तू का नीट जेवत नाहीयेस आणि तब्येतीची हेळसांड का करतो आहेस.” इरा हसली. समीरची ती अनोळखी आणि थंड नजर ती सौम्य करू पाहत होती. पण समीरने तिला दाद दिली नाही. अन्नाचा अनादर करू नये, हे तत्त्वं त्याच्या मनात इरानेच रुजवलं होतं. त्याने ते लाडूचं पुडकं उचलून त्याच्या लॅपटॉप बॅगमध्ये ठेऊन दिलं. त्याला ठाऊक होतं की त्याच्या आईने त्याला बरोबर खिंडीत गाठलं आहे. तो तिच्याशी मोठ्या आवाजात बोलू शकत नव्हता. इरालाही ठाऊक होतं की समीर तिचं म्हणणं ऐकून न घेता तिथून सरळ निघून गेला असता तर ती काहीच करू शकली नसती. त्याला नाराज करण्याचं धाडस तिच्यात नव्हतं. स्वाभिमान जपणं आणि डोळे वाहू न देणं हे तिच्या हातात होतं.

पुढची ३० मिनिटं इरा ,समीरला तो कसा अर्धा हिंदू आणि अर्धा मुस्लिम वंशाचा आहे ते समजावण्याचा प्रयत्न करत होती. १९९३च्या बॉम्बस्फोटांसाठी मुंबईच्या रस्त्यावर अनेक मुस्लिम तरुणांना चुकीच्या पद्धतीने अटक झाली होती त्यात ओमरही होता . आता ओमर मुंबईत शांतता प्रस्थापित करण्यासाठी झटणारा प्रभावी माणूस आहे असे तिने

सांगितलं. तिच्या प्रत्येक वाक्यागणिक समीरचा राग वाढत चालला होता. तिचं बोलणं थांबवण्यासाठी त्याने आपला हात नाकाजवळ नेला. "पुरे झालं आई. तुझ्या या भूलथापांना मी भुलणार नाही. मी जन्माने ब्राह्मण आहे,मी आर्यन आहे. माझी राजकीय कारकीर्द माझ्या वंशावर आणि पूर्वज नथुराम यांच्यावर अवलंबून आहे. बुद्धिप्रामाण्यवाद्यांनी हिंदू लोकांचं हिंदुत्व कमी लेखलं आणि दहशतवादाच्या भीतीपोटी मुस्लिमांना जगावर राज्य करू दिलं. त्यांच्या कहाण्या ऐकत बसायला मला वेळ नाही. ज्या ध्येयासाठी माझा जन्म झाला, त्या योजनेचे प्रमुख राघव स्वामी मला म्हणाले की मी, हिंदू तरुणांसाठी असा एक प्रभावशाली नेता आहे, जो अशा दुष्ट शक्तींना आळा घालू शकतो. त्यामुळे माझ्या कामात अडथळा आणतील अशा कुठल्याही भाकडकथा मी ऐकणार नाही. आणि तू मला असलं काहीतरी मला सांगण्याआधी माझ्या गेलेल्या वडिलांविषयी जरा तरी आदर बाळग. माझं हे मिशन किती महत्त्वाचं आहे, हे मला कळण्यासाठी त्यांना आपला जीव गमवावा लागला .साध्वीजी म्हणाल्या, कैलासवासी श्रीराम गोडसे म्हणजे साक्षात नथुरामांचा दुसरा अवतार! त्यांचा आत्मा मँचेस्टरमध्ये दहशतवादी शक्तींनी जखमी केला. त्याच नथुरामांचा मी तिसरा वंशज आहे. आणि ज्यांच्यामुळे माझ्या वडिलांचा जीव गेला, त्यांना मी सोडणार नाही."

"मी याबद्दल खोटं कशाला बोलेन?" इरा पुरती कोलमडून गेली होती.

"बरं, विरोधाभास बघ. जर तुझ्या या भाकडकथेवर विश्वास ठेवला तर, याचा हा अर्थ होतो की तू माझ्याशी आयुष्यभर खोटं बोलत आलीस! तू मला सांगितलेल्या गोष्टींवर मी का आणि कसा विश्वास

ठेवू?" त्याचे हिरवे डोळे चमकत होते, समीरने लॅपटॉपची बॅग उचलली आणि क्षणाधार्थ तो तिथून निघून गेला.

इराने ही साध्वीजी कोण हेदेखील विचारलं नाही. समीरच्या या धगधगणाऱ्या भावनेचं भांडवल करून या राजकारण्यांनी, आपल्या राजकीय फायद्यासाठी तिच्या मुलाला जाळ्यात अडकवलं होतं. त्याच्या डोळ्यावरची झापडं काढण्याचा इराचा प्रयत्न निष्फळ ठरला. इतकी वर्षं मनात दाबून ठेवलेल्या स्मृती तिच्या मनात अचानक उफाळून आल्या. इरा तशीच पाय ओढत पुन्हा स्टेशनवर आली. लंडनमधल्या एकाकी माणसांत आता आणखी एकाची भर पडली. ख्रिसमसच्या या वातावरणात ती स्वतः आनंदी असल्याच भासवत होती.

घरी पोहोचल्यावर, इराने ओमरपर्यंत पोहोचण्याचा प्रयत्न करण्याचा निर्णय घेतला. गेली अनेक वर्ष क्लेअर तिला हेच सांगत होती. क्लेअर जेव्हा तिच्याशी याबाबत बोलण्याचा प्रयत्न करायची, लग्न जुळवणाऱ्या ॲप्स वर लॉग इन करायला सांगायची त्यावर इराचं उत्तर ठरलेलं असायचं. "सासरकडच्या मंडळींना आवडणार नाही."

वैतागलेल्या क्लेअरने तिच्या निदर्शनास आणून दिलं होतं की विभक्त झाल्यावर श्रीरामचे आई वडील हे नात्याने तिचे सासू सासरे राहिले नव्हते. त्यांच्या घटस्फोटालाही बरीच वर्षं उलटून गेली आहेत .

"ते तुझ्याशी चांगले वागले, आणि तूही त्यांच्याशी चांगलं वागलीस तरी. त्यांच्या समाजाबद्दल असलेल्या चुकीच्या धारणेमुळेही त्वरित घटस्फोट मिळाला नाही, त्यांच्या दृष्टीने जीवनातील आनंदापेक्षा लग्न जास्त महत्त्वाचं!" इराचा दुसरा आक्षेप असा होता की समीरला सुद्धा हे आवडणार नाही. पण आता तिला कशानेच फरक पडणार नव्हता.

पण तिला सगळ्यात मोठी काळजी ही होती की, समीरने सत्य जाणून घेऊन, स्वीकारूनही त्यावर भारतात जाऊन, सार्वजनिक मंचावरून ओमरविषयी बोलायला सुरुवात केली तर? त्याहीपेक्षा तिला चिंता होती की राजकीय शक्तींच्या सापळ्यात समीर अडकला होता आणि त्याची सद्सद्विवेकबुद्धीही पार भ्रष्ट झाली होती. कसलाही विचार न करता जर या राजकीय शक्तींनी ओमरला त्रास द्यायला सुरुवात केली तर?

काही आठवड्यांपूर्वीच्या बातम्यांमध्ये इराने ओमरविषयी वाचलं होत.

ओमरला इस्लामिक कट्टरतावादी गटाकडून जीवे मारण्याची धमकी मिळाली होती. त्या गटाला ओमरची इस्लामबाबतची मवाळ भूमिका अजिबात आवडली नव्हती. सूत्रांच्या माहितीनुसार तो एक छोटा गट होता, आणि म्हणून ओमरने धमकीनंतरही पोलिस संरक्षण नाकारलं होतं.

त्या रात्री इराने स्वतःला थांबवलं नाही. इतक्या वर्षात जे ती करू शकली नाही, ते तिने त्या रात्री केलं. ओमरला सोशल मीडियावर मेसेज केला आणि तिचा फोन नंबर देऊन रिक्वेस्ट पाठवली.

दुसऱ्या दिवशी सकाळी, इराला +९१ नंबरवरून आलेल्या कॉलने जाग आली.

"इरा?"

प्रकरण ८

इतिहासाच्या नावाने

"इरा.... मी ओमर"

हे ऐकल्यावर नकळत इराचा श्वास अडकला. ती खिडकीजवळ सरकली, तिने फोन उजव्या हातात धरला आणि डाव्या हाताची बोटं तिने पांढऱ्या पडद्याच्या काठाच्या चुण्यांमध्ये गुंतवली.

९० च्या दशकात इरा आणि ओमरच्या मैत्रीचं प्रेमात रुपांतर झालं. त्यांचं फोनवरील संभाषण अधिकाधिक उत्कट होत गेलं. त्या काळात, दीक्षित कुटुंबाच्या दिवाणखान्यातील खिडकीच्या कोपऱ्यात टेलिफोन ठेवलेला असे. सिद्दिकी आणि दीक्षित कुटुंबातील प्रमुख व्यक्ती घरात नसतील अशी वेळ साधून हे दोघं फोनवर बोलत असत. जास्त करून ओमरच बोलत असे, त्यामुळे ये-जा करणाऱ्या लोकांना काय संभाषण चालू आहे हे कळत नसे. पण ओमरने एकदा तिला सांगितलं होतं की, जेव्हा ती त्याच्याशी बोलते तेव्हा तिच्या चेहऱ्यावरील भाव बदलतात. ओमरला वाचनाची अतिशय आवड होती. तो फोनवर बोलताना तिला अनेक प्रणयरम्य कविता आणि गद्य उतारे म्हणून दाखवत असे. ते ऐकून इरा लाजत असे, आणि तिच्या ओठांवर स्मितहास्य फुले. ओमरशी

फोनवर बोलताना इरा तिचा चेहरा अर्धवट पडद्याआड झाकून खिडकीकडे सरके. सगुणा आजीचं घरात चौफेर लक्ष असे. तिने इराला पडद्यामागे दडून स्वतःशीच हसताना पाहिलं होतं. सगुणा आजीला ओमर आवडे, म्हणून ह्याकडे तिने दुर्लक्ष केलं.

इराच्या आवाजात कंप होता. "अरे, हॅलो ओमर..."

आपण त्याच्याशी संपर्क करायला हवा होता का नाही या द्विधा मनःस्थितीत ती सापडली होती. तिला पुढे बोलवेना. तिच्या डोळ्यांत अश्रू जमा झाले आणि तिने पडद्याचे काठ घट्ट धरून ठेवले. ओमर वाट बघत थांबला.

ती कशीबशी म्हणाली,

"मी टीव्हीवरचा तुझा इंटरव्यू बघितला."

"अरे हो, २६/११ वरचा पुढचा भाग शुक्रवारी येणार आहे. तोच भाग रविवारी पुन्हा दाखवणार आहेत. तुझ्या हॉस्पिटलमध्ये तुला काही इमर्जन्सी आली नाही, तर तुला तेव्हा तो बघता येईल." अगदी कालच एकमेकांशी बोलले होते अशा थाटात ओमर बोलत होता. इराने पडद्याची लेस आपल्या घामट डाव्या मुठीत घट्ट पकडून ठेवली होती. आपण व्हिडीओ कॉल वर नाहीये याचं तिला हायसं वाटले. ओमरला तिच्याविषयी इतकी माहिती कशी हे त्याला विचारावं असं तिला वाटलं नाही- त्याला कसं माहित की ती नोकरी करते? त्याला कसं कळलं की ती एका हॉस्पिटलमध्ये काम करते? ओमरसारखी तिची भाषणं पेपरमध्ये छापून येत नव्हती किंवा ती कोणत्याही टॉक शो मध्ये सहभागी होत नव्हती. पण ती सोशल मिडीयावर, थोडीशी का होईना सक्रीय होती.

ओमर बोलतच होता,

"इरा, तुझ्या सोशल मिडीयाच्या प्रोफाईल मधले जे सगळे तुझे कॉंटॅक्ट्स आहेत, त्या सगळ्यांना तू डॉक्टर आहेस आणि हॉस्पिटलमध्ये काम करतेस हे माहीत आहे. तू डॉक्टर आहेस यात काहीच आश्चर्य नाही." तिच्या मनातले विचार ओमरने अचूकपणे कसे ओळखले हे तिने त्याला विचारलं नाही. ओमरने, तिने व्यक्त केलेली छोट्यात छोटी इच्छाही पूर्ण केली होती, एखादा नवीन चित्रपट असो, एखादा नवीन गाण्याचा आल्बम असो किंवा नुकतंच प्रकाशित झालेलं पुस्तक असो. आणि तिच्या अव्यक्त इच्छाही तो जाणून घेऊन पूर्ण करत असे... फक्त तिच्या लग्नाच्या आदल्या दिवशीची ठरलेली भेट सोडल्यास..

ओमरने तिला दिलेले वचन पूर्ण केले नाही यावर तिचा विश्वासच बसत नव्हता. मार्च महिन्याच्या त्या उबदार रात्री, त्या विचारातच रडत रडत ती झोपी गेली होती. तिने त्याचा शोध घ्यायला हवा होता का? तो जर अजून त्यांच्याच गल्लीतल्या सिद्दिकी बंगल्यात राहात असता, तर इरा नक्कीच तिकडे गेली असती. त्याला घरातून हाकलून दिल्यानंतर, ओमर त्याच्या मामेभावांकडे वेगवेगळ्या वस्त्यांमध्ये राहात असे किंवा तो त्याच्या आजीकडे अलिबागला जाऊन राहात असे. इराचे हात आणि पाय मेंदीने सजले होते. तिच्या आईने दिलेल्या सोन्याच्या बांगड्या आणि हिरवा चुडा तिने हातात भरला होता. कासाराने तिच्या हातात बांगड्या भरल्यावर घराबाहेर पडायचं नाही अशी सक्त ताकीद तिला मिळाली होती. त्या कासाराने घरातील सगळ्या बायकांना त्यांच्या मापानुसार अचूकपणे हिरव्या बांगड्या भरल्या. प्रतिभा मावशी, प्रियंवदा, रत्नप्रभा, कामवाल्या रखमा या सगळ्यांनी त्यांच्या आवडीप्रमाणे अर्धा डझन, एक

डझन अशा बांगड्या भरून घेतल्या. इरा मात्र नवरी मुलगी असल्याने, तिच्या एका हातात ११ तर दुसऱ्या हातात १२ बांगड्या भरल्या होत्या.

त्याच्या आदल्याच दिवशी इराला मेंदी काढण्यासाठी आलेल्या मुलीने तिला "श्रीराम" नावाचं स्पेलिंग लिहून द्यायला सांगितलं. म्हणजे मेंदीच्या नाजूक नक्षीकामात तिने ते नाव लिहिलं असतं. इरा आणि तिच्या नवऱ्याने एकांतात असताना ते नाव शोधून काढलं असतं. ही पद्धत बॉलीवूडच्या चित्रपटांमधून उचललेली होती ."सांगा ना, लाजू नका, तुमच्या दोन्ही हातांवर तुमच्या होणाऱ्या नवऱ्याचं नाव लिहू का?" तिने इतर बायकांकडे पाहून खट्याळपणे विचारलं. इरा आणि ओमरला बॉलीवूडविषयी प्रचंड आकर्षण होतं. त्यामुळे ओमरला इराच्या मेंदीतून स्वतःचं नाव शोधून काढताना खूप मजा आली असती.

"कदाचित हे सगळं आमच्या लग्नाच्या वाढदिवसाच्या वेळी करता येईल." इराने विचार केला. या मेंदी काढणाऱ्या अतिउत्साही मुलीबद्दल ओमरला सांगितलं पाहिजे असे तिने मनाशी ठरवले. तिने त्या मुलीला अगदी साध्या पद्धतीने मेंदी काढायला सांगितलं आणि नवऱ्याचं नाव लिहायचं नाही असं निक्षून सांगितलं.

हिरवा चुडा घालून आणि हातभर मेंदी काढलेल्या अवस्थेत इराने ओमरला शोधायला जाणं ही कल्पनाच वेडेपणाची होती.

लग्नाच्या दिवशी सकाळी ६ वाजताच मेकअप करणाऱ्या मुलीला कार्यालयात बोलावलं होतं. ती इराचा नट्टापट्टा करून तिला साडीही नेसवणार होती. प्रियंवदाला साड्या आणि दागिने यांची खूप हौस होती. तसंच तिने ब्युटीशियनचा एक छोटासा अभ्यासक्रमही पूर्ण केला होता. (पण त्याचा प्रयोग ती फक्त स्वतःवरच करत असे.) वेगवेगळे पर्याय

पाहून, पारखून घेऊन तिनेही स्वतःसाठी ब्युटीशियन बोलावली होती. पण, तो दिवस उजाडला तोच मुळी मुंबईला बॉम्बस्फोटाचे धक्के देत. त्या दिवशी गुरुजी आणि ब्युटीशियन दोघेही कार्यालयात पोचू शकले नाहीत. पण लग्नाची सगळी तयारी झाली होती, म्हणून उपस्थित असणाऱ्या थोडक्या पाहुण्यांच्या समोर घरीच लग्न लावून द्यायचं असं दीक्षित कुटुंबीयांनी ठरवलं. सगुणाने प्रियंवदाला बाकीची कामे इतरांच्या हाती देऊन इराला नटवून तिची केशरचना करायला सांगितली. नाशिकवरून आलेल्या इराच्या दूरच्या नात्यातील दोन चुलत बहिणींना प्रियंवदाच्या मदतीला दिले. त्या दोघी धावपळ करून इराची त्वचा टवटवीत करण्यासाठी बर्फ आणून देत होत्या आणि तिच्या डोळ्यांना लावण्यासाठी गुलाबजल आणत होत्या.

प्रियंवदाने स्वतःचे केस कसेबसे एका अंबाड्यात बांधले. तिच्या उजव्या हातात एक कंगवा होता, डाव्या हातात इराचे घनदाट केस धरले होते आणि दाताने ती केसांची क्लिप उघडत होती. तिने अगदी सफाईने कन्सिलर आणि फौंडेशन लावून इराच्या डोळ्यांखालील काळी वर्तुळं लपवली. तिला मदत करणाऱ्या दोघी मुली, लागणारं सगळं सामान तत्परतेने आणून देत होत्या. त्यांची या खोलीतून त्या खोलीत धावपळ चालू होती. तिच्या डोळ्यांचा मेकअप चालू असतानाच, मधेच तिला कामवाल्या रखमाचा आवाज ऐकू आला,

"आजी, तो मुलगा ओमर आहे ना त्याला पोलिसांनी पकडून नेलंय, बॉम्बस्फोटात त्याचा हात आहे म्हणून. त्याच्याबरोबर अजूनही काही लोक पकडलेत माहीम मधून. अब्दुल चाचांचा भाऊ तिथेच राहतो. खरं तर किती चांगला मुलगा होता तो, आपल्या सगळ्यांशी किती छान

बोलायचा, कधी घरी आला तर तुमच्या पाया पडायचा!" सगुणाला हे ऐकून धक्का बसला. "अरे देवा!"

मनातल्या मनात सगुणा म्हणाली, ओमर हा चांगला मुलगा नाहीये तर! पण आता थोड्याच वेळात इराचं लग्न श्रीरामबरोबर होणार आहे. तिने मनोमन देवाचे आभार मानले. आपल्या भावना चेहऱ्यावर दिसू न देता ती रखमाला जरा कडकपणे म्हणाली,

"रखमा, इकडच्या तिकडच्या वाईट बातम्या सांगण्यापेक्षा दारातली रांगोळी पूर्ण कर!"

तेवढ्यात इराच्या खोलीचं दार बंद झाल्याने आजी रखमाशी काय बोलत होती हे तिला ऐकू आले नाही. इराला धक्का बसला आणि तिचे डोळे पाणावले. तिचा मेकअप खराब होऊ लागला. आयलायनरमुळे चेहऱ्यावरती आलेले काळे ओघळ प्रियंवदाने लगबगीने क्लीन्जिंग मिल्क आणि कापसाने पुसून घेतले. इराच्या मनात त्या वेळी जे वादळ उठलं त्याने पुढची दोन दशकं तिच्या आयुष्यात थैमान घातलं.

नक्की काय घडलं हे तिला कधीच कळलं नाही. पण काही आठवड्यांनी ओमरची तुरुंगातून सुटका झाली एवढं मात्र तिला समजलं. पण तोपर्यंत, इरा लंडनला पोचली होती. त्यानंतर दोघांनीही एकमेकांशी संपर्क साधण्याचा प्रयत्न केला नाही

आज, इतक्या वर्षांनी, जणू मध्ये काही घडलेच नाही अशा सहजतेने एकमेकांशी बोलताना विचित्र वाटत होतं. जणू काही त्या दोघांची कधी ताटातूट झालीच नव्हती.

इरा म्हणाली, "ओमर, मला तुला काहीतरी महत्त्वाचं सांगायचं आहे. आपण व्हिडिओ कॉलवर कधी बोलू शकतो?"

"इरा, २६ वर्षं लावलीस माझ्याशी बोलायला, आता अजून कशाला थांबायचं? मी १० मिनिटांत तुला व्हिडीओ कॉल करतो. आपण दोघं चहा घेता घेता बोलू." इराने चटकन जाऊन तोंड धुतलं, डोळ्यांखाली आलेलं काजळ पुसलं, केसांवरून कंगवा फिरवला आणि अगदी हलक्या रंगाची लिपस्टिक ओठांवर लावली. आता कोणते कपडे घालावेत यावर विचार करत बसायला तिला वेळ नव्हता. तिने पटकन जीन्स आणि त्यावर 'व्ही' गळा असलेला हलक्या गुलाबी रंगाचा टॉप घातला. आणि स्वयंपाकघरात जाऊन किटलीमध्ये पाणी उकळायला ठेवलं. ओमरचा कॉल आला तेव्हा तिने नुकताच चहाचा कप तयार करून हातात घेतला होता. तिने खिडकीच्या काचेत डोकावून एकदा स्वतःची छबी न्याहाळली, एक दीर्घ श्वास घेतला आणि व्हिडिओ कॉलचं बटण दाबलं. काही सेकंद, कोणीच बोललं नाही.

इरा महत्प्रयासाने अश्रू आवरत होती. ओमरने उगाच चष्म्याच्या काचेवर बसलेली धूळ पुसण्याचा बहाणा केला. टीव्हीवरच्या कार्यक्रमात ओमर चष्मा वापरत नसे, पण आता चष्मा घातल्यावर जरा जास्तच 'पढाकू' दिसतोय असे इराला वाटले. ओमरनेच बोलायला सुरुवात केली,

"मी जशी कल्पना केली होती तशीच आहेस तू, इरा. नैसर्गिकरीत्या सुंदर, निर्मळ आणि पवित्र. आणि हो, आता जास्तच शांत आणि सूज्ञ दिसते आहेस. पण तुझ्या डोळ्यांत पूर्वी असणारी चमक आणि ओठावरचं हसू कसं बरं परत आणता येईल?"

इराच्या ओठांवर उदास हसू आले. समीरबरोबर झालेलं संभाषण आठवून तिचा चेहरा आणखीनच काळवंडला. ती भावनिक होऊन म्हणाली,

"ओमर, इतक्या लगेच फोन केल्याबद्दल धन्यवाद. पण मला तुला काहीतरी महत्त्वाचं सांगायचं आहे."

"इरा, इरा, थांब जरा. मी तुला उलट फोन केला म्हणून आभार मानायचं काय कारण? आपण जिथे थांबलो तिथूनच परत सुरुवात करणार असू, तर त्या रात्री मी तुझ्या घरी येऊ शकलो नाही याबद्दल मीच तुझी माफी मागायला हवी. आणि त्यानंतर जेव्हा जेव्हा तुला भेटण्याचा विचार मनात आला, त्या त्या वेळी आता तुझ्या चांगल्या चाललेल्या आयुष्यात खोडा का घालायचा या विचाराने मी स्वतःला थांबवलं. तुझं कसं चाललं आहे याविषयी मी आडूनआडून चौकशी करत होतो. पण मला तुझ्या आयुष्यात ढवळाढवळ करायची नव्हती.

आता तू अगदी एकाकी आयुष्य जगते आहेस हे माझ्या लक्षात आलं आहे. आपल्या शाळेच्या मित्रांच्या ग्रुपवर मला समजलं की ,मागच्या वर्षी तुझ्या नवऱ्याचा मृत्यू झाला आहे. तुला या सगळ्या कठीण परिस्थितीतून जावं लागलं. आज तू कामावर जाणार आहेस का ते मला माहित नाही, पण मी मात्र आजची संध्याकाळ रिकामी ठेवली आहे. तुला माझी गरज असेल तर नक्कीच मी मदत करेन. आपल्याकडे आत्ता बोलण्यासारखं-विचारण्यासारखं खूप आहे. पण तुला मला काहीतरी महत्त्वाचं सांगायचं होतं ना? काय झालं आहे ते नीट सांग." ओमर क्षणभर थांबला.

आणि त्यापुढचे दोन तास इराच्या अश्रूंचा आणि मनाचा बांध कोसळला. तिने त्याला समीरबद्दल सगळं तपशीलवार सांगितलं. आपण समीरच्या वेळी गरोदर आहोत हे कळल्यावर बसलेला धक्का, वेळेअगोदर जन्मलेल्या समीरचा गोडसे कुटुंबाने केलेला स्वीकार, समीरची नोकरी आणि आता त्याचे तडकाफडकी भारतात नाहीसं होणं या सगळ्याबद्दल इरा बोलली.

आश्चर्यचकित होऊन ओमरने तिला मध्येच थांबवलं,

"आपला मुलगा? माझा मुलगा!" तो पुढे झुकला, त्याच्या डोळ्यात चमक होती पण आता त्याचे डोळे पाणावले.

"इरा, त्याला वाढवण्याची जबाबदारी तुझ्या एकटीवरच पडली. मी यात काहीच केलं नाही. याबद्दल मी स्वतःला कसा माफ करू? तू खरंच खूप छान पद्धतीने त्याचं संगोपन केलं असशील..."

इराने श्रीरामचं बेभरवशी वागणं, दहशतवादी हल्ला आणि त्यात झालेला त्याचा मृत्यू याबद्दल थोडक्यात सांगितलं.

"मी खूप एकटी पडले होते, पण मला आयुष्यात एकच समाधान होतं की मी समीरला चांगल्या पद्धतीनं वाढवलं. पण आता त्यातही मी सपशेल हरले आहे. तो माझ्याशी बोलतसुद्धा नाही, आणि श्रीरामच्या मृत्यूनंतर त्याच्या मनात जो वणवा पेटला आहे त्याची मला भीती वाटते. ज्या एका व्यक्तीसाठी मी आयुष्यात तग धरून राहिले, तीच व्यक्ती आज स्वतःचा घात करून घेते आहे ओमर, आणि मी काहीही करू शकत नाहीये..." इरा दोन बोटांनी स्वतःचं कपाळ चोळत होती. अगदी बेफिकीर आणि आरामशीर असं त्या दोघांचं बालपण गेलं होतं. कोणतीही

समस्या येवो, ते दोघे मिळून ती नक्की सोडवत असत.

"इरा, एका २५ वर्षांच्या व्यक्तींच्या वर्तनाबद्दल तू स्वतःला दोष नको देऊस. आपलं कुटुंब आणि आपलं भविष्य यापेक्षा महत्त्वाची असणारी अशी, कोणती मोहीम आहे समीरची ?"

समीरच्या तोंडून ऐकलेली काही काही नावं इराने ओमरला सांगितली. तसंच श्रीरामच्या अंत्यसंस्कारांच्या वेळी आलेला लंडनमधला बाजारू पुजारी, या मोहिमेमधल्या महत्त्वाच्या व्यक्ती राघव स्वामी आणि एक साध्वी यांच्याबद्दलही सांगितलं. ओमरने ओठ आवळून घेतले,

"इरा, स्वतःचा राजकीय फायदा करून घेणारी हे केसरी दल आहे. हिंदू धर्माच्या या स्वयंघोषित अनुयायांना राष्ट्रवाद, नथुराम गोडसेंच्या विचारसरणीत किंवा इतर कोणाच्याही विचारसरणीत काडीचाही रस नाही. महत्त्वाच्या ऐतिहासिक व्यक्तींच्या वंशजांचा शोध घेऊन त्यांच्या नावाने मते मागण्याची आजकाल प्रथा पडली आहे. धर्मनिरपेक्षतावाद्यांना गांधीजी आपलेसे वाटतात, कोणत्याही कारणासाठी लढायचं असेल तर लोक शिवाजी महाराजांचा आधार घेतात आणि आता सध्या गोडसे नावाची हवा आहे. नथुराम गोडसेंचे आत्ता जे नातेवाईक हयात आहेत, त्यातल्या कोणालाही राजकारणात रस नाही. त्यामुळे समीर हा त्यांना चांगला बकरा सापडला आहे.

इरा, काळजी करू नकोस. थोड्या दिवसांतच या योजनेची हवा निघून जाईल. दर वेळेला ते लोक काही स्फोटक विधानं करतात. पण थोड्याच दिवसात त्यांना आपली विधानं मागे घ्यावी लागतात. कारण आत्ताच्या सरकारलाही गांधीजींच्या मारेकऱ्याचा उदो उदो करणाऱ्यांसोबत

आपलं नाव जोडायचं नाहीये. काळजी करू नकोस, तो नक्कीच परत येईल. मला खात्री आहे..." ओमरने त्याचा हात पुढे केला.

"आणि इरा.." ओमर जरा घुटमळला.

"काय झालं, ओमर? तुला काही विचारायचं आहे का? मी याआधीच खूप काही गमावून बसले आहे; आता गमावण्यासारखं काही शिल्लक नाही. मी इतकी वर्षं जे दडवून ठेवलं होतं ते सगळं तुला सांगितलं. आता लपवण्यासारखं काहीही शिल्लक नाहीये." इरानेही तिचा हात पुढे केला.

"इरा, तो माझ्यासारखा दिसतो का गं? त्याचा फोटो आहे का? त्याचं बालपण तर माझ्या हातून निसटून गेलं; त्याच्या बऱ्याच गोष्टीपण मी मिस केल्या. आपल्या कल्पनेतल्या अमनसारखाच आहे का तो?" इरा हसली,

"हो ओमर, त्याचे डोळे अगदी तुझ्यासारखेच हिरवे आहेत, अगदी रेखीव अशी हनुवटी आहे आणि गंमत म्हणजे, तो तुला कधीही भेटला नाहीये, तरीही त्याच्या वागण्या-बोलण्यातली लकब थेट तुझ्यासारखी आहे. त्याच्याकडे तुझ्यासारखंच भाषा आणि अभिव्यक्ती कौशल्य आहे, आणि त्याच्यात तुझ्यासारखा आत्मविश्वासही आहे. आधी समीर अगदी अबोल होता, पण आता मात्र सोशल मिडीयावर तो खूप सक्रिय असतो किंवा त्याच्या वतीने त्याचं प्रोफाईल कोणीतरी मॅनेज करत असेल. मी तुला त्याचे लहानपणीचे फोटो पाठवते . आणि हो, तुला अमन आणि ईशानी आठवत असतीलच!" हा विचार मनात येताच इरा खुदकन हसली.

इरा आणि ओमरच्या आदर्श कुटुंबाच्या कल्पनेत त्यांना दोन मुले होती, मुलाचं नाव अमन आणि मुलीचं नाव ईशानी. ही दोन नावं त्यांनी अगदी काळजीपूर्वक निवडली होती. त्यांच्या हिंदू आणि मुसलमान कुटुंबियांना ती मान्य झाली असती.

एका उन्हाळ्याच्या सुट्टीत, ओमर आणि इराने कुलाब्यातल्या रिगल सिनेमामध्ये पॉपकॉर्न खात खात "अमर अकबर अँथनी" हा चित्रपट पाहिला होता. हा चित्रपट १९७७ मध्ये प्रदर्शित झाला होता. त्याला १५ वर्षे पूर्ण झाल्यावर तो पुनर्प्रदर्शित केला गेला. त्या चित्रपटातले प्रसंग आठवून ते हसत होते आणि नंतर ते दोघे कोपऱ्यावर असलेल्या मोन्डेगर कॅफेमध्ये गेले. तिथे कोल्ड कॉफी पीत पीत ते चित्रपटातील कथानक आठवून खूप हसत होते. तीन भाऊ, ते लहानपणीच एकमेकांपासून विभक्त होतात, मग तीन धर्माची तीन कुटुंबं त्यांना सांभाळतात, त्यातले भडक पोशाख आणि ठेका धरायला लावणारी गाणी... असं बोलता बोलता, आपलं लग्न झाल्यावर आपल्या मुलांची नावं काय ठेवायची याकडे त्यांच्या संभाषणाची गाडी वळली.

"जर आपल्याला दोन मुलगे झाले तर त्यांची नावं अमर आणि अकबर अशी ठेवूया. दीक्षित कुटुंबाला खुश करण्यासाठी अमर आणि सिद्दिकी कुटुंबासाठी अकबर."ओमर खदखदून हसत म्हणाला. तसंही अकबर हा कव्वाली गाणारा, भडक हिरव्या कपड्यांतला मुलगा दाखवला आहे. आणि त्याची प्रेयसी डॉक्टर असते. तर, पुढे मागे तू डॉक्टर होशीलच, तेव्हा मी पण कव्वालीवाला होईन!" ओमर टेबलावर हात आपटत म्हणाला. शेवटी बरीच चर्चा करून त्यांनी दोन नावं मान्य

केली, आणि ती नावं मनाच्या एक कप्प्यात तशीच जपून ठेवली. तो कप्पा आजवर कधीच उघडला गेला नव्हता.

फोनवर बोलताना ते दोघं त्यांच्या जुन्या आठवणी जागवत होते.

“ओमर, मी अमन हे नाव ठेवायचा खूप प्रयत्न केला. त्याचा अर्थ खूप छान आहे- शांती. तुला माहित आहे ना- मुलाचं नाव त्याच्या आत्याच्या पसंतीने ठेवले जाते. दुर्दैवाने, श्रीरामच्या बहिणीला तर आमच्या आयुष्यातून बाहेर काढलं होतं. त्याबद्दल मी परत कधीतरी सांगेन तुला. श्रीरामला हे नाव चालणार होतं, पण माझी प्रत्येक गोष्ट त्याला “अँग्लिसाईज्ड” वाटत असे. श्रीरामच्या आईला मात्र बाळाचं नाव एखाद्या हिंदू देवाचं असावं असं वाटत होते. ती सगळी नावं उच्चारायला आणि स्पेलिंगसाठी इतकी अवघड होती की हळूहळू त्या नावाचा विचका झाला असता. शेवटी त्या अगदी नाखुशीने समीर या नावाला तयार झाल्या. समीर म्हणजे संस्कृतमध्ये “वाऱ्याची झुळूक” आणि उर्दूमध्ये “एक स्नेहपूर्ण मित्र”. मला हे दोन्ही अर्थ आवडले. आजपर्यंत समीर माझा मित्र, माझ्याशी हितगुज करणारा सखा होता. त्याला परिस्थितीमुळे अकाली प्रौढत्व आलं. पण आज मात्र तो...” तळहातावर हनुवटी ठेवून ओमर अगदी मन लावून इराची ही कडू-गोड जीवनकहाणी ऐकत होता.

“इरा, तो तुझ्यापाशी होता आणि अजूनही आहे. तो नक्की परत येईल. आणि...” ओमर पुन्हा घुटमळला,

“समीरच्या मनात त्याच्या गेलेल्या वडिलांची एक ठाम प्रतिमा आहे . त्यात काहीच गैर नाही. पण त्याचे खरे वडील कोण आहेत हे त्याला माहित आहे का?” इराचं उत्तर ऐकण्यासाठी त्याने श्वास रोखला .

इरा समीरला लंडनमधील एका कॅफेमध्ये भेटली होती आणि त्यावेळी, त्याचे राजकीय करीअर बरबाद करण्यासाठी इरा काहीतरी कुभांड रचते आहे असा आरोप त्याने तिच्यावर केला होता. त्याबद्दल तिने ओमरला सांगितलं. या घटनेबद्दल बोलताना इराच्या कपाळावर आठ्यांचं जाळं तयार झालेलं ओमरच्या नजरेतून सुटले नाही.

“इरा, त्याला धक्का बसला आहे, आणि हे साहजिक नाही का? मलाही धक्का बसला, तर त्याला का नाही बसणार? तसंही, आत्ता तो त्या लोकांच्या अंमलाखाली आहे, आत्ता कोणताही तार्किक विचार त्याला पटणार नाही. अशा पद्धतीची वश झालेली मुस्लिम मुलं मी पाहिली आहेत. हे धर्मांध लोकं जणू त्यांच्यावर जादू करतात. जा इरा, काहीतरी खाऊन घे. नाहीतर तुझं डोकं दुखायला लागेल. मी तुला उद्या परत फोन करतो. काळजी घे.”

ओमरने फोन बंद केला. असंच एकदा तिने रमजानचा उपवास करायचा प्रयत्न केला होता, तेव्हा तिचं डोकं भयंकर दुखलं होतं. त्याची आज ओमरला आठवण झाली. त्यानंतर पुलाखालून बरंच पाणी वाहून गेलं होतं.

प्रकरण ९

जातींच्या नावाने

२६ डिसेंबर २०१८, बॉक्सिंग डे.

लीला आणि इरा लंडनवरुन लीड्समार्गे ब्रॅडफोर्डला जाणाऱ्या ट्रेनमध्ये बसल्या होत्या. पॅट्रिशियाने इराला तिची तिकिटं पाठवली आणि लीला किंग्ज क्रॉस स्टेशनवर ट्रेनमध्ये चढेल असं सांगितलं. इरादेखील तिचं ऑफिस सुरू झाल्यापासून लीलाला भेटू शकली नव्हती. पण एके दिवशी अचानक लीलानेच तिला फोन केला आणि तिच्याशी सविस्तर बोलली.

“हाय, मी लीला मारिया.” बोलता बोलता इराच्या लक्षात आलं की तिने इराला मामी किंवा इरा असं काहीच न म्हणता फक्त मिसेस गोडसे असा तिचा उल्लेख केला होता. लीलाने तिच्याशी बोलण्यासाठी पुढाकार घेतला होता, याचं इराला कौतुक वाटत होतं.

“हॅलो लीला, तुझ्याशी बोलून बरं वाटलं.” इरा प्रेमाने म्हणाली. लीलाने थेट मुद्द्यालाच हात घातला.

“आई इतक्यात लंडनला येण्याची काही शक्यता नाही. मीच तिला ख्रिसमसनंतर ब्रॅडफोर्डला भेटायला जाणार आहे. तुला माझ्याबरोबर

यायला आवडेल का?" तिच्या या थेट प्रश्नावर क्षणभर काय बोलावं ते इराला सुचेना. तिने तिच्या उत्साहावर नियंत्रण ठेवण्याचा प्रयत्न केला.

"मी समजू शकते. स्वातीताईंना,त्यांच्या कामामुळे सध्या प्रवास करणे शक्य नसेल. थँक्स. तुला कुठली तारीख सोयीची वाटतेय?"

"बॉक्सिंग डे. मी सकाळी नऊची ट्रेन पकडेन म्हणजे मला वाटेत काम पूर्ण करता येईल. मी पॅट्रिशियाला तुझं जायचं आणि परतीचं तिकीट बुक करायला सांगते." लीला दबक्या आवाजात म्हणाली .

" हो, बॉक्सिंग डे योग्य राहील." तिचं बोलणं ऐकून इरा घाईघाईने उत्तरली.

"चालेल. मला आता फ्लाईट पकडायची आहे. पॅट्रिशिया तुला कॉल करेल." असं म्हणून लीलाने फोन ठेवला.

बॉक्सिंग डेच्या दिवशी इरा किंग्ज क्रॉस स्टेशनवर येणाऱ्या ट्रेनमध्ये बसली. तिच्या मांडीवर ठेवलेल्या हॅन्डबॅगच्या वरच्या बाजूच्या कप्प्यात घरीच शिवलेली, नक्षीकाम केलेली कापडी पिशवी होती. तिने आपल्या सहप्रवाशांचं निरीक्षण केलं. इथे सर्व जागा आरक्षित होत्या. ओव्हर ग्राउंड ट्रेन्समधून जाताना तिने पाहिलं होतं की, खिडकीजवळच्या सीट्स आधी भरून जायच्या, त्यानंतर कडेच्या सीट्स आणि सर्वात शेवटी मधल्या सीट्स भरायच्या. हे अगदी स्वाभाविक होतं. पण एक गोष्ट कधीच उघडपणे बोलली जायची नाही आणि ती म्हणजे स्थूल आणि कृष्णवर्णीय लोकांच्या शेजारी असलेल्या सीट्स कायम रिकाम्या असायच्या. काही वर्षांपूर्वी जेव्हा तिने हे पहिल्यांदा पाहिलं की काही लोक कृष्णवर्णीय लोकांच्या शेजारी बसण्याऐवजी तासभर लोंबकळत उभं राहणं पसंत करतात, तेव्हा तिला फार नवल वाटलं. हा योगायोग असावा, म्हणून तिने स्वतःच्या

मनाची समजूत घातली. पण २५ वर्षांच्या प्रवासानंतरसुद्धा तिला ही मानसिकता तशीच आहे हे जाणवत होतं. सेंट्रल लंडनमध्ये डोक्याला दुपट्टा किंवा रुमाल बांधलेल्या महिला, दाढी वाढवलेल्या, लांब कुडता घालणाऱ्या आशियाई पुरुषांकडे संशयास्पद नजरेने बघितलं जातं हे तिला ठाऊक होतं. इराने स्वतः हे कधीच अनुभवलं नव्हतं. सेंट्रल लंडनमध्ये ती कधीच भारतीय पोशाख घालून वावरली नाही कारण तिला कुठल्याही वादात पडायचं नव्हतं. ती ऑफिससाठी योग्य असणारे कपडे घालत असे. त्यामुळे लंडनच्या सार्वजनिक वाहतुकीच्या ठिकाणी तिला हा भेदभाव सहन करावा लागला नाही. एन एच एस मध्ये, अशी बरीच उदाहरणं होती, परंतु तिच्या कृष्णवर्णीय सहकाऱ्यांना किंवा रूग्णांना आलेल्या अनुभवां इतकी ती गंभीर नव्हती. इरा पुन्हा एकदा सहप्रवाशांचं निरीक्षण करू लागली. लीला येण्याची काही चिन्हं दिसत नव्हती. ती अस्वस्थपणे आजूबाजूला पाहत होती. लीलाची ट्रेन चुकली तर? स्वातीशी ही तिची पहिलीच भेट असल्याने ती थोडीशी घाबरली होती. लीलापर्यंत पोहोचण्यासाठी तिला खूपच मेहनत घ्यावी लागली होती.

स्वयंचलित दरवाजे बंद होण्याच्या अगदी काही सेकंद आधी इराला प्लॅटफॉर्मवर लीला दिसली. लीला हातातली बॅग घेऊन घाईघाईत ट्रेनमध्ये चढली. लोकांच्या नजरेकडे दुर्लक्ष करत तिने आपली बॅग स्वतःजवळ ओढली. इराने उभं राहून तिच्या दिशेने हात केला. लीला तिच्याकडे पाहून हसली आणि धापा टाकत, मटकन आपल्या सीटवर जाऊन बसली. इराने तिच्या पुढ्यात पाण्याची बाटली आणि एका छोटा स्टीलचा, वेलची आणि खडीसाखर असलेला डबा ठेवला. लीलाच्या चेहऱ्यावर प्रश्नचिन्ह पाहून इरा हसली.

"मराठीत साखरेच्या या प्रकाराला - खडीसाखर म्हणतात. लहानपणी, खाऊ म्हणून असो किंवा खोकला झालेला असो, खडीसाखर त्यावरचा रामबाण उपाय असे. तुमच्याइतकी चॉकलेट्स आम्ही आमच्यावेळी कधीच पाहिली नाहीत. खडीसाखरच आम्ही खाऊ म्हणून खायचो. मला प्रवासादरम्यान गरगरतं म्हणून मी खडीसाखर नेहमी स्वतःजवळ ठेवते. त्याने जरा ऊर्जासुद्धा मिळते. तुझी सकाळी घाई झाली वाटतं.."

लीलाने एक वेलची उचलली आणि ती तोंडात टाकून उसासा सोडला, "खरंच..इतकी घाईगडबड झाली सकाळी! जेम्सबरोबर नाश्ता करून मुलांना गाडीत बसवत होते, तेव्हा एकाच वेळी मम्मी आणि डॅडीबरोबर आपण का जाऊ शकत नाही अशी तक्रार लिओन करत होता. त्याला माझ्याबरोबर ट्रेनमध्येही यायचं होतं आणि त्याच्या डॅडीबरोबर कारमधेही जायचं होतं. मग त्याने जरा नाटक केलं. मग माझी मुलगी एला हिने उपदेशपर गोष्ट सांगून, त्याची समजूत घातली. बरं तेवढ्यानेही त्याचं समाधान झालं नाही. त्याला त्या गोष्टीतून आपण काय शिकलो हे मम्माकडूनच ऐकायचं होतं. मग एला त्याचे नखरे पाहून त्याला 'मूर्ख' म्हणाली. त्याचा राग येऊन त्याने नाश्ता तसाच ठेवला. माझ्याकडूनच सगळं वदवून घेतल्यावर आणि एला उद्धट आहे असं माझ्याकडून कबूल करवूनच तो शांत झाला. या सगळ्यामुळेच माझी ट्रेन चुकणार होती!"

गेल्या महिन्यात लीलाच्या ऑफिस टेबलवर ठेवलेल्या फोटोफ्रेममधले ते दोन गोंडस, निरागस चेहरे आठवून इराचे डोळे चमकले.

"मुलं किती वर्षांची आहेत?" तिने सकाळचा प्रसंग आठवून लीलाला हसत विचारलं.

"ती दोघं चार वर्षाची होतील पण लिओन तीन वर्षाचा असल्यासारखा आणि माझी समजूतदार एला १६ वर्षांची असल्यासारखी वागते."एला ,लहानपणीच्या समीरसारखी असावी. समीर सगळ्या भावना-संवेदना अगदी टीपकागदासारखा टिपून घ्यायचा. कुणी त्याला काही बोललं, त्याने कुठे काही ऐकलं, पाहिलं असेल त्यातून तो त्याचे स्वतःचे अर्थ लावायचा. त्याचं वाचन फार दांडगं." समीरच्या आठवणीने इराच्या डोळ्यात आलेलं पाणी शिताफीने लपविण्यासाठी तिने खिडकीबाहेर बघितलं. काल पहिल्यांदाच तिने, समीरशिवाय ख्रिसमसचा दिवस घालवला.

श्रीरामच्या पहिल्या पुण्यस्मरणामुळे समीरचा वाढदिवस साजरा झाला नव्हता. आणि आता नाताळ देखील तसाच कोरडा गेला. ह्या दोन्ही दिवशी समीरने इराला कॉल केला नव्हता. इरा यंदा ख्रिसमस ट्री आणायच्या फंदात पडली नव्हती. पण श्रीरामच्या पुण्यस्मरणाच्या दिवशी ती गोडश्यांच्या घरी जाऊन आली. रत्नप्रभांबरोबर श्रीरामच्या फोटोसमोर बसून तिने प्रार्थना केली आणि ती घरी निघून आली. ते दोघेही आता थकल्याने त्यांनी प्रथम पुण्यस्मरणासाठी कुणालाही बोलावलं नव्हतं. त्यांना सोबत करतील असे त्यांचे काही महाराष्ट्रीय मित्र होते. पण गोडसे कुटुंबीय सतत घाबरून रहायचे. सुरुवातीला श्रीरामच्या विक्षिप्त स्वभावामुळे, नंतर इरा आणि श्रीराम वेगळे झाल्यावर लोक काय म्हणतील या भीतीने आणि त्यानंतर श्रीरामच्या आत्महत्येमुळे पूजेसाठी त्यांनी गुरुजींनासुद्धा बोलावलं नव्हतं. समीरशी कॉफी शॉपमध्ये झालेल्या संभाषणादरम्यान इराने त्याला त्याच्या जन्माची गोष्ट सांगण्यापूर्वी, त्याला वाढदिवसाच्या शुभेच्छा दिल्या. तेव्हा समीरने वडिलांच्या पहिल्या पुण्यतिथीमुळे, वाढदिवस साजरा केला नसल्याचं तिला सांगितलं.

इरा खिडकीबाहेर पाहत होती. तिच्या डोळ्यातली चमक नाहीशी झाली होती. लीला मात्र तिच्या कामात मग्न होती. मुलं बरोबर नसताना ती अधिक चांगल्या प्रकारे काम करू शकते, असं तिने आधीच स्पष्ट केलं होतं. इरा डोळे मिटून बसली. ती आणि ओमर एकत्र असतानाच्या अनेक आठवणी तिच्या डोळ्यांपुढे तरळून गेल्या. विशेषतः नुकत्याच झालेल्या संभाषणामुळे त्या जास्तच ताज्या झाल्या होत्या. त्या पहिल्या कॉलनंतर त्याने पुन्हा एकदा इराला कॉल केला. त्यानंतर मध्ये काही दिवस गेल्यावर पुन्हा त्यांचं बोलणं झालं. मग काल पुन्हा एकदा ते दोघे बोलले. इराचं आयुष्य खाजगी होतं तर ओमरचं आयुष्य म्हणजे 'खुली किताब'त्याचं सोशल मीडिया प्रोफाईल, स्पष्ट आणि परखड विचार, विविध समित्यांवरची नियुक्ती..यावरून तो चार लोकांत चांगला लोकप्रिय असल्याचं दिसून येत होतं. इतक्या वर्षांत तिने जर त्याचा शोध घेतला असता, त्याच्याशी संपर्क साधला असता तर, गोष्टी आणखी सोप्या झाल्या असत्या. पण तेव्हा इराची तसं करण्याची इच्छा नव्हती. ती जर भारतात १९ व्या वर्षी एका अनौरस मुलाची आई म्हणून राहिली असती तर समीरला काय मिळालं असतं? त्यापेक्षा इथे त्याला वडिलांचं नाव, आजीआजोबांचं प्रेम आणि विशेषाधिकार मिळाले होते. इराला क्षणभर वाटून गेलं की समीरच्या आयुष्यात ढवळाढवळ करण्याचा तिला काही एक अधिकार नाही. शिवाय यूकेमध्ये राहून उच्च शिक्षण आणि नोकरीच्या अनेक संधी त्याला मिळणार होत्या. जेव्हापासून काह्या त्याच्या आयुष्यात आली, तेव्हापासून छोट्या कुटुंबाचं चित्र इराने मनाशी रंगवलं होतं. ओमर बरोबरच्या तिच्या नात्याची तीव्रता आणि त्यांची अपुरी स्वप्नं मागे सोडून ती विनातक्रार जगत होती. पण समीरच्या अशा अतार्किक आणि अविचारी वागण्यामुळे तिला धक्का

बसला होता. त्याच्या विरहामुळे ती आणखीनच दुःखी झाली होती. जुन्या जखमा पुन्हा एकदा ताज्या झाल्या. ओमरच्या सोशल मिडिया प्रोफाईलवरून तरी तो अविवाहित आहे असं दिसत होतं. इराच्या प्रोफाईल वर अजूनही विवाहित असंच दिसत होतं. तिने ते स्टेटस बदललं, तर जुन्या, संपर्कात नसलेल्या लोकांचे श्रद्धांजलीचे मेसेजेस तिला आले असते आणि ते स्वीकारण्याइतकी ताकद तिच्यात उरली नव्हती, म्हणून स्टेटस बदलण्याची तसदी इराने घेतली नाही. तिला ओमरशी खूप बोलायचं होतं, खूप काही विचारायचं होतं. तरीही, त्यांच्या संभाषणाचा मुख्य विषय समीर होता आणि त्याला परत आणण्यासाठी काय करता येईल हेच ती बोलत असे . तेवढ्यात लीलाने तिच्या कोपरावर हलकेच हात ठेवला आणि इराला जाग आली.

"चहा घेणार की कॉफी?"

इराने डोळे चोळले, आणि म्हणाली "येस प्लीज, कॉफी विथ मिल्क, नो शुगर," तिने ट्रॉलीसह आलेल्या सेविकेकडे पाहत नम्रपणे म्हटलं. लीलाने तिचा लॅपटॉप बाजूला ठेवला. त्या सेविकेने इरा आणि लीलाच्या ट्रे मध्ये काही पेपर सरकवले आणि मग त्यावर कॉफीचे कप ठेवले. इरा शांतपणे तिची कॉफी घेत राहिली. लीलाशी बोलताना गोडश्यांचा ज्वलंत विषय काढण्याचं तिने टाळलं. ती लीलाशी हवापाण्याच्या जुजबी गप्पा मारत होती. खेळाबद्दलचं तिचं ज्ञान जेमतेमच होतं. इरा शेवटी विवादास्पद नसलेल्या विषयावर बोलली. ती लीलाला म्हणाली, "तू प्रवासातही इतकं काम करते आहेस म्हणजे तुझ्याकडे अफाट ऊर्जा आहे."

" गुन्ह्यांमध्ये नाहक चिरडले जाणारे गरीब आणि त्यांच्या कोर्ट केसेस, गेल्या वर्षी ग्रेनफेल टॉवर्समध्ये लागलेल्या आगीत ज्यांच्यावर

अन्याय झाला त्यांना विनामूल्य सल्ला देणं, विंडरश घोटाळ्याची चौकशी समिती नेमणं हे सगळं सुरू असतानाच, एकीकडे माझा डॉक्टरेटचा प्रबंध १० महिन्यांत पूर्ण करायचाय. आनंदी पण काहीशी हट्टी मुलं, त्यांना शाळेत घेऊन जाणं, घरी घेऊन येणं, पाळणाघराची वेळापत्रकं सांभाळणं म्हणजे तारेवरची कसरत. माझा नवरा जेम्स, खूप चांगला आहे पण तरीही विशेष कौटुंबिक सोहळ्यांना मी हजेरी लावलीच पाहिजे अशी त्याची अपेक्षा असते. आता कालच्या नाताळच्या मेजवानीचंच बघ ना... हे एवढं सगळं समोर वाढलेलं असताना! ट्रेनच्या प्रवासात शांतपणे राहिलेली कामं उरकणं म्हणजे सुख आहे. लीलाने उसासा सोडला. इरालाही लीला तिच्या प्रश्नाने दुखावली गेली नाही हे पाहून बरं वाटलं. उलट तिच्या या प्रश्नामुळे लीलाने मन मोकळं केलं. तिला पर्सनल स्पेसची गरज आहे हे इराने जाणलं. अशी पर्सनल स्पेस पूर्वी ती आनंदाने समीरला द्यायची. ही पर्सनल स्पेस दीक्षितांच्या घरी तिला कधीच मिळाली नाही. त्यांच्या घरात सतत माणसांचा राबता असायचा. इकडे गोडश्यांच्या घरी रत्नप्रभांच्या नियम व अटींचं राज्य.

लीला म्हणाली, “आता माझी चाळीशी जवळ आली आहे; त्यामुळे ऊर्जा जरा कमी पडायला लागली आहे. दोन आयव्हीएफ उपचारांनंतर या दोघांचा जन्म झाला. तारुण्याच्या जोशात तेव्हा आम्ही लहान मुलांच्या संगोपनाकडे जरा कानाडोळा केला. आमच्या महत्त्वाकांक्षा जास्त होत्या आणि घरचेदेखील कुणी जवळ नव्हते.” इरा जरा संकोचली. लीलाला तिचं मन मोकळं करताना पाहून ती प्रेमाने म्हणाली, “तुझी आणि जेम्सची हरकत नसेल तर, आणि एला, लिओनला आवडणार असेल तर, तू त्यांना शनिवार, रविवारी माझ्या घरी सोडू शकतेस. मी इथेच इज्लिंग्टनला राहते. किंवा तू शनिवार, रविवार कामात व्यस्त असलीस

तर मी तुमच्याकडे त्या दिवशी संध्याकाळी ६ नंतर येऊन त्यांच्याकडे पाहत जाईन. हो, पण तुला जर हे योग्य वाटत असेल तरच हं!" इरा चाचरतच लीलाला म्हणाली. या अचानक आलेल्या प्रस्तावाने लीला एकदम गोंधळून गेली.

"कोणालाही असं का करावंसं वाटेल? व्रात्य आणि उपद्व्यापी, सतत बडबड करून वीट आणणाऱ्या लिओनमुळे तुझी मनःशांती बिघडून जाईल. लिओनकडे जरा जरी दुर्लक्ष झालं तर तो सगळ्या घराचा पार नकाशा बदलून टाकतो. पण तुझ्या या प्रस्तावाने मला खूप बरं वाटलं. थँक यू!" लीलाला गहिवरून आलं. लीला आणि जेम्सला जेव्हा कुटुंबाची जास्त गरज होती, तेव्हा त्यांच्या मदतीला कुणीही नव्हतं. ना जेम्सचे आई वडील, भाऊ बहीण, इतर नातेवाईक.. कुणीही नाही. ते त्यांच्या त्यांच्या आयुष्यात मश्गूल होते. इथे हे दोघेच सगळ्या आघाड्यांवर लढत होते. दुसरीकडे लिओनच्या खोडकर आणि उद्दाम वागण्यामुळे मदतनीसही फार काळ टिकत नसे. आता इराच्या या प्रस्तावाने ती पुरती गोंधळून गेली होती.

"इज्लिंग्टन? मला वाटलं की तू आणि आजीआजोबा एकत्र क्रॉयडनमध्ये राहता?" लीलाने कुतुहलाने भुवया उंचावत विचारलं.तिचा हा अविर्भाव अगदी रत्नप्रभासारखा होता. इराने तो विचार बाजूला सारून एक दीर्घ श्वास घेतला आणि सांगायला सुरुवात केली.

"समीर आणि मी इज्लिंग्टनला दोन बेडरूमच्या घरात राहतो. सुरुवातीला एक स्टुडिओ भाड्याने घेतला, नंतर एक बेडरूम, मग शेवटी हे घर.. ह्यावरचं कर्ज फिटलं की हे घर आमच्या ताब्यात मिळेल. तुझं बरोबर आहे. गोडसे मंडळी क्रॉयडनमध्येच राहतात. समीर आणि मी दर आठवड्याला आजी-आजोबांना भेटायला जातो. आता समीर भारतात

आहे, तरीही मी त्यांना भेटायला जाते. तुझ्या आजीआजोबांनी अजूनही लोकांना हेच कारण सांगितलेलं आहे की, मला हॉस्पिटल जवळ पडतं आणि समीरला शाळा जवळ पडते म्हणून आम्ही इज्लिंग्टनला राहतो. त्यांच्या इच्छेचा मान ठेवून मी कधीही घटस्फोटाच्या प्रक्रियेला सुरुवात केली नाही. पण तुझा मामा श्रीराम आणि मी बऱ्याच वर्षांपासून वेगळे राहत होतो." इराने उसासा सोडला. लीला तिच्याकडे अविश्वासाने पाहत होती.

"तू असं का केलंस? अंत्यसंस्काराच्या वेळी गुरुजी 'विधवा' म्हणाले ते मी ऐकलं होतं." इराने पुन्हा एकदा उसासा सोडला आणि ती म्हणाली,"स्वातीताईंनी तुला जे सांगितलं ते खरं आहे. श्रीराम, स्वातीताई दुरावल्याच्या दुःखातून कधीच बाहेर आला नाही. आमचं लग्न झालं तेव्हा मी फक्त १८ वर्षांची होते आणि १९ व्या वर्षी समीरचा जन्म झाला. विशीत असताना मी माझं वैद्यकीय शिक्षण पूर्ण केलं. माझ्या नवऱ्याकडून, संसाराकडून फार माफक अपेक्षा होत्या, पण त्याही पूर्ण झाल्या नाहीत. श्रीराम कधीच त्या पूर्ण करू शकला नाही. तरीही ठीक होतं. माझा नवरा सतत त्याच्या आईवडिलांच्या, कामाच्या, समाजाच्या, सहकाऱ्यांच्या दबावाखाली घाबरून जगणारा होता. पण जेव्हा समीरवर याचा विपरीत परिणाम होऊ लागला तेव्हा मी समीरला घेऊन वेगळं होण्याचा निर्णय घेतला आणि ते घर सोडलं."

इरा तिच्यापेक्षा काहीच वर्षांनी मोठी आहे हे लीलाला ठाऊक होतं. इरा, तिच्या आईच्या कामाच्या माध्यमातून भेटलेल्या, कौटुंबिक हिंसाचारातून वाचलेल्या महिलांसारखी नव्हती. त्या बायका भारतातल्या गरीब कुटुंबातून आलेल्या आणि कमी शिकलेल्या होत्या. स्वाती ज्यांना मदत करायची त्या बायका आर्थिकदृष्ट्या परावलंबी होत्या. त्यांना त्यांच्या

सासरच्यांनी आणि पालकांनी दडपल्यामुळे, त्या स्वतःच्या हक्कांसाठी, अधिकारांसाठी बोलू शकत नव्हत्या. त्यांना घराबाहेर पडणं, स्वतःचा उदरनिर्वाह करणंसुद्धा अवघड झालं होतं. स्त्रियांची सर्वात जास्त कोंडी त्यांच्या पदरात मुलं असताना व्हायची. स्वाती आणि तिचे सहकारी अशा अबलांना धैर्य देऊन त्यांच्या मनावर काही गोष्टी बिंबवण्याचा प्रयत्न करायचे. अन्यायाविरुद्ध लढायला सांगायचे. कौटुंबिक सन्मानापेक्षा स्वाभिमान जास्त महत्त्वाचा असतो, हे त्यांच्या मनावर ठसवायचे. त्यांचं आरोग्य अधिक महत्त्वाचं आहे हे सांगायचे. हा अन्याय जर त्या सहन करत राहिल्या तर पुढे जाऊन त्यांची मुलंही इतर स्त्रियांशी अशीच वागतील, असं त्यांना समजवायच्या.

अशा स्त्रियांच्या पुनर्वसनासाठी स्वातीची धडपड सुरू होती. अंत्यसंस्काराच्या वेळी इरासारख्या स्वतंत्र स्त्रीला 'विधवा' म्हणून का हिणवलं गेलं असेल? तिने का हे सगळं सहन केलं असेल? असा प्रश्न लीलाच्या मनात उपस्थित झाला.

लीलाने अंत्यसंस्काराला उपस्थित राहण्याचं खरं तर काही कारण नव्हतं. आपल्या भावाच्या मृत्यूच्या बातमीने, एरवी खमकी असलेली स्वाती व्यथित झाली होती, म्हणून लीलाने तिच्याबरोबर जाण्याचा निर्णय घेतला. इराची ही कहाणी ऐकून लीलाच्या मनातला तिच्याविषयीचा आदर दुणावला.

विविध वंशांच्या लोकांसाठी गुंतागुंतीची प्रकरणं हाताळण्याच्या लीलाच्या अनुभवाने तिला "समजून घेणे" आणि "पाहणे" यातला फरक कळला होता. ती हुशार असल्याने तिला तिच्या आईच्या कुटुंबाविषयीचे, संवाद नसल्याने झालेले गैरसमज जाणवत होते. हे तिच्या आयुष्याचा कधीच भाग नव्हते.

प्रकरण १०

प्रतिष्ठेच्या नावाने

स्वाती आपा गजबजलेल्या अशा ब्रॅडफर्ड स्ट्रीटवरील एका छोट्या गल्लीच्या शेवटी असणाऱ्या एका छोट्याशा विटांच्या घरात एकटीच राहत होती. त्याच घरात तिचं ऑफिसही होतं. त्या घराचा दरवाजा चमकदार अशा निळ्या रंगाने रंगवलेला होता. दरवाजातून आत जाताच एक छोटी बैठकीची खोली होती. त्या खोलीत जुन्या पध्दतीचा एक मोठा टीव्ही सेट, एक सोफा-कम -बेड ठेवलेला होता आणि कोपऱ्यात एक चार खुर्च्यांचं साधं हलकं टेबल होतं. टेबलाच्या शेजारी, मॅन्टलपीस वर, बरेच फोटो ठेवलेले होते. त्यातील एका फोटोमध्ये गुलाबी रंग आणि खोल गळा असलेला ड्रेस घालून लीला उभी होती. तिच्या गळ्यात दुपदरी टपोऱ्या मोत्यांची माळ होती. तिने हातात मोत्यांनी मढवलेली पर्स धरली होती आणि तिचे केस तिने एका बाजूला वळवून सुरेख केशरचना केली होती. दुसऱ्या फोटोत स्वातीचा ६०वा वाढदिवस साजरा करतानाचा लीला आणि स्वातीचा फोटो होता. तिसऱ्या फोटोत ख्रिस्ती पध्दतीचा पांढरा पोशाख परिधान केलेली लीला आणि सूट घातलेला जेम्स होते. आणि चौथ्या फोटोत स्वाती अगदी आनंदात नवजात जुळ्या बाळांना घेऊन उभी होती. स्वयंपाकघरात

फक्त एक छोटा ओटा होता, ज्यावर जुजबी गोष्टी ठेवलेल्या होत्या आणि एक छोटा फ्रीज होता. "ऑफिस" म्हणजे एक छोटीशी अभ्यासाची खोली होती. ऑफिसमधील भिंतींवर वेगवेगळी पत्रकं चिकटवली होते. तिथेच दाटीवाटीने दोन संगणक, पत्रकांचा गठ्ठा आणि स्टेशनरी ठेवलेली होती. हे ऑफिस ओलांडून पुढे गेले की काचेच्या भिंती असलेली एक छोटीशी खोली होती आणि त्याच्यापुढे एक सुबक परसबाग होती. त्या बागेच्या कडेने बाक ठेवलेले होते. आणि तिथेच एक परसदारही होतं.

स्वातीने लीलाला स्वागताखातर घट्ट मिठी मारली, तिच्या गालावर ओठ टेकवले. लीलाच्या डोळ्याखाली आलेल्या काळ्या वर्तुळांबद्दल तिला जरा दटावलं,

"कामात किती गाडून घेतलं आहेस, लीला. अशाने तब्येत बिघडेल तुझी!"

"पण मी हे तुझ्याकडूनच शिकले आहे ना?" लीलाने तिला टोमणा मारला. लीलाने आत येताच एका कोपऱ्यात बूट काढले आणि स्वयंपाकघरात जाऊन किटलीत पाणी उकळायला ठेवले.

स्वातीने इराचं स्वागत नम्रपणे हसून केलं, तिला खालच्या मजल्यावर असलेलं न्हाणीघर दाखवलं, प्रवास करून आल्याने इराला ताजंतवान व्हायचं होतं. तिने इराला बाहेरच्या सोफ्यावर बसायला सांगितले आणि ती लीलाशी बोलण्यासाठी स्वयंपाकघरात गेली. इरा सोफ्यावर बसलेली असताना, तिला किटलीचा आवाज येत होता तसेच त्या दोघींच्या गप्पाही तिच्या कानावर पडत होत्या. आपण त्यांचं बोलणं ऐकतोय असं त्यांना वाटू नये, म्हणून इरा उठली आणि शेकोटीच्या वरील लाकडी फळीवरचे फोटो पाहू लागली.

त्या दोघींच्या आयुष्यातील आनंदाचे क्षण इथे टिपलेले होते. पण हे सगळे क्षण लीला मोठी झाल्यानंतरचे होते. गोडसे कुटुंबातसुद्धा त्यांच्या घराचा इतिहास १९६०च्या दशकात इंग्लंडला आल्यानंतरच सुरु झाला होता. त्यांचे सगळे फोटो त्यानंतरचेच होते. तसंच, स्वातीचं आयुष्यही ९०च्या दशकानंतरच चालू झालं असावं असं वाटत होतं किटलीच्या आवाजातही लीलाचा आवाज येत होता,

"आई, जा ना, बाहेर जाऊन बस. मला या स्वयंपाकघरातल्या गोष्टी कुठे ठेवल्यात माहीत आहेत ना? आता मी इथे दोन दिवस आले आहे, तेवढ्या वेळात, तुला तुझं समाजकार्याचं काम करायला नको, म्हणून तू काल रात्रभर जागून काम केलं असशील. काल मी मात्र फक्त जेम्सच्या कुटुंबाबरोबर बसून नाताळचं जेवण केलं आहे. तुला सणांचं विशेष कौतुक नाहीये. या गल्लीतल्या बायकांना जरा काही त्रास व्हायला लागला की त्या लगेच त्यांच्या स्वाती आपाकडे धाव घेतात. त्यांचे प्रश्न त्या स्वतःच सोडवायला कधी शिकणार?" लीलाने प्रेमाने दमदाटी केली. त्याला स्वातीनेही तेवढ्याच तत्परतेने उत्तर दिलं,

"लीला, मागच्या वर्षी माझ्या डोळ्यांचं ऑपरेशन झालं तेव्हा याच बायकांनी मला पंधरा दिवस स्वयंपाकघरात पायसुद्धा टाकू दिला नव्हता. या बायका इतर वेळी एकमेकींशी भांडत असतात, पण त्यांची रोटा सिस्टीम बघितलीस ना, तर त्यातला वक्तशीरपणा लंडन अंडरग्राउंडलाही लाजवेल. दिवसातून तीनदा गरमागरम जेवण मला घरपोच मिळत असे. कधी एखाद्या मुलाच्या हातून किंवा कोणाचा नवरा जेवण घेऊन येई. कधीकधी या बायका स्वतःच येत,

"आपा, हे खाऊन बघा. काळजी करू नका, सगळं शाकाहारी आहे!" मी पुढेमागे कधी निवृत्त झाले ना, तरी तुझ्याकडे येऊन

राहण्याची कल्पनासुद्धा नाही करू शकत. तिथे सगळे शिष्टपणे वागतात, कोणी एकमेकांकडे बघून साधं हसतही नाही किंवा आपल्या शेजारी कोण राहतं याचाही त्यांना पत्ता नसतो! हं, पण माझी नात एला आणि माझा खोडकर नातू यांच्यासोबत खेळायला मात्र नक्की आवडेल!"

लीलाशी एवढ्या गप्पा झाल्यावर स्वाती बाहेर बैठकीच्या खोलीत आली. इरा तिथे सोफ्यावर बसली होती. स्वातीला बघताच इरा उठून उभी राहिली आणि तिने स्वातीला बरोबर आणलेली एक कापडी पिशवी दिली. अगदी काही क्षण, स्वातीची नजर त्या गडद निळ्या पिशवीच्या इंदोरी काठावर रेंगाळली. ती थबकली. मनात आलेले विचार मागे सारून ती म्हणाली,

"हे काय सगळं? एवढं आणायची काय गरज होती? लंडनमध्ये भारतीय पदार्थ किती महाग मिळतात. मी लीलाला पण नेहमी सांगते की इतक्या महागड्या दुकानांपेक्षा पाकिस्तानी दुकानातून सामान आणत जा." स्वातीने मान हलवली. तिचं हे वाक्य ऐकून इराला आश्चर्य वाटलं आणि रत्नप्रभांची आठवण झाली. दोघींचा काटकसरी स्वभाव, मान हलवण्याची ढबसुद्धा अगदी हुबेहूब होती.

"स्वातीताई, मी हे पदार्थ स्वतः केले आहेत. फक्त ते मिठाईच्या डब्यातून भरून आणले आहेत. नारळाची बर्फी आणि मटार करंजी. मी श्रीरामकडून ऐकलं होतं की हे पदार्थ तुम्हाला आवडतात." इरा अडखळत म्हणाली. तिने मुद्दाम तिच्या सासू-सासऱ्यांचा उल्लेख केला नाही. खरं तर, हे पदार्थ ती तिच्या सासूकडूनच शिकली होती. स्वातीने डबा उघडला आणि बर्फीचा एक तुकडा तोंडात टाकला. आणि ती डोळे मिटून अगदी हळुवारपणे सोफ्याशेजारच्या एका खुर्चीत बसली. स्वाती आणि श्रीरामच्या दिसण्यात खूपच साधर्म्य होते. इरा,

त्यावेळचे स्वातीच्या चेहऱ्यावरचे भाव कधीच विसरू शकणार नाही असे होते. लीला स्वयंपाकघरात बाहेर आली आणि तिने चहाचा ट्रे मेजावर ठेवला. स्वातीने तिचे डोळे उघडले, ते पाणावले होते. चार दशकांपूर्वी गमावलेलं कुटुंब, तिला काय आवडतं हे लक्षात ठेवणारा पण कधीही भेटण्याचं धाडस न दाखवणारा तिचा भाऊ या सगळ्यांची वेदना, तसंच हरवलेल्या घराची आठवण करून देणारी एक चव, हे सगळं तिच्या डोळ्यांत दिसत होतं.

स्वातीने दुसरा डबा उघडला आणि मटार करंजीचा एक तुकडा तोंडात टाकला. नारळ आणि मटारचं खमंग सारण मैद्याच्या पारीत भरलं होतं आणि छान तळलं होतं. पण ती करंजी अजिबात तेलकट नव्हती. स्वातीने तो डबा लीलासमोर धरला. अश्रू ओघळून स्वातीचे गाल लाल झाले होते. तिने तिचा हात इरापुढे धरला. भारतीय घरांत असं नेहमी पाहायला मिळतं. आवडता पदार्थ लक्षात ठेवून करणं यातूनच प्रेम व्यक्त केलं जातं. कोणी काहीच बोललं नाही, पण इराने स्वातीचा हात हातात घेतला आणि दोघी सोफ्यावर बसल्या. जणू त्यांच्यातला बंध आज जुळून आला होता.

लीलाने चहाचा कप देऊ केला. आपली उदास मनःस्थिती झटकून टाकत स्वाती म्हणाली,

"ही करंजी खाऊन बघ, लीला. त्या सामोश्यासारख्या असतात, पण आकार आणि त्यातलं सारण अगदी वेगळं असतं. अशा गोड करंज्या पण असतात. आणि ही नारळाची बर्फी पण घे- मी ही बर्फी कित्येक वर्षांत खाल्ली नाहीये. मला अशी बर्फी कुठल्याही आशियाई दुकानांत नाही दिसली, बहुतेक ही फक्त महाराष्ट्रात मिळत असेल." आणि मग ती इराकडे वळून म्हणाली,

"मी ज्या स्त्रियांबरोबर काम करते, त्या बरेचदा खाण्याचे पदार्थ देऊन कृतज्ञता व्यक्त करतात. मला काही फारसा चांगला स्वयंपाक येत नाही. मी बरेचदा बांगलादेशी आणि पाकिस्तानी स्त्रियांबरोबर काम करते, आणि त्या सगळ्या मला स्वाती आपा म्हणतात. गेल्या ४० वर्षांत, महाराष्ट्रातील कोणाशीही मी बोलले नाहीये. तू मुंबईची आहेस ना? मी अगदी लहान असताना एकदा मुंबईला गेले होते, त्यानंतर नाही. आणि लीलाने तर मुंबई पाहिलीच नाही आणि तिची जायची इच्छा ही नाही." स्वाती अगदी सौम्य आवाजात बोलत होती. नेहमी घोषणा देणाऱ्या, ठाम, आणि पोलादी प्रतिमा असणाऱ्या स्वातीच्या आवाजापेक्षा हा आवाज अगदी वेगळा होता. तिने स्पष्टीकरण दिलं,

"मी स्वतः कोणत्याही धर्माचं पालन करत नाही, पण कामानिमित्त माझा उत्तर भारतीय हिंदू आणि शीख कुटुंबांशी संबंध येतो. १० वर्षांपूर्वी इथे राणीच्या हस्ते खूप धुमधडाक्यात, एका देवळाचं उद्घाटन झालं. तोपर्यंत ब्रॅडफर्डमध्ये एकही देऊळ नव्हतं. पण मी कधी त्या देवळात गेले नाहीये. इथल्या गुरुद्वारामध्ये भरपूर शीख लग्न होतात, आणि चर्चमध्ये बरीच ख्रिश्चन लग्नंही. ज्या आयांनी बरेच वर्षांपूर्वी घरातून बाहेर पडण्याचं धाडस दाखवलं त्यांची मुलं निरोगी आणि सुदृढ झाली. ती सगळी मुलं मला बोलावतात. आत्ता ब्रॅडफर्डमध्ये शंभराहून अधिक मशिदी आहेत, पण त्यांत स्त्रियांना प्रवेश नाही. मुस्लिम लग्नांना जाताना (आणि अशी बरीच मुस्लिम लग्नं इथे होतात), आम्ही त्यांच्या परंपरांचा मान राखण्यासाठी डोक्यावरून ओढणी घेतो."

इंग्लंडमधल्या 'विमेन्स कलेक्टिव्हज'च्या कार्याबद्दल इराने वाचलं होतं. त्यांनी हाताळलेला एक खटला खूप गाजला होता. त्यावर २००६ मध्ये 'प्रोव्होक्ड' या नावाने समीक्षकांनी प्रशंसा केलेला एक हिंदी

चित्रपट आला होता. हा चित्रपट तिनेही पाहिला होता. भारतीयांच्या, इंग्लंडमधील आयुष्याबद्दल भ्रामक कल्पना बाळगणाऱ्या लोकांच्या डोळ्यांत या चित्रपटाने अंजन घातलं होतं. तो चित्रपट बघून इरा हादरली होती. तिचा इतर स्थलांतरित कुटुंबांशी फारसा कधी संबंध आला नव्हता. या चित्रपटात दाखवलेली कथा कितपत खरी आहे हे इराला जाणून घ्यायचं होतं.

"स्वातीताई, 'प्रोव्होक्ड' चित्रपट पाहून मी सुन्न झाले होते. अजूनही तसंच घडतं का?"

"हो गं,'प्रोव्होक्ड' हा चित्रपट १९९१ च्या किरणजीत अहलुवालिया मोहिमेवर आधारित होता. तो खटला साउथहॉल ब्लॅक सिस्टर्सनी खूप त्वेषाने लढला." स्वातीने मान डोलावली.

"उत्तर भारतातल्या पंजाबमध्ये किरण लहानाची मोठी झाली. कुटुंबातील इतर मुलींप्रमाणे लग्न करणं आणि मुलं जन्माला घालणं हेच तिच्या नशिबात होतं. तिच्या आई-वडिलांच्या मृत्युनंतर ती बहिणीकडे कॅनडाला गेली. तिथे जाऊन शिकावं आणि स्वतंत्र जगावं म्हणजे लग्नासाठी तिच्या मागे तगादा लावणार नाहीत असं तिला वाटलं. पण तिचा नवरा दीपक, याने तिचा अतोनात शारीरिक आणि मानसिक छळ केला. एका रात्री हा छळ असह्य होऊन तिने नवऱ्याला पेटवून दिलं आणि घरातून पळ काढला.

ब्रिटीश कायदा, एवढा आधुनिक असूनही, तिचा झालेला छळ त्यांनी समजून घेतला नाही. याउलट, नवऱ्याची प्रेमप्रकरणे समजल्यानंतर तिने "शांत राहायला" हवं होतं असं कोर्टाने सांगितलं. तिच्या नवऱ्याने गरम इस्त्रीने तिचा चेहरा जाळला होता, त्याही जखमा

कोर्टाने विचारात घेतल्या नाहीत. त्या रात्री तिच्या नवऱ्याने गरम सळई घेऊन तिला मारायची धमकी दिली होती. ही गोष्टसुद्धा कोर्टाने विचारात घेतली नाही. अनेक वर्षे ती हा मानसिक आणि शारीरिक छळ सहन करत होती. शेवटी तुरुंगात तिला मुक्त झाल्यासारखं वाटलं.

ती इंग्रजी शिकली, बॅडमिंटन खेळू लागली आणि सह-लेखक म्हणून एक पुस्तकही लिहिलं. त्या पुस्तकावर आधारित हा चित्रपट होता.

"जर तिला तुरुंगात गेल्यावर मुक्त वाटत असेल तर तिचं आयुष्य म्हणजे नरक असेल!" इरा उद्गारली आणि तिने विचारलं,

"कोर्टात खटला चालू असताना तिला एक प्रश्न वारंवार विचारला जात होता. तिने इतकी वर्षं हा छळ का सहन केला, आणि तिला वाचवायला तिच्या कुटुंबातलं कोणीच कसं पुढे आलं नाही?"

"दोन संस्कृतींमधला फरक असं कोर्टाने गृहीत धरलं, त्यावेळी कोर्टात कोणीही भारतीय किंवा इतर वर्णाच्या स्त्रिया उपस्थित नव्हत्या आणि त्या रात्री नक्की काय झालं यावरच कोर्टात प्रश्नचिन्ह उभं केलं गेलं. किरणच्या लग्नाला पाच वर्षं झाल्यानंतर, ती भारतात गेली होती. तिथे तिने तिच्या भावाला आणि त्याच्या कुटुंबियांना छळाविषयी सांगितलं होते. पण दीपकने त्या सगळ्यांची अगदी सपशेल माफी मागितली आणि परत तो असे वागणार नाही असं वचन दिलं. म्हणून किरणला त्याच्यासोबत परत इंग्लंडला पाठवलं!" स्वातीने तिचे हात अविश्वासाने हवेत उडवले, एका ग्लासमध्ये पाणी ओतून घेतले आणि ती पुढे बोलू लागली,

"आज ब्रॅडफर्डमध्ये फक्त एक पब आहे. मुसलमान लोक दारू पीत नाहीत, पण तरीही बायकांना मारहाण करतातच. धर्म, जात, संस्कृती

कोणतीही असो, घरगुती हिंसाचारातून सुटकेचा प्रयत्न करणाऱ्या स्त्रीला ना कायदा मदत करतो, ना कुटुंब. कुटुंबियांच्या मते,

"एकदा मूल झालं की सगळे सुरळीत होईल. म्हणून गरोदर रहा!"

"आणि म्हणूनच मला कायद्याचं शिक्षण घ्यायचं होतं. मी तर माझं शिक्षण पूर्ण करू शकले नाही, पण आमच्या या लीला मॅडम, एखाद्या वाघिणीसारख्या कोर्टात लढतात. अगदी सफाईदार अशा ब्रिटीश लकबीत ती त्यांना त्यांचाच कायदा सुनावते!" लीलाच्या कर्तृत्वाबद्दल बोलता बोलता स्वातीचा राग हळूहळू शांत होत होता. लीलाने लगेच विषय बदलला आणि म्हणाली,

"खरं आहे. किरणजीतचा खटला चालू असताना मी कॉलेजमध्ये होते. आता काय करिअर निवडावं याचाच मी विचार करत होते. खटल्यासाठीचे सबळ कारण आहे पण कोणीच वकील केस लढायला तयार नाही अशी अनेक स्त्रियांची अवस्था होती. अशा स्त्रियांना कायदेशीर मदत मिळवून देताना माझ्या आईला आणि तिच्या सहकाऱ्यांना किती त्रास होत होता हे मी पाहिलं होतं. "कौटुंबिक प्रतिष्ठा" या शब्दामध्ये गोऱ्या वकिलांना रस असण्याचं काय कारण? आणि भारतीय वंशाचे वकील या केसेस लढण्यास तयार होत नसत. कारण आपल्याच जातीबांधवांकडून येणाऱ्या दबाव आणि टीकेला कोण सामोरं जाणार? या स्त्रियांचे पासपोर्ट त्यांच्या नवऱ्यांच्या ताब्यात असत. अशा स्त्रियांना आपल्या मुलांची काळजी वाटत असे. अशी सगळीकडून त्यांची अडवणूक होत होती. आणि कायद्याच्या मार्गाने जावं तर तो फक्त विशेष लोकांसाठीच राबवला जात होता." लीलाने खिडकीतून बाहेर पाहिलं. त्या खोलीच्या पलीकडे एक छोटीशी बाग होती, तिकडे लीलाने बोट दाखवलं. बागेत असलेली

खोली हेच पूर्वी स्वातीचं ऑफिस होतं."मी शाळेतून घरी आले की या बेंचवर हिजाब घालून बसलेल्या अनेक स्त्रिया दिसायच्या. एखादे मूल मांडीवर बसलेलं असायचं, दोन मुलं बागेत खेळत असायची, आणि ती चौथ्यांदा गरोदर असायची. गरोदर अवस्थेत असतानाही नवरा तिला मारायचा. खूप मारहाण झाली तर नवराच तिला घेऊन क्लिनिकमध्ये जायचा. तिथे जाऊन, पुऱ्या तळताना हात भाजला किंवा काचेच्या दारावर आपटल्याने कपाळाला जखम झाली असं खोटंच सांगण्यासाठी स्त्रियांना भाग पाडलं जायचं." लीलाने सोफा-बेड आणि टेबलाकडे बोट दाखवले.

"आईच्या कामाच्या सुरुवातीच्या दिवसांमध्ये, मी शाळेला जाण्यापूर्वी इथे बसून नाश्ता करत असे. आई मला खूण करून शांत बसायला सांगायची. एकदा, नवऱ्याच्या जेवणात मीठ कमी झाले किंवा तिखट जास्त झालं म्हणून नवऱ्याने त्या बाईला मारहाण केली होती. आपलं तान्हं मूल छातीशी घट्ट कवटाळून ती घरून पळून आली होती. मध्यरात्र उलटून गेल्यावर ती बाई आणि तिचं मूल आमच्या दारात आले. आईने त्यांना घरात घेतलं, तिच्या पाठीवर आणि पोटावर माराचे वळ होते, त्याला औषध लावलं. तिला चहा, ब्रेड, बटर आणि केळी खायला दिलं. त्या बाईच्या कुशीतली छोटी मुलगी पहाट होता होता या सोफा-बेडवरच झोपी गेली."

लीलाने अगदी जोराने मान हलवली, "संतापाच्या भरात केलेल्या मारहाणीचे वळ हा यातला सगळ्यात वाईट भाग नाहीये. मी जेव्हा शाळेतून परत आले, तेव्हा ती बाई निघून गेली होती. तिच्या नवऱ्याच्या घरातली वडीलधारी मंडळी येऊन तिला घरी घेऊन गेली. त्यांनी सांगितल की, तिचा नवरा तिच्या काळजीने रात्रभर रडत होता

आणि तिची दोन मोठी मुलं आई आल्याशिवाय जेवायला तयार नव्हती. माझ्या आईला त्या क्षणी काय वाटलं असेल, विशेषतः जेव्हा अशा काही घटनांनंतर तिच्या स्वतःच्या चारित्र्यावर आक्षेप घेतले जात होते, तिचा स्वतःचा कौटुंबिक सन्मान नष्ट झाला होता आणि दुसऱ्यांच्या कौटुंबिक बाबींमध्ये हस्तक्षेप केल्यामुळे तिच्या जीवाला धोका निर्माण झाला होता." लीला उठून उभी राहिली आणि खिडकीजवळ गेली. इरा अगदी आदराने स्वातीकडे बघत होती. तिच्या मनात विचार आला,

"कोणत्या आई-वडिलांना अशा मुलीचा अभिमान वाटणार नाही?" हाताची घडी घालून, लीला खिडकीला टेकून उभी होती. ही तीच लीला होती जी लंडनमधील कोर्ट गाजवत होती.

"त्यानंतर, जेव्हा मी कायद्याच्या इतिहासाचा स्त्री-पुरुष लिंगाच्या अनुषंगाने अभ्यास करत होते, तेव्हा मी किरणजीतचा खटलासुद्धा अभ्यासला. ब्रिटीश पुस्तकात या खटल्याला आर. व्ही. अहलुवालिया खटला असे म्हटले आहे. या खटल्यानेच इंग्लंडमधल्या घरगुती हिंसाचाराच्या कायद्यात बदल घडवून आणला. यामुळेच "चिथावणी किंवा प्रोव्होकेशन" या शब्दाची कायदेशीर व्याख्या बदलण्यात आली. त्यानंतर किरणवरील "खुनाचा" आरोप कमी करून "मनुष्यवधाचा" गुन्हा दाखल करण्यात आला. किरणच्या या खटल्याचा आधार पुढे जाऊन एमा हम्फ्रीज या २४ वर्षीय वेल्श तरुणीच्या खटल्यातही घेण्यात आला. तिच्यावर तिच्या ४० वर्षांच्या प्रियकराच्या हत्येचा आरोप होता. तसंच ब्रिटीश नागरिक सारा थॉर्न्टन हिच्यावर तिच्या नवऱ्याच्या हत्येचा आरोप केला होता. या दोन्ही खटल्यांमध्ये आरोपींची निर्दोष मुक्तता करण्यात आली. "पीडित महिला लक्षण (बॅटर्ड वुमन्स सिंड्रोम)" याला मान्यता मिळण्यापूर्वी, चिथावणी म्हणजे नुकत्याच घडलेल्या आणि

"तात्पुरते नियंत्रण गमावण्यास" कारणीभूत ठरलेल्या हिंसेच्या कृतीला मिळालेली एक वैशिष्ट्यपूर्ण अशी पुरुषी प्रतिक्रिया मानली जात होती. थॉर्न्टनच्या खटल्यात दीर्घकाळ क्रौर्याचा सामना केल्यानंतर "वाजवी वागणूक" बदलणे याबाबत न्यायालयाने आजिबात सहानुभूती दाखवली नाही. थॉर्न्टनच्या आजन्म कारावासाच्या शिक्षेच्या सुनावणीच्यावेळी, तिला अनेक वर्षं जबर मारहाण करणाऱ्या पतीला ठार मारण्याऐवजी तिने वरच्या मजल्यावर जायला हवं होतं किंवा घरातून बाहेर जायला हवं होतं असा सल्लाही कोर्टाने तिला दिला! वरच्या मजल्यावर जायला पाहिजे होतं म्हणे! हं, हिंसक नात्यात अडकलेल्या स्त्रीची वेदना एखाद्या पुरुष न्यायाधीशाला कशी समजणार?" लीलाचे गडद डोळे अगदी पेटून उठले. इरा शहारली. पुन्हा एकदा, सगुणा आजीचे शब्द तिच्या कानात घुमले, "नशीबवान".

लीलाने खोलीमध्ये फिरून चहाचे रिकामे कप उचलले, सोफ्यावर पडलेले कुकीजचे कण झटकले आणि तिने तिच्या आईकडे पाहिलं. स्वातीने मान हलवली आणि त्या दोघींनी इराकडे पाहिले. "आता कामाच्या गप्पा बंद. इरा मामी, आज रात्री इथेच रहा, आपण तुझं आजचं परतीचे तिकीट रद्द करू आणि उद्या माझ्याबरोबर परत चल. अजून आपल्याला खूप गप्पा मारायच्या आहेत..." लीलाने, 'इरा मामी' अशी हाक मारली होती. स्वातीच्या चेहऱ्यावर हसू पसरलं. स्वातीचं हास्य पाहून इराला प्रभाकरांची आठवण झाली. समीरला चांगले गुण मिळाले की असंच हसू त्यांच्याही चेहऱ्यावर पसरत असे. स्वातीने आपला हात इराच्या खांद्यावर ठेवला,

"मला समीरबद्दल अजून जाणून घ्यायला आवडेल. किती देखणा दिसतोय तो आता आणि आता त्याला त्याची एक मैत्रीण आहे म्हणे?

आणि तू सुद्धा ९०च्या दशकात इथे येऊन डॉक्टर झालीस. लीला शाळेत जायला लागल्यावर मलाही पुढे विद्यापिठात जायची खूप इच्छा होती, पण नाही जमलं. थांब ना, इरा. आपल्याला अजून किती बोलायचं आहे." स्वाती मनमोकळी हसून म्हणाली. आत्ताच दोन तासांपूर्वी त्या दोघी पहिल्यांदा एकमेकींना भेटल्या होत्या हे सांगूनही खरं वाटलं नसतं.

इराही हसली, "मलाही थांबायचा मोह होतो आहे. जरा दुकानात जाऊन जुजबी कपडे आणावे लागतील. मला काही खास खरेदी नाही करायची. पण जर आज रात्री मी राहणार असेन तर, माझ्याही दोन इच्छा पूर्ण करता येतील का? पहिली म्हणजे, उद्या सकाळी मी हॉवर्थला जाणार आहे, मला तिथे जाऊन ब्रॉंटे भगिनींचं घर बघायचं आहे. आम्ही शाळेत असताना ''वदरिंग हाईट्स" आणि "जेन एअर" शिकलो होतो. इंग्लंडला येण्यापूर्वी माझ्या मनात इंग्लंडची तशीच प्रतिमा होती. माझ्या स्वप्नातील इंग्लंड मी कधीच बघू शकले नाही-तुम्ही राहात असलेल्या ब्रॅडफर्डपेक्षा खूपच वेगळं जग आहे ते. आणि, मला तुम्हा दोघींसाठी साधा मराठी पध्दतीचा स्वयंपाक करायचा आहे. २५ वर्षं इंग्लंडमध्ये राहूनही एकाही रेस्टॉरंटमध्ये असं जेवण मला मिळालं नाहीये. लीला आणि तुम्ही आराम करा किंवा तुमची राहिलेली कामे पूर्ण करा, स्वातीताई. गेलं एक वर्षं अगदी एकट्याने राहिल्यावर कोणासाठी तरी स्वयंपाक करायला मला खूप आवडेल." स्वाती आणि लीलाने आनंदाने होकार दिला.

"तुझ्या हातची मटार करंजी आणि नारळाची बर्फी खाल्ल्यावर तर तू सुगरण आहेस हे आमच्या लक्षात आलंय. मी तरुणपणी अगदी बंडखोर होते, म्हणून मी हट्टाने भारतीय पध्दतीचा स्वयंपाक शिकले नाही. आणि नंतर कामाच्या रगाड्यात, जेवणाकडे फारसं लक्ष देता आलं नाही. चल, मी तुला स्वयंपाकघरात कुठे काय ठेवलं आहे ते दाखवते.

तुला अजून काही हवं असेल, तर इथे जवळच एक बांगलादेशी दुकान आहे." स्वाती इराला घेऊन तिच्या छोट्याश्या स्वयंपाकघरात गेली.

जेव्हा इरा मुंबईत अगदी मुक्त आयुष्य जगत होती, तेव्हा स्वयंपाकघराचा ताबा जनाबाईंकडे होता. सगुणाआजी तिच्या समाजसेवेत व्यस्त असायची. आणि प्रियंवदा तिचे छंद जोपासणं जसं की ब्युटीशियन कोर्स किंवा भरतकाम आणि सामाजिक जीवनात मग्न असायची. सगुणा आणि प्रियंवदाचं नाते जरा ताणलेलंच होतं. आपल्या समाजसुधारकांनी अतिशय कष्टाने स्त्रियांना शिक्षणाचा अधिकार मिळवून दिला, त्यांना स्वातंत्र्य मिळवून दिलं. प्रियंवदा आणि तिच्या भिशी आणि छंदवर्गातील मैत्रिणी हे मिळालेलं स्वातंत्र्य वाया घालवत आहेत असं सगुणाचे ठाम मत होतं. प्रियंवदाची पुण्यातील बहीण प्रतिभा जोग ही मात्र सगुणाची अगदी लाडकी होती. ती नेहमी प्रतिभाची वाट बघत असे.

प्रतिभा पौरोहित्यही करत असे. प्रतिभा, सगुणाला तिच्या पौरोहित्याच्या क्षेत्रातील अनेक गोष्टी सांगत असे. ती पौरोहित्य करताना, संस्कृत श्लोकांचे मराठी आणि इंग्रजीमध्ये अर्थ सांगत असे. आता ते लोकांना हळूहळू आवडू लागलं होतं. बरेचदा पुरुष भटजी लग्न लावताना रटाळपणे मंत्र म्हणत राहतात. आलेले पाहुणे लग्नविधींकडे अजिबात लक्ष देत नाहीत. या पार्श्वभूमीवर प्रतिभाची कामाची पद्धत अगदी वेगळी होती. सगुणा आणि प्रतिभा नेहमी श्लोकांचे मूळ, प्रथा-परंपरा यांविषयी चर्चा करत असत. आणि यावेळी इरा घरात असेल तर सगुणा आवर्जून तिला या संभाषणात सामील करून घेत असे. इराला, प्रतिभा मावशी व सगुणा आजीची ही सगळी संभाषणं आठवत होती. ती संध्याकाळ हळूहळू पुढे सरकत होती...

प्रकरण ११

विधींच्या नावाने

लंडनमधली उच्चभ्रू आणि सुप्रसिद्ध वकील असणारी लीला इथे ब्रॅडफर्डला येऊन, केवळ तिच्या आईची मुलगी झाली होती. लीला अतिशय प्रेमाने स्वातीची काळजी घेत होती. जेवणानंतरची आवराआवर करत होती, संपलेलं वाणसामान भरून ठेवत होती. स्वातीसुद्धा इराच्या हातचं जेऊन तृप्त झाली होती. तिच्या हातच्या चवीने स्वातीला माहेरची आठवण झाली.

इराने गरमागरम फुलके, शेंगदाण्याचं कूट, खोबरं घालून भरली वांगी, मसुराची आमटी आणि साधा भात केला होता. त्याच्याबरोबरीने चवीला म्हणून स्वातीने गाजर काकडीची कोशिंबीर केली.

"या कोशिंबिरीला मी जिऱ्याची फोडणी दिली तर चालेल ना स्वातीताई? म्हणजे आपला पारंपरिक स्वयंपाक पूर्ण होईल." इराने विचारलं. स्वयंपाकघरातल्या सगळ्यात लहान कढल्यात तिने तूप गरम केलं, त्यात अर्धा चमचा जिरे, कढीपत्ता आणि हिंग घातला. गॅस बंद करून गाजर काकडीच्या किसलेल्या मिश्रणावर ती फोडणी घातली आणि वरून मीठ साखर आणि दही घालून कोशिंबीर सारखी केली.

लीलाला आपल्या आईला अस्खलित मराठी बोलताना पाहून नवल वाटत होतं. इतकी वर्षं एकमेकींशी काहीही संवाद नसलेल्या या दोन स्त्रिया इतक्या आपुलकीने बोलत आहेत हे पाहून तिला आश्चर्य वाटत होतं. जेवणानंतर ओटा आवरून त्या तिघी दिवाणखान्यात येऊन गप्पा मारत बसल्या. दिवाणखान्यात असलेल्या छोट्या सेंटर टेबलवर स्वातीने काचेच्या बाऊल मध्ये गोड ठेवलं होतं.

"लीलासाठी सरप्राईज!" म्हणत स्वाती हसली. तिने बाऊलवरचं झाकण काढलं तेव्हा गुलाबपाण्याचा सुगंध आला आणि त्यावर भुरभुरलेला सुकामेवा पाहून लीला लहान मुलीसारखी त्या पदार्थावर तुटून पडली.

"आईशप्पथ! नसमीन खालाच्या हातची फिरनी आणि जमैकन रताळ्याचा हलवा पण आहे!!" असं म्हणत लीलाने तिच्या आवडत्या पदार्थाचा फडशा पाडायला सुरुवात केली.

"तू येणार आहेस हे नसमीनने ऐकलं आणि तिच्या नातवाबरोबर तुझ्यासाठी हे पाठवून दिलं. तिला आता नीट चालता येत नाही. तू तिला भेटायला जाशील? आणि मिसेस ब्राऊन पण सकाळीच येऊन गेल्या. ख्रिसमसच्या आठवणी काढत बसल्या होत्या. त्यांच्याशी बोलण्यात तासभर गेला बघ!" इराला त्यांच्या एकमेकींशी असलेल्या मनमोकळ्या नात्याचं नवल वाटलं. हे १९८० च्या दशकातलं मुंबई आहे की काय असं तिला वाटून गेलं. सतत येणारे जाणारे शेजारी, एकमेकींसाठी खायला पाठवणाऱ्या शेजारणी हे सगळं तिला फार सुखावह वाटत होतं. क्रॉयडनला रत्नप्रभांच्या राज्यात सतत शेजाऱ्यांना नावं ठेवली जायची. इझ्लिंग्टनला तर शेजारच्या घरात कोण राहत आहे हेसुद्धा इराला ठाऊक नव्हतं.

मिठाई खाण्याआधी स्वातीने इराला फुलाफुलांचं डिझाईन असलेला सलवार कमीज रात्री झोपताना घालायला दिला.

"लीला काही भारतीय कपडे घालत नाही. पण तुला चालतील की... हो ना?"

इराने तिचे आभार मानले आणि आपला स्कर्ट,लोकरीचे स्टोकिंग्स आणि स्वेटर काढून, स्वातीने दिलेले मऊ कपडे घातले. कॉलेजकन्या असताना, इराकडे तेव्हाच्या फॅशनचे सगळे कपडे होते. शॉर्ट कुर्ता, लांब कुर्ता, घोळदार सलवार, बाटिक प्रिंट असलेल्या ओढण्यासगळं काही होतं. इराकडे जरतारी कुर्ते, त्यावर चंदेरी सोनेरी धाग्यांनी केलेलं नाजूक नक्षीकाम, भरतकाम असायचं. असे कुर्ते ती लग्नसमारंभात किंवा सणवारांना आवर्जून घालायची. तिला वाटलं तर ती कपड्यांना साजेसे दागदागिने सुद्धा घालायची.

पोशाखाला साजेशी टिकली लावायची का रंगीत गंध लावायचं हे मात्र तिच्या मनस्थितीवर अवलंबून असायचं.

लंडनमध्ये, सुरुवातीला काही महाराष्ट्रीय लोकांशी इराची भेट झाली तेव्हा, तिने हिरव्या आणि चंदेरी रंगाचा ड्रेस घातला होता. लांब बाह्या असलेला, गुडघ्यापर्यंत येणाऱ्या कुर्त्याचे कट्स नारंगी रंगाच्या फुलांनी आणि मोत्याने सुशोभित केले होते. मुंबईतल्या तिच्या शिंप्याने तिच्या काळया सलवारवर सुद्धा हिरव्या आणि नारंगी रंगाने भरतकाम केलं होतं. हे सगळं पाहून शेजारच्या सुनिताकाकू तिला म्हणल्या, "तू हे असे भारतीय कपडे इथे घालू नकोस. साऊथहॉल, होन्स्लो आणि वेम्बलीला तू हे घालू शकतेस. पण इथे जर हे कपडे घातलेस तर तुला पाकिस्तानी समजतील. इराला तोपर्यंत कधीच वर्णद्वेष माहीत नव्हता.

त्यामुळे सुनिताकाकूंच्या या वक्तव्यावर ती भाबडेपणाने म्हणाली, "का काकू? त्याने काय फरक पडतो?"

काकूंनी आपली जीभ चावली आणि त्या कुजबुजत म्हणाल्या " हे बघ इरा, तू इंग्लंडमध्ये नवीन आहेस, तुला काही ठाऊक नाही. जर ब्रिटिश लोकांनी तुला या सलवार कमीजमध्ये पाहिलं तर त्यांना वाटेल, की तुला इंग्रजी बोलता येत नाही, तुला नऊ मुलं आहेत आणि तुझ्या मुलांमुळे त्यांच्या मुलांना लंडनच्या शाळांमध्ये प्रवेश मिळणार नाही. हा देश त्यांचा आहे. काही वर्षांनंतर इथे आपण घर घेतो आणि आपल्याला नागरिकत्व मिळतं. पण अर्थात त्यासाठी आपल्याला भरपूर प्रयत्नही करावे लागतात. आपल्या भारतातल्या शैक्षणिक पदव्या इथे काही कामाच्या नसतात. त्यामुळे पुन्हा जीव तोडून भरपूर अभ्यास करून स्वतःला सिद्ध करावं लागतं. सर्व प्रकारचे कर भरावे लागतात, कुठल्याही योजनेचे फायदे आपल्याला मिळत नाहीत. आपल्यासारख्या लोकांची कुटुंबं त्रिकोणी किंवा फार तर चौकोनी असतात. पुढे जाऊन आपली मुलं इथल्या विद्यापीठात शिकतात. तुझ्या सासूबाईंकडून मला हेही समजलं की तू सुद्धा पदव्युत्तर शिक्षण घेत आहेस. अतिशय चांगली गोष्ट आहे, तू ते घ्यायलाच हवंस! पण हे एवढंच पुरेसं नाही गं. तुला इथल्या संस्कृतीशी जुळवून घ्यायला हवं. त्यामुळे गडद रंगाचे कपडे वापरत जाऊ नकोस, तुझी ओळख ठसवण्याचा प्रयत्नही करू नकोस. दागिनेसुद्धा कमीतकमी वापर. आणि फिकट रंगाचे कपडे घालत जा. शिवाय इथल्या लोकांना तुम्ही हिंदू आहात की मुस्लिम आहात ही गोष्ट ठाऊक नसते किंवा त्या गोष्टीचा त्यांना फरक पडत नाही. आणि जर तुला भारतीय पोशाख घालायचाच असेल तर तो आपल्या इथे होणाऱ्या

कार्यक्रमांच्या वेळीच घालत जा." असं म्हणून सुनिताकाकू उपदेशाचा डोस पाजून वाऱ्याच्या वेगाने निघून गेल्या.

इरा काही वेळ तशीच उभी राहिली. मुंबईमध्ये दंगली होईपर्यंत तिला हे भेदभाव माहीतही नव्हते पण गोडसे ज्यांच्यात उठबस करत त्या सर्व गोतावळ्यात या भेदभावाविषयी अगदी ठळकपणे बोलले जाई. जशी वर्षं सरत गेली तसं सुनीता काकूंचं म्हणणं तिला पटायला लागलं. फक्त त्या उपदेशामध्ये त्यांनी ब्रॅडफर्ड इथे मोठ्या संख्येने आशियाई लोक राहतात, हे सांगायला हवं होतं. जेव्हा इरा आणि स्वाती कामानिमित्त शहराच्या मध्यवर्ती भागात गेल्या तेव्हा इराला एक बुरखा घातलेली स्त्री दिसली. तिने असं दृश्य मुंबईत क्वचितच पाहिलं होतं. उगाच नाही या भागाला छोटा पाकिस्तान म्हणले जात।

अनेकदा चुकीच्या कारणांमुळे, जातीय दंगली, वस्तीवरील राडे, रॉचडेल येथील लहान मुलांवर होणाऱ्या अत्याचाराचं ठिकाण म्हणून आणि मुस्लिम तरुणांच्या गुन्हेगारी प्रकरणांमुळे, ब्रॅडफर्ड चर्चेत असायचं. पण स्वातीच्या दिवाणखान्यात मात्र, मुस्लिम घरातून चविष्ट मिठाया, जमैकन पुडिंग येत होतं. ब्रॅडफर्डचं असं वेगळं रूप इराला फारच सुखावह वाटलं. लीलाने उसासा टाकला,

"फारच लाड सुरू आहेत माझे। आधी चहाच्या वेळी इरामामीच्या हातची खुसखुशीत करंजी, मग रात्रीचं जेवण. मराठी पद्धतीचं जेवण इतकं रुचकर असेल असं मला कधीच वाटलं नव्हतं. आणि आता ही फिरनी। हे सगळं कसं करता गं तुम्ही बायका, खास करून इरामामी, तू! तू दिवसभरच्या इतक्या दगदगी नंतरही , किती निगुतीने बनवून सगळे पदार्थ पानात वाढलेस तू पूर्वीपासून सगळा स्वयंपाक असाच उत्तम करतेस का?"

"नाही, नाही..अजिबातच नाही लीला. मी एक साधी किशोरवयीन मुलगी होते, नेहमी घराबाहेर राहणारी, कॉलेजात; नाही तर मग थिएटरमध्ये सिनेमा पाहणारी, मित्रमैत्रिणींच्या गराड्यात असणारी. आणि घरी असेन तेव्हा ग्रंथालयांतल्या इंग्रजी आणि अमेरिकन लेखकांची पुस्तकं वाचणारी. मला स्वयंपाकात मुळीच रस नव्हता. घरी स्वयंपाकीण असल्यामुळे मी ते करणं अपेक्षितही नव्हतं. अगदी दिवाळीतसुद्धा आम्ही एका मावशींना फराळ करून देण्यासाठी घरी बोलवायचो. आम्ही सगळे त्यांना चकली मावशी म्हणायचो" इरा हसून म्हणाली.

"अरे बापरे. राजकुमारी इरा, घरी स्वयंपाकी आणि नोकरचाकर होते हं!" असं म्हणत लीला आणि स्वातीने तिला चिडवत एकमेकींकडे पाहिलं. घरकामासाठी मदतनीस असणं ही संकल्पना परकी आणि श्रीमंतीचं प्रदर्शन करणारी होती, त्यामुळे इराने बचावात्मक धोरण घेत म्हटलं, "भारतात या अशा कामांसाठी मदतनीस बायका बऱ्याच घरी पहायला मिळतात. भारतात या सुविधा फार महाग नसतात आणि माझ्या आजीनेही या घरकाम करणाऱ्या बायकांची मायेने काळजी घेतली होती. त्या बायकाही फार प्रेमळ आणि प्रामाणिक होत्या. त्यामुळे जेव्हा मी लग्न करून इकडे आले आणि मला पोळ्या करायला सांगितल्या, मोदक वळायला सांगितले तेव्हा मी पार घाबरून गेले होते. मला काही येत नव्हतं. त्यामुळे मला मेल्याहून मेल्यासारखं झालं. पण आईंच्या हाताखाली मी चुकतमाकत स्वयंपाक शिकत राहिले. हळूहळू त्यांनीही मला या सगळ्यात पारंगत केलं." एवढं बोलून इरा एकदम गप्प झाली, आणि तिने तळव्याने आपलं तोंड झाकून घेतलं. तिने नकळत

रत्नप्रभांना 'आई' म्हणून जो विषय काढायचा नव्हता, तोच काढला. आता काही खरं नाही, अशी भीती वाटून इराचे डोळे विस्फारले.

शेवटी स्वातीनेच त्या अस्वस्थ करणाऱ्या शांततेचा भंग करत म्हटलं, "तिच्या स्वयंपाकाच्या कौशल्याव्यतिरिक्त, तिने तुला आणखी एकाच गोष्टीत निपुण केलं आहे आणि ती म्हणजे भीती लोकांना जगायला ऑक्सिजनची गरज असते. पण गोडसे भीतीवर जगतात. त्यांच्या महाराष्ट्रीय मित्रमंडळींना काय वाटेल याची भीती, त्यांचे इंग्रजी शेजारी त्यांच्याबद्दल काय विचार करत असतील याची भीती..आणि त्या भीतीवर सगळ्यात सोपा उपाय म्हणजे आपण त्यांना अनुरूप वागायचं, त्यांच्याशी जुळवून घ्यायचं. प्रत्येक गोडसे नावाच्या व्यक्तीने स्वतःचे विचार, भावना, स्वप्नं दामटून टाकायची आणि गतानुगतिक मुंग्या जातात तसे घाबरून रांगेला अनुसरून सरळ जात राहायचं...स्वातीचा कडवट आवाज तापला. इराच्या तळव्यांना या अस्वस्थ करणाऱ्या परिस्थितीमुळे घाम फुटला.

"हे काही बरं झालं नाही, उगाच बोलून गेले," इराने खिन्नपणे स्वतःशीच विचार केला.

तेवढ्यात स्वाती गरजली,

"आता घाबरण्यासारखं काही नाही. तुला अपराधी का वाटाव? श्रीराम सतत भीतीच्या सावलीखाली राहिला आणि मलाही त्याच्यापासून दूर केलं. लीलाने मला सांगितलं की तू आणि श्रीराम, बऱ्याच आधी विभक्त झालात तरीसुद्धा तू समाज काय म्हणेल या त्यांच्या भीतीला पोसत राहिलीस. लीलाने मला हेसुद्धा सांगितलं की, तू अजूनही दर आठवड्याला त्यांना भेटायला जातेस. आता तू इथे येऊन मला माझा

झालेला अपमान बाजूला ठेवून त्यांच्याशी पुन्हा संबंध जोडायला सांगते आहेस. का? कारण आता त्यांना जवळचं असं कुणीही उरलेलं नाही. मला ठाऊक आहे की तू त्यांचं वकीलपत्र घेऊन माझ्याकडे आलेली नाहीस. त्यांना माझ्याशी बोलण्यात अजूनही कमीपणा वाटतो हे मला ठाऊक आहे. आम्ही तुझे आमच्या आयुष्यात अगदी आनंदाने स्वागत करतो. तरीही त्यांनी जे केलं ते चुकीचं होतं आणि त्या गुन्ह्याची शिक्षा त्यांना मिळाली आहे." स्वाती हातवारे करून बोलत होती. लीलाने तिचा हात हातात घेतला आणि म्हणाली, "मम्मा, आपण सगळं सांगायला हवं का?"

स्वातीने लीलाचा हात थोपटला; तिचे चमकदार हिरवे डोळे इरावर स्थिरावले होते. ती दृढ आणि स्थिर आवाजात म्हणली, "होय, लीला आपण तिला सांगायला पाहिजे. इरा येथे चांगल्या हेतूने आली आहे, आणि तिला हे माहित असणं आवश्यक आहे. इरा तुला तुकड्या-तुकड्यांमध्ये काही गोष्टी ऐकायला मिळाल्या असतील. काही वर्षांपूर्वी मी शोक करणं पूर्णपणे थांबवलं आहे. पण आज तुम्हा दोघींना माझं सत्य ऐकावं लागेल."

आधी एक तासभर स्वाती तिच्या लहानपणाविषयी सांगत होती. १९५८ साली नाशिकजवळच्या एका छोट्या गावात तिचा जन्म झाला. तिच्या जन्माने सगळ्यांना खूप आनंद झाला होता . तिला नाशिकच्या मराठी शाळेत शिकल्याची अस्पष्ट आठवण होती आणि ती नऊ वर्षांची असूनही, गोडसे यूकेला जाईपर्यंत, तिला इंग्रजीचा एक शब्दही बोलता येत नव्हता. तिने यॉर्कशायर मधल्या अनेक घरांच्या आठवणी, आठवतील तश्या सांगितल्या. सेंट्रल हीटिंग नसलेल्या आणि प्लंबिंगची समस्या असलेल्या घरांमधून ते कसे राहिले ते सांगितलं.

"तुला सांगते इरा, ते लंडन नव्हतंच मुळी! सगळं इतकं कठीण होतं. त्यामुळे आमच्या आईबाबांनी आम्हाला कधीही लंडनमध्ये फिरायला नेलं नाही. आमचं बालपण एल्कली, कीग्ली, स्किप्टन, हॅलिफॅक्स या लंडनपासून अनेक मैल दूर असलेल्या गावातून गेलं. अशा ठिकाणी गोरे इंग्रज डॉक्टरसुद्धा येण्यासाठी आढेवेढे घ्यायचे. सरतेशेवटी मँचेस्टरच्या गजबजलेल्या भागात आम्हाला एक छोटं घर मिळालं. एन एच एस मध्ये सदासर्वदा डॉक्टरांची गरज भासायची, अजूनही भासते. त्यामुळे बाबा नेहमी त्यांच्या कामात व्यस्त असायचे. त्यांना वर्णद्वेषाच्या राक्षसाशी सामना करावा लागला पण त्यांनी कधी त्याचा बाऊ केला नाही.

मी लहानपणी कधीही ही भाषा पूर्णपणे आत्मसात करू शकले नाही. त्यामुळे शाळेतसुद्धा मला जेमतेमच मार्क्स असायचे. माझ्या अडखळत आणि अवजड इंग्रजी बोलण्यामुळे, माझ्या दोन तेलकट वेण्यांमुळे आणि कपाळावरच्या लाल टिकलीमुळे मी सगळ्या वर्गात चेष्टेचा विषय होते. पण माझ्या आयुष्यात एकमेव आनंद होता तो म्हणजे श्रीराम.. तो दिवसभर माझ्या मागे मागे फिरायचा, त्याच्यासाठी माझा शब्द हा प्रमाण असायचा." स्वातीला तिच्या या गोऱ्यापान आणि गोड-गोबऱ्या लहान भावाच्या आठवणीने गहिवरून आलं आणि तिच्या आवाजाची धार कमी झाली. तिच्या डोळ्यांपुढे निळ्या टीशर्टमधला, निळसर हिरव्या रंगाची झाक असलेल्या डोळ्यांचा छोटासा श्रीराम उभा राहिला.

पुन्हा एकदा ती ६० च्या दशकातल्या रत्नप्रभांबद्दल बोलू लागली.

मला अस्खलित इंग्रजी बोलणाऱ्या लेले काकू अजूनही आठवतात. त्या साडी नेसून शस्त्रक्रिया करायच्या. त्यांच्या कपाळावर लाल टिकली असायची. डॉक्टरच्या कोटमधून त्यांच्या गळ्यात

असलेलं मंगळसूत्र डोकवायचं. सगळ्या डॉक्टर जोडप्यांमध्ये, आमची आईच अशी वेगळी होती. गावातल्या पौरोहित्य करणाऱ्या ब्राह्मणाची ती मुलगी. तिने माध्यमिक शिक्षण पूर्ण केलं आणि संस्कृतमधून संथा घेऊन तिच्या बाबांना ती पौरोहित्यात मदत करू लागली. अर्थात त्यावेळी एखाद्या मुलीने पौरोहित्य करणं हे कल्पनातीत होतं. पण तिला ब्राह्मणी पद्धतीच्या सगळ्या रीतीभाती ठाऊक होत्या, व्रतंवैकल्यं ठाऊक होती. मुंज, लग्न, मृत्यू याखेरीज वर्षभरात साजऱ्या होणाऱ्या सगळ्या सणसमारंभांची माहिती होती. तिच्या लहानपणी ती कुठल्याही ब्राम्हणेत्तर व्यक्तीच्या संपर्कात आली नव्हती . त्यांच्या गावातले सगळे आस्तिक, या पौरोहित्य करणाऱ्या कुटुंबाला मान द्यायचे. गावातली इतर कुटुंबं शाळकरी रत्नप्रभाला आणि तिच्या बहिणींना सणासुदीच्या दिवशी जेवायला बोलवायची. त्यांच्यासाठी ही जणू काही मेजवानीच, कारण तिच्या आईबाबांना एवढा खर्च परवडणारा नव्हता. ती परकर पोलकं घालून पूजा असणाऱ्या घरी जायची आणि तिच्या आईने सांगितल्याप्रमाणे यजमानीण बाईंना स्वयंपाकघरात मदतही करायची. इतर जातीतले लोक विशेषतः इतर जातीतल्या लोकांना, साठे गुरुजी पूजा करत असतील तर मंदिराच्या दिशेला फिरकण्याचीही परवानगी नसे." असं म्हणून स्वाती क्षणभर थांबली आणि नाराजीने म्हणाली, "तुझा विश्वास बसणार नाही, पण या बाईने तीन दशकांनंतर यूकेमध्येही ही अस्पृश्यता पाळली आहे!" स्वातीच्या आवाजात संताप होता आणि तिने आपले दोन्ही तळवे हवेत उंचावले.

"आमच्या सभोवतालच्या इतर महाराष्ट्रीय लोकांप्रमाणे त्यांनाही त्यांच्या मुलांनी विद्यापीठात शिक्षण घ्यावं असं वाटत होतं, पण आमच्या दोघांपैकी कुणीही त्यांचं हे स्वप्न पूर्ण करू शकले नाही.

आपली आई अजिबात विचलित न होता तिच्या भूतकाळाविषयी बोलते आहे, हे लीलाच्या लक्षात आलं. तिचे आजीआजोबा कुठल्या कौटुंबिक पार्श्वभूमीतून आले आहेत हे ती जाणून घेण्याचा प्रयत्न करीत होती. स्वाती आणि इरा दोघीही सजातीय असल्यामुळे त्यांना या नातेसंबंधांवर आधारित सांस्कृतिक गोष्टी ठाऊक होत्या.

लीलाने विचारलं, "मम्मा, मुंज म्हणजे काय?"

"श्रीराम आठ वर्षांचा असताना त्याचा मुंजसोहळा झाला, माझी सत्र परीक्षा संपल्यावर आम्ही भारतात जाऊन आलो. त्यानंतर मी पुन्हा कधीच भारतात फिरकले नाही. तो एक छोटासा घरगुती सोहळा होता, ज्यात आईच्या बहिणी आणि माझी मावस भावंडं आली होती. बाबांच्या घरचं कुणीही नव्हतं. आईने मला भर उन्हाळ्यात जरीची साडी नेसायला लावल्यामुळे मी तिच्यावर आधीच वैतागले होते. त्यात तिने मला श्रीरामशेजारी होमाच्या धुरात बसायला लावलं. माझ्या मावश्या माझ्या सौंदर्याचं कौतुक करत बसल्या होत्या. मग आजीने, माझ्यासारख्या उपवर मुलीसाठी योग्य स्थळ शोधण्याची हीच वेळ आहे, असं आईच्या डोक्यात भरवलं. मी गोरीपान होते पण त्याहीपेक्षा मी थोडी जाड होते, त्यामुळे माझं लग्न ठरण्यासाठी अडचण आली असती, असं तिचं म्हणणं होतं. माझे आईबाबा माझं शिक्षण पूर्ण झाल्याशिवाय माझं लग्न लावून देणार नाहीत, हे ठाऊक असूनही मी लग्नाच्या विचारानेच घाबरून गेले. पण इंग्लंडमध्ये माझी केली जाणारी चेष्टा पुरेशी नव्हती की काय म्हणून आता भारतातल्या माझ्याच नातेवाईकांकडून माझ्या दिसण्याबद्दल टीका केली जात होती.

माझा या लोकांशी कोणताही संबंध नव्हता आणि मी त्यांच्याशी एक दशकभर कुठलाही संवाद साधला नव्हता. माझ्या इंग्रजी वर्गमित्रांमध्ये

मिळून मिसळून जाण्यासाठी मी प्रयत्न करत होते, त्यामुळे भारतासाठी मी माझ्या मनाचे दरवाजे बंद करून टाकले. भारतात असताना या लोकांना टाळण्याचा मार्गही मला सापडला होता. मला मराठी चांगल्या पद्धतीने बोलता येत नसल्याची बतावणी मी केली. ते खोटं होतं कारण आम्ही घरी फक्त मराठी बोलायचो. आई श्रीरामला आणि मला संस्कृत श्लोक शिकण्यास भाग पाडायची. आम्ही संस्कृतमध्ये काय म्हणत आहोत याचा अर्थसुद्धा आम्हाला कळायचा नाही. एकदाचं म्हणून उरकून टाकायचं या भावनेने आम्ही कधी त्या श्लोकांचा अर्थ आईला विचारलाही नाही. तिनेही कधी तो स्वतःहून सांगितला नाही. मुंजीच्या विधींबद्दल आता फारसं मला आठवत नाही. पण श्रीरामच्या हातात एक काठी दिल्याचं मला आठवतंय. आणि तो आईच्या मांडीवर बसून, काही बायका त्याला भरवत असल्याचं मला आठवतं. गुरुजींच्या मागे त्याला काही संस्कृत श्लोक म्हणायला सांगितल्याचं आठवतंय. हे सगळं का आणि कशासाठी करत होते, मला काही कळत नव्हतं. मला त्यात रसही नव्हता.''

''ऐकूनच किती भयंकर वाटतंय!'' लीलाने भुवया उंचावल्या. स्वाती पुढे काही बोलणार तितक्यात इराने तिला थांबवलं.

''स्वातीताई तुमची काही हरकत नसेल, तर मी लीलाला मुंजीचा खरा अर्थ समजावून सांगू का?''

''जेव्हा एखादा मुलगा विद्यार्थी जीवनात प्रवेश करतो, तेव्हा त्याची मुंज केली जाते. पूर्वीच्या काळी हा विधी ब्राह्मण मुलामुलींसाठी होता कारण शिक्षण हे दोघांसाठी होतं. हिंदू ग्रंथांमध्ये, गणितासारख्या विषयात पारंगत असलेल्या महिला विदुषींचे संदर्भ आहेत. ह्या विदुषींनी रामाची पत्नी सीता हिला शिक्षण दिल्याचे संदर्भ आहेत. नंतर परकीय

आक्रमणं वाढत गेली तसं मुलींना गुरुकुलात जाणं अवघड होऊ लागलं. त्यामुळे मुलींची शिक्षणं बंद झाली. कालांतराने मुंजी फक्त मुलांपुरत्याच मर्यादित राहिल्या. पूर्वी गुरुगृही जाण्याची वाट जंगलातून जायची. त्यामुळे वन्य प्राण्यांपासून स्वतःचं रक्षण करण्यासाठी मुलाच्या हातात काठी दिली जाई. आताच्या काळात ही काठी स्वतःच्या मनावर नियंत्रण ठेवण्यासाठी, इलेक्ट्रॉनिक उपकरणांसारख्या सारख्या विचलित करणाऱ्या माध्यमांपासून विद्यार्थ्यांचं संरक्षण करण्यासाठी,स्वयंशिस्त लावण्यासाठीचं साधन मानली जाते." एवढं बोलून इरा हसली. आतापर्यंत जिला या सगळ्यात अजिबात स्वारस्य वाटत नव्हतं ती लीला मात्र आता बारकाईने इराचं बोलणं ऐकून पुढे सरसावून बसली.

"फारच रंजक आहे हे, आणि त्या आठ वर्षांच्या मुलाला त्या बायका भरवत होत्या, त्याचा काय अर्थ आहे? वर्षभरापूर्वीच एलाला मी जेवण भरवलेलं आवडत नाही हे लक्षात आलंय माझ्या. लिओन एकवेळ काही गोड खाऊ घातलं तर खाईलसुद्धा!" असं म्हणून लीला स्वतःशीच हसली. आपल्या खोडकर नातवंडांच्या करामती ऐकून स्वातीच्याही चेहऱ्यावर हसू उमटलं. इरा पुढे म्हणाली,"पूर्वी, लहान मुलांना घरच्या वडिलधाऱ्या माणसांकडूनच शिकवलं जायचं. पण मुंज झाल्यावर मात्र त्यांनी आठ ते दहा वर्षं गुरुगृही राहणं अपेक्षित होतं. जोपर्यंत गुरूंना त्या विद्यार्थ्याचं शिक्षण पूर्ण झालं आहे असा विश्वास वाटत नसे तोपर्यंत त्याने तिथेच राहून अभ्यास करणं आवश्यक असायचं. त्यांना केवळ शास्त्र, गणित आणि विज्ञानच नव्हे तर जीवनकौशल्यं आणि उत्तम मूल्यं देखील शिकवली जायची. त्यानंतर किशोरवयीन वयात ती मुलं आपल्या घरी परतायची. तोपर्यंत त्यांच्या कुटुंबियांशी त्यांचा फार कमी संबंध यायचा. त्यावेळी दळणवळणाची आणि संपर्काची माध्यमंच

उपलब्ध नव्हती. त्यांना सगळीकडे पायी फिरावं लागायचं. साहजिक आहे, एक आई म्हणून तिला आपलं मूल परत इतक्या लवकर भेटणार नाही म्हणून त्याचे लाड करायचे असायचे. म्हणून मुंजीच्या वेळी मुलाला अधिकृतपणे आईच्या मांडीवर बसून, कुटुंबातली प्रत्येक स्त्री, त्याच्या आवडीचा पदार्थ त्याला भरवायची.

वास्तविक पाहता लीला, काही काही विद्यापीठांमध्ये ह्या समारंभाला मॅट्रिक्युलेशन म्हणतात. आता तुम्ही पदवी शिक्षणासाठी जाता. हे शिक्षण घेऊन झालं की जसा पदवीदान समारंभ करतात तसेच गुरुकडचे शिक्षण झाले की सोडमुंज करतात. ब्रह्मचर्य आश्रम संपून तो शिष्य गृहस्थाश्रमात प्रवेश करण्यायोग्य होतो. म्हणजे तो पुढे नोकरी, व्यवसाय करून स्वतःचा, स्वतःच्या कुटुंबाचा उदरनिर्वाह करू शकतो. त्यांची जबाबदारी घेऊ शकतो.

“व्वा! ही फेज २, छान आहे. त्यांच्या युनिव्हर्सिटीत गर्लफ्रेंड नाही” लीला हसत म्हणाली.

“होय, भारतीय संस्कृतीत आयुष्याचे चार महत्त्वाचे टप्पे सांगितले आहेत. ब्रह्मचर्य, गृहस्थाश्रम, वानप्रस्थाश्रम आणि शेवटचा संन्यास, ज्यामध्ये तुम्हाला तुमच्या सगळ्या इच्छांचा त्याग करायचा असतो. हिंदू धर्मात असं सांगितलं आहे की प्रत्येक टप्पा आनंदाने स्वीकारून व्यक्तीने पुढे जायला हवं. धर्माचा उद्देश लोकांना जगण्याचा मार्ग दाखवणं हा आहे. केवळ कर्मकांडं करून, समाजाच्या रीती लोकांवर लादणं म्हणजे धर्म नाही. आता मी थांबते आणि स्वातीताईंना पुढची गोष्ट सांगू देते. मी माझ्या आजीसारखं प्रवचनच द्यायला सुरुवात केली असं वाटतंय मला.” असं बोलून इरा हसली.

स्वातीने बोलायला सुरुवात केली तसा तिच्या आवाजात पुन्हा एकदा राग उफाळून आला.

"इरा, तू जे म्हणालीस ते सारं काही पटण्यासारखं आहे. पण आम्हाला याबद्दल कधीच काही सांगितलं गेलं नाही. मला फक्त श्रीरामचं डोकं भादरत असताना त्याने केलेला आक्रोश आठवतो. सगळ्या काकू, मावश्या एकमेकींच्या दागिन्यांचं कौतुक करण्यात गुंग झाल्या होत्या. आणि श्रीरामच्या डोळ्यात पाणी होतं कारण इंग्लंडला परतल्यावर शाळेतले मित्र चिडवतील हे त्याला माहीत होतं.

आईला स्वयंपाकघरात स्वयंपाकाचं काहीतरी पाहण्यासाठी बोलावलं होतं, त्यामुळे ती तिकडे धावली. त्याचं ते रडणं ऐकून मी श्रीरामाचं मुंडन चालू असलेल्या खोलीत धावले. आईच्या लहान बहिणीने, सुमती मावशीने तिच्या दोन्ही मुलांना त्याच खोलीत बोलावून घेतलं. धाकटा नऊ वर्षांचा होता आणि थोरला बारा वर्षांचा. श्रीरामसारखीच त्यांचीही डोकी तुळतुळीत केली होती, आणि त्यांनी शेंडी ठेवली होती. मावशीने एका हाताने श्रीरामाला आणि दुसऱ्या हाताने तिच्या मुलाला जवळ घेऊन प्रेमाने सांगितलं,

"तुझ्या या दोघा भावांचीही, तुझ्यासारखीच मुंज झालेली आहे. पूर्वीच्या काळी, ब्राह्मण एकदा मुंज झाल्यावर केस कधीच वाढवत नसत, ते अशी शेंडीच ठेवायचे. हेच त्यांच्या ब्राह्मण असल्याचं लक्षण होतं. यामुळेच त्यांना समाजात मान मिळायचा. खरं तर तेव्हा सगळी ब्राह्मण मुलं अशीच शेंड्या ठेवायची. वाढलेले केस, कापलेली शेंडी हे विकृतीचं लक्षण मानलं जाई. पण आता काळ बदलला आहे. काहीतरी वेगळं आहे, म्हणजे ते विचित्र असेलच असं नाही. तुझे बाबा आणि काका पण यातून गेले आहेत. ते पुढे कॉलेजात जाऊन शिकले, त्यांनी

नोकरी केली. त्यांना इतरांच्यात आपण वेगळे आहोत हे दाखवायचं नव्हतं. त्यामुळे त्यांनी केस वाढवले. तुझेही केस लवकरच वाढतील. तू अजिबात घाबरू नकोस. शाळेतली काही मुलं तुझ्या डोक्यावर मारून जातील, तुझ्या खोड्या काढतील, पण त्यांच्याकडे दुर्लक्ष कर. आता तुझी मुंज झाली आहे. तू आता मोठा झाला आहेस." हे सगळं ऐकून श्रीरामच्या अंगाला घाम फुटला होता. त्याला मावशीने जे काही सांगितलं, त्यातलं अवाक्षरही कळलं नव्हतं.

भारत भेटीत श्रीराम कसा गुदमरला होता हे स्वातीने सांगितल्यामुळे इराचे डोळे भरून आले. इंग्लंडमध्ये, बाबांनी श्रीरामला डोकं झाकण्यासाठी टोपी दिल्यावरही त्याने शाळेत जाण्यास नकार दिला होता.

"पुढली दोन वर्षं श्रीराम उपहासाच्या भीतीने रात्री अपरात्री उठून बसायचा. त्या विचारांनी तो थरथर कापायचा. मी जराशी आक्रमक होते, त्यामुळे माझी मैत्री लवकर व्हायची. पण माझे शत्रूसुद्धा खूप होते. मला शाळेत माझ्या रंगावरून, अतिशहाणपणावरून सतत बोललं जायचं. पण श्रीराम अगदी शांत स्वभावाचा होता, त्याला अजिबात मित्र नव्हते. त्यामुळे लोक त्याच्याकडे दुर्लक्ष करायचे." स्वाती गुरगुरत म्हणाली. त्याच्या मुंजीसाठी भारतात जाण्याचं ठरवलं त्यामनंतर पुन्हा लंडनला आल्यावर तिने कसा त्रागा केला, आदळआपट केली हे सांगितलं. ब्राह्मणी परंपरेचं समर्थन करणाऱ्या रत्नप्रभांनी नेहमीप्रमाणे आपल्या नवऱ्यासमोर आपलं रुदनास्त्र बाहेर काढलं. साडीने आपल्या डोळ्यांच्या कडा पुसत त्या म्हणाल्या,

"तो आठ वर्षांचा आहे. तरी अजून जेमतेमच बोलतो. तो शाळेत, अभ्यासात खूप मागे आहे. मी त्याच्या भविष्याच्या चिंतेमुळे रात्र

रात्र जागून काढते. बाबा म्हणाले, तो इथे जन्मला तेव्हा त्याचं वजन योग्य होतं आणि त्याला सगळ्या लशी दिल्या होत्या. तो क्वचितच आजारी पडतो. त्याला कधी साधं सर्दी पडसंही होत नाही की पोटदुखी नाही. तुम्हालाही नाशिकच्या उष्णतेमुळे इथे आल्यावर वातावरणाशी जुळवून घ्यायला वेळ लागला होता. पण त्याची तब्येत उत्तम आहे. तो अगदी व्यवस्थित आहे पण तरीही कधीकधी मला तो स्वतःच्याच विश्वात हरवला आहे असं वाटतं. तुमच्या आजोबांनी मला सांगितलं होतं की मुंज झाल्यावर बघ कसा त्याच्यात सकारात्मक बदल घडेल. माझ्या मुलाचं भलं चिंतणं हा गुन्हा आहे का?" असं म्हणत रत्नप्रभांनी डोळ्याला पदर लावला. प्रभाकरना काही तिचा हा युक्तिवाद पटला नव्हता, पण त्यांनीही तिचीच री ओढली, कारण या मुंजीने नुकसान काहीच होणार नव्हतं.

इराला ही कहाणी ठाऊकच नव्हती. स्वातीने वर्णन केलेल्या त्या बिचाऱ्या मुलाबद्दल तिला कमालीची आस्था वाटू लागली. स्वाती आणि इरा या दोघींना अचानक शांत झालेलं पाहून लीला तिथून उठली आणि म्हणाली,

"हे सगळं खूपच भयंकर आहे. आणि सगळ्या गोष्टी ऐकण्यासाठी आपल्याकडे वेळही आहे. तुमच्या दोघांपैकी कुणी चहा, कॉफी, काहावा, वाइन, ब्रँडी काही घेणार आहात का??

प्रकरण १२

तग धरण्याच्या नावाने

सगळ्यांनी एकमताने ठरवल्याप्रमाणे काश्मीरचा प्रसिद्ध काहवा चहा करण्यासाठी लीलाने स्वयंपाकघरामध्ये जाऊन किटलीत पाणी उकळायला ठेवलं. अंगाभोवती शाल घट्ट ओढून स्वाती काहीतरी पुटपुटत तिच्या मागे स्वयंपाकघरात गेली,

"लईबाला कित्ती सांगितलं तरी ती ही ताजी दळलेली चहा पावडर मला देतेच. केशर किती महाग आहे. पण ती ऐकतच नाही! थांब कुठे ठेवलंय ते दाखवते" स्वाती आणि लीला काहवाचे वाफाळते कप घेऊन आल्यावर संपूर्ण खोली केशराच्या सुगंधाने भरून गेली. त्या सुगंधाने दोन्ही ठिकाणांमध्ये असलेला परस्पर-विरोधाचा विचार इराच्या मनात आला आणि ती लीलाला म्हणाली "नियंत्रण रेषेवर (एलओसी) सुरू असलेल्या सततच्या संघर्षामुळे काश्मिरी हिंदू पंडितांच्या संपूर्ण पिढीला आपले घर सोडून जावं लागलं. आणि जे काश्मिरी मुसलमान तिथे राहिले, त्यांनाही पिढ्यानपिढ्या हिंसाचाराचा सामना करावा लागला आणि आजही लागतो आहे. भारत आणि पाकिस्तानातील इतर प्रांतांप्रमाणे त्यांना हिंसामुक्त जीवन कधीच लाभत नाही."

"आजही काश्मीरची जखम भळभळते आहे. पक्षपाती दहशतीच्या विखारी विचारांमुळे आजही तेथील रहिवासी होरपळून निघत आहेत. आता तर, तिथे बॉम्बस्फोट झाले, तेथील लोक मारले गेले तरी वर्तमानपत्रात एखाद्या ओळीची बातमी येते, बस्स. भारताच्या सर्वात लोकप्रिय पर्यटनस्थळाची आणि बॉलीवूडच्या चित्रिकरणासाठी प्रसिद्ध असणाऱ्या काश्मीरची आज अशी अवस्था झाली आहे." इराने दुःखाने मान हलवली. ती क्षणभर थांबली आणि नंतर अडखळत म्हणाली,

"कधी कधी मला असं वाटतं की नथुराम गोडसेंनी अखंड भारतासाठी जो हट्ट धरला होता तो खरंच चुकीचा होता का? त्यांच्या अस्थि त्यांच्या पुढील पिढीतील नातेवाईकांनी, आता पाकिस्तानातून वाहणाऱ्या सिंधू नदीत विसर्जित कराव्यात अशी त्यांची इच्छा होती. ती पूर्ण होणे आत्तातरी शक्य वाटत नाही. पण ही इच्छा चुकीची होती का? आणि मी आज इथे एका हिंदू स्त्रीच्या घरी बसले आहे, जिचे घर संपूर्णपणे मुसलमान वस्तीत आहे, एका काश्मिरी मुसलमान स्त्रीने भेट दिलेला काहवा पिते आहे. ही स्त्री काश्मीरच्या पाकिस्तान प्रांतात वाढलेली आहे."

"गोडसे, नथुराम?" लीलाने प्रश्नार्थक भुवया उंचावल्या. स्वातीने तिच्या मांडीवर बोटं टेकवली. हे नाव आधी कुठे ऐकलं याचा ती विचार करत होती.

"हा विषय खूप गहन आहे, लीला. या विषयावर आपण परत कधीतरी बोलू. आत्ता आपण ताईंची गोष्ट ऐकूया." इराने एक घोट घेतला. स्वातीने बोलणे पुढे चालू ठेवले,

"माझ्या बोर्डाच्या परीक्षेत मला काही फारसे चांगले गुण मिळाले नव्हते तरीही, मला हायस्कूलच्या सोशल इव्हिनिंग साठी जायचेच होते.

आई मला अजिबात जाऊ देणार नाही, विशेषतः छोटे कपडे घालून हे मला माहीतच होतं. आणि कुठलाच गोरा मुलगा माझ्याबरोबर जायला तयार नव्हता. चेहऱ्यावर लाल ठिपके असणारी आणि फुलाफुलांच्या पांढऱ्या-पिवळ्या ड्रेसमधून जाड मांड्या दाखवणारी बेकी हिला त्या कार्यक्रमाचं आमंत्रण सगळ्यात शेवटी मिळाला होतं. माझी एक पाकिस्तानी, हिजाब वापरणारी मैत्रीण होती. तिचे पालक नाही म्हणाले म्हणून तीही या कार्यक्रमाला येणार नव्हती. पण मला मात्र जायचं होतं. या कार्यक्रमाला आमचे शिक्षकही उपस्थित असणार आहेत असं जेव्हा मी बाबांना सांगितलं, तेव्हा त्यांनी मला जायला परवानगी दिली. आई अजूनही तिच्या ४०च्या दशकातल्या मूल्यांना घट्ट चिकटून होती आणि बाबांना मात्र आपण इंग्लंडच्या संस्कृतीशी जुळवून घेऊन आधुनिक पद्धतीने राहावं असं वाटत होतं.

मी जेव्हा घरातून बाहेर पडले, तेव्हा अगदी गुडघ्याच्या खाली येईल असा स्कर्ट मी घातला होता. पण कार्यक्रमाच्या ठिकाणी पोचल्यावर, मी तो गुडघ्याच्या वर ४ इंच तरी येईल असा पद्धतीने कंबरेपाशी खोचला. मला कोणीही त्यांच्याबरोबर नाच करायला बोलावलं नाही. मी पायऱ्यांवर एकटीच बसले होते, माझ्या आवडीचं संगीत वाजत होतं त्यावर मी पायाने ठेका धरला होता आणि एका बाटलीतून मी लागर (बीअर) पीत होते. मी दारू पिते असं जर आईला कळलं असतं तर तिचा भयंकर संताप झाला असता."

"मिस, तुला नाच करायला आवडेल का?" हा जोसेफ होता.

सगळ्या जगावर मी चिडले होते. त्याच्याकडेही मी उपरोधाने तिरका कटाक्ष टाकला. तिथून निघून जाण्याऐवजी, "मी पण या

पायऱ्यांवर बसू का" असं त्याने विचारलं. मी त्याची दखलही घेतली नाही आणि माझी बिअर पीत राहिले,

"या पायऱ्या काही माझ्या मालकीच्या नाहीत. या देशात काय आणि इतर कुठल्याही देशात, माझ्या मालकीचं काहीच नाहीयं. तुला हवं तसं कर!" माझ्या बडबडीकडे दुर्लक्ष करून जोसेफ खाली बसला. मग आम्ही दोघांनी खूप गप्पा मारल्या, खूप हसलो. मध्येच उठून तो दोघांसाठी अजून बिअरच्या बाटल्या घेऊन आला. हे सांगताना स्वातीच्या चेहऱ्यावर एक मंद आणि उदास हसू होतं. तीन लागरच्या बाटल्या रिचवून झाल्यावर, स्वाती त्याच्यासोबत डान्स करायला तयार झाली. नंतर त्याने तिला घरी सोडायला येतो असंही सांगितलं.

पुढचे काही महिने स्वातीच्या आयुष्यातील सगळ्यात आनंदाचे होते. जोसेफ सतत काहीतरी गमतीशीर बोलून तिला हसवत असे. कधी एखाद्या कागदी कपमध्ये खोचून एखादे गुलाबाचे फूल देई, तर कधी कागदावर एखादा चुटकुला लिहून तिला देई किंवा एखादी विचित्र टोपण असलेली बिअरची बाटली किंवा चित्र-विचित्र कागदात गुंडाळलेली आईस-लॉली तिच्यासाठी आणत असे....

जोसेफ छोटी-मोठी कामं कौशल्याने करत असे. तो उन्हाळ्याच्या सुट्टीत अशी बरीच कामे करी-कुणाची बाग स्वच्छ करून दे, एखाद्या प्लंबरला बॉयलर बसवायला मदत कर, जुन्या स्वयंपाकघरातल्या कपाटाचे खिळे बदलून दे, कार्पेटला घासणाऱ्या जुन्या लाकडी दरवाज्याची तळाची बाजू तासून दे. अनेक वर्षं, अशी कामं करून जो पैसा मिळे, तो काळजीपूर्वक साठवत असे. त्याचे हायस्कूलचं शिक्षण संपल्यावर, त्याला एका रिअल इस्टेट कंपनीत नोकरी मिळाली. स्वातीला तर युनिव्हर्सिटीत जाण्याची इच्छा नव्हती. तिचं जेवढं शिक्षण झालं तेवढं

तिच्यामते पुरे होतं. तिला समाजसेवेचं काम करायचं होतं आणि त्यासाठी आवश्यक ते कोर्स जसे लागतील तसे ती करणार होती. पण गोडसेंना यातलं काहीही मान्य नव्हते. जी कुठली युनिव्हर्सिटी तिच्या गुणांवर प्रवेश देईल तिथे जाऊन सायन्स शिकणे एवढाच पर्याय त्यांनी स्वातीपुढे ठेवला .

गोडसेंच्या मित्रपरिवारात अनेक महाराष्ट्रीय लोक होते. ते सर्वजण आपल्या मुलांचे शैक्षणिक यश एकमेकांना कौतुकाने सांगत असत. या सगळ्यांची मुलं बरेचदा विज्ञान किंवा गणित विषय घेऊन इंजिनीअरिंग किंवा मेडिकल मध्ये करीअर करत असत. अशा मुलांशी स्वातीचं फारसं कधी जमलं नाही. अशी "सुपरस्टार" मुलं अमेरिकेतील किंवा भारतातील आपल्याच जातीतील मुला-मुलींशी लग्न करत." स्वातीने इराकडे पाहिलं. स्वातीच्या स्वरातला कडवटपणा इराला जाणवला आणि तिने मान हलवली. ९०च्या दशकात जेव्हा इरा मेडिकल कॉलेजला जायला लागली, तेव्हा हीच परिस्थिती होती. पण जेव्हा समीर युनिव्हर्सिटीमध्ये जाऊ लागला, तेव्हा वेगवेगळ्या प्रकारचे करिअरचे पर्याय उपलब्ध होते. पण शिक्षणात अव्वल कामगिरी करण्याचा दबाव मात्र तसाच होता.

स्वातीने तिची गोष्ट पुढे चालू ठेवली. करीअर आणि जीवनसाथी या दोन्ही आघाड्यांवर स्वातीने तिच्यापालकांची निराशा केली होती. जोसेफला ते कधीही स्वीकारणार नाहीत हे तिला माहित होतं. पण जोसेफ तिच्या पाठीशी उभा राहिला आणि त्या दोघांनी एक योजना आखली. पुढचे काही आठवडे, स्वाती आपल्या कपड्यांच्या छोट्या-छोट्या गुंडाळ्या करून आपल्या बॅकपॅकमधून घेऊन जात असे आणि ते कपडे जोसेफकडे देत असे. शेवटच्या दिवशी, स्वाती घरातून बाहेर पडली, ती घरी परत आलीच नाही. तिच्या वागणुकीचा कोणालाही

संशय आला नव्हता. फक्त निघताना, तिने श्रीरामला जरा जास्तच घट्ट मिठी मारली. त्या पिढीतील इतर कुटुंबांप्रमाणे, गोडसे कुटुंबातसुद्धा सतत एकमेकांच्या अंगचटीला जात नसत. मुले मोठी झाल्यावर, ती आपल्या भावना लांबूनच व्यक्त करत. श्रीरामला कोणीही त्याला मिठी मारलेली आवडत नसे, अपवाद फक्त स्वातीचा.

रात्री ८ वाजता स्वातीने घरी फोन केला. तिची आई खूप संतापलेली असणार याची तिला जाणीव होती.

"कुठं आहेस तू, स्वाती? रात्री ७ च्या आत घरी यायचं हे मी तुला कितीदा सांगितलं आहे? मुलींनी असं रात्री घराबाहेर भटकणं धोक्याचं आहे."

"आई, बाबा घरी आले आहेत का?" स्वातीने अगदी हळू आवाजात विचारलं. इतर वेळीसुद्धा आईसोबत संवाद साधणं तिला खूप त्रासाचं वाटत असे.

"हो, आले आहेत बाबा. स्वाती, ८ वाजून गेलेत. ताबडतोब घरी ये!" असे बोलून तिने बाबांकडे फोन दिला.

त्यानंतरच्या काही तासांत ज्या घटना घडल्या, त्याचा श्रीरामच्या मनावर खोल परिणाम झाला. त्यानंतर बऱ्याचदा तिचं आणि श्रीरामचं फोनवर बोलणं झालं. घरात काय घडलं हे श्रीरामने तिला सांगितलं. प्रभाकरांचा मृदु आवाज कापत होता; आणि रत्नप्रभा तारस्वरात बोलत होत्या. कोणीही त्यादिवशी जेवलं नाही की झोपलं नाही. कुटुंबाची नाचक्की, पाश्चिमात्य विचारांमुळे झालेला संस्कृतीचा ऱ्हास आणि कोणीतरी त्यांच्या गोऱ्या-गोमट्या मुलीवर काळी जादू करत आहे अशी रत्नप्रभांची निंदा-नालस्ती चालूच होती.

स्वाती खिडकीतून बाहेर दूरवर बघू लागली. तिच्या चेहऱ्यावर मंद स्मितहास्य पसरलं आणि ती सांगू लागली. तिने आणि जोसेफने त्यांच्या मित्र-मैत्रिणींबरोबर ती संध्याकाळ आनंदात साजरी केली. "माझ्याकडे घरकामाचं कसलेही कौशल्य नव्हतं, पैसेही अगदी जेमतेम होते आणि अशा परिस्थितीत भाड्याच्या छोट्याश्या घरात संसार थाटणं अवघड होतं. ती सुरुवातीची वर्षं अगदी खडतर गेली. पण नंतर परिस्थिती हळूहळू सुधारू लागली. जोसेफच्या बॉसला त्याचं काम आवडत होते. बॉसने त्याला पगारवाढ दिली जाईल असं सांगितलं. बांधकाम चालू असलेल्या नवीन इमारतीतील सगळी स्वयंपाकघरं तयार करण्याचं काम त्याला देऊ केले. त्याच्या हाताखाली कामगारांचा एक गट असेल असं सांगितलं." स्वातीचा चेहरा पुन्हा एकदा काळवंडला, तिचे हिरवे डोळे अजूनही खिडकी बाहेर बघत होते,

"पण ,त्याला प्रत्यक्षात कधीच पगारवाढ किंवा प्रमोशन मिळालं नाही. त्याचा बॉस दुसरीकडे निघून गेला आणि जो नवीन बॉस आला, त्याला जोसेफची गरज नव्हती. त्याने स्वयंपाकघराचे काम करायला स्वतःचा फिटर आणला होता. त्या रात्री, ११ वाजून गेले तरी जोसेफ घरी आला नव्हता. त्याच्यावर अन्याय झाला, त्याचं दुःख दारूत बुडवण्यासाठी तो मित्रांसोबत बाहेर गेला होता." स्वातीने सोफ्याची कड आपल्या हातात घट्ट पकडली, तिचा गोऱ्या हाताचा तळवा आणखीनच पांढरा पडला. ते इराच्या लक्षात आले. स्वातीने सांगितलं की ती काळजीने घरात येर-झाऱ्या घालत असताना, जोरात दरवाजा उघडून जोसेफ घरात शिरला. स्वाती दरवाज्याच्या धक्क्याने पडता-पडता वाचली. स्वातीने आवंढा गिळला, जरा श्वास घेतला आणि खिडकीत हाताची घडी घालून उभ्या असलेल्या लीलाकडे एक कटाक्ष टाकला.

इराने समोर ठेवलेल्या पाण्याच्या जगमधून एका पेल्यात पाणी ओतलं आणि स्वातीला दिलं. स्वातीने तिच्याकडे कृतज्ञतेने पाहिलं, तिने पाण्याचा एक घोट घेतला आणि ती पुढे बोलू लागली,

"त्यानंतर थोड्याच दिवसांत, मला दिवस गेले आहेत हे माझ्या लक्षात आलं. हे ऐकून जोसेफ फार खुश झाला. त्याने लगेच, येणाऱ्या बाळासाठी हिरव्या आणि पिवळ्या फुलांनी रंगवलेला पांढऱ्या रंगाचा लाकडी पाळणा तयार करायला घेतला." बोलूनबोलून स्वातीच्या घशाला कोरड पडली, तिच्या डोळ्यांत मनातली खळबळ स्पष्ट दिसत होती,

"त्याच्या स्वभावातली काही वैशिष्ट्यं माझ्या लक्षात आली नाहीत. शोषणाचे बळी ठरलेल्या व्यक्तींच्या वागण्यामध्ये काही वर्तन पद्धती दिसून येतात- घटकेत प्रेम करतात तर घटकेत मारहाण करतात. त्यांचे कारणीभूत घटक सुद्धा अगदी सारखे असतात. असुरक्षिततेची भावना, अधिकारवृत्ती, सतत चारित्र्यावर संशय घेणं. याला मेडिकल भाषेत स्किझोफ्रेनिया म्हणायचं का? काहींच्या बाबतीत हे खरं असेलही. पण बऱ्याचदा, हा आपला हक्क आहे अशी एक अंगभूत भावना त्यात असते. आपल्यावर अवलंबून असणाऱ्या, दुर्बल व्यक्तींवर नियंत्रण ठेवणं, त्यांना शिवीगाळ करणं यातून आपण शक्तिमान आहोत अशी भावना त्यांच्यात तयार होते. जोसेफच्या बाबतीतही हेच झालं. इतर लोक असेच वागतात आणि त्यांना, त्याचे काहीच परिणाम भोगायला लागत नाहीत. मग मीही असंच वागणार असा आत्मविश्वास त्याला आला!

तिने अजून एक पाण्याचा घोट घेतला,

"यातली वर्तन पध्दती म्हणजे- पीडित स्त्रीने कंटाळून घरातून पळून जाणं, आणि त्याने आपल्याला पश्चात्ताप झाला आहे असं सांगून तिला परत त्याच छळछावणीमध्ये घेऊन येणं. आईसारखीच, मी पण तांदळाच्या डब्यात अगदी खोलवर प्लास्टिकच्या पिशवीत पैसे लपवून ठेवायचे. अडीअडचणीला उपयोगी यावेत म्हणून आई असे करत असं. बाबांनी खरं तर कधीही आईवर किंवा आमच्यावर हात उगारला नाही. जोसेफ मित्रांबरोबर दारू पिऊन घरी येऊन धिंगाणा घाली त्यावेळी त्याच्या हाती लागू नयेत म्हणून मी पैसे लपवीत असे. हा छळ मी अनेक वर्षं सहन केला- अपुरं शिक्षण, कोणतीही धड नोकरी नाही. माझ्या शाळेतल्या मित्र-मैत्रिणी उन्हाळ्याच्या सुट्टीत बारीकसारीक नोकऱ्या करत असत. पण आई-बाबांनी मला आणि श्रीरामला कधीही अशी नोकरी करू दिली नाहीत. ते नेहमी आम्हाला चांगला अभ्यास करून उत्तम गुण मिळवायला सांगत." स्वाती एक क्षण थांबली, तिने लीलाच्या गडद डोळ्यांत पाहिलं. लीलाबद्दल तिच्या डोळ्यात ममत्व होतं. आता ती जे सांगणार होती ती घटना जणू कालच घडली होती.

"जेव्हा त्याने लीलावर हात उचलला, तेव्हा मी हादरलेच. लीला त्याची खूप लाडकी होती, कारण ती अगदी त्याच्यासारखीच दिसायची. तो नेहमी मला लीलाला छान छान फ्रॉक, टोपी, बूट आणि हातमोजे घालून छान तयार करायला सांगायचा. तो तिला रविवारी चर्चमध्ये घेऊन जायचा. त्यानंतर माझी घरातली कामे आटपली, साफसफाई झाली, आठवड्याचे सामान आणून झाले की नंतर जोसेफच्या आईच्या घरी आम्ही तिघेही रविवारच्या मेजवानीसाठी/ रविवार दुपारच्या जेवणासाठी जात असू.

आईच्या स्वयंपाकघरात, एका कोपऱ्यात लाकडी देवघर होतं. त्यामध्ये सगळ्या देवांच्या मूर्ती ठेवलेल्या होत्या. आई अगदी नित्यनेमाने देवपूजा करत असे. देवांना फुलं, हळदी-कुंकू, दिवा आणि साखरेचा नैवेद्य दाखवत असे. सणासुदीला, गोडाधोडाचा नैवेद्य असे. तिच्या माहेरी जशी परंपरा होती, त्यानुसार ती स्टीलच्या ताटात संपूर्ण शाकाहारी पदार्थ मांडून त्यांचा नैवेद्य दाखवत असे. याबाबतीत ती अगदी काटेकोर होती. सर्व सुक्या भाज्या ताटात उजव्या हाताला, चटणी, कोशिंबीर, लोणचं डाव्या हाताला, मधोमध लिंबाची फोड, भाताची मूद, त्यावर पळीभर वरण, ताटाबाहेर उजव्या हाताला वाटीत गोडाचा पदार्थ. आई अगदी साग्रसंगीत नैवेद्याचा स्वयंपाक करी. पण नैवेद्य दाखवल्याशिवाय ती त्याची चवसुद्धा चाखून बघत नसे. आई उजव्या हातात थोडंसं पाणी घेऊन देवासमोर एक छोटंसं मंडल काढे आणि त्यावर नैवेद्याचं ताट ठेवत असे. ती नैवेद्य दाखवत असताना तिच्या हातातील काचेच्या बांगड्या किणकिणत असत. आपल्या कुटुंबावर सदैव कृपा असावी म्हणून ती देवाला मनोभावे हात जोडत असे.

हे नैवेद्याचं ताट नेहमी बाबांसाठी राखून ठेवल जायचं. मी थोडी मोठी झाल्यावर, मी ताटात काहीही टाकणार नाही या अटीवर हे नैवेद्याचं ताट ती मला देऊ लागली. थोडा मोठा झाल्यावर श्रीरामसुद्धा नैवेद्याच्या ताटासाठी हट्ट करे पण त्याचे नावडते पदार्थ तो खाणार नाही हे आईला माहित असल्याने ती त्याला नैवेद्याचं ताट देत नसे. ताटात अन्न टाकायचं नाही अशी आम्हाला सक्त ताकीद होती आणि त्यातून नैवेद्याच्या ताटात अन्न टाकणं म्हणजे घोर अपराध. परमेश्वराच्या कृपेने आपल्याला इतकं चांगलं अन्न मिळतं, ते ताटात टाकणं म्हणजे देवाचा अपमान आहे असं आईला वाटे." स्वाती तिच्या आठवणीत हरवून गेली होती.

“आजही गोडसे कुटुंबात हीच पद्धत आहे, निदान श्रीराम हयात होता तोपर्यंत तरी.” इराला मोठ्याने हे बोलण्याची इच्छा झाली. पण तिला, स्वातीला मध्येच थांबवायचं नव्हतं. इतके प्रयत्न करून आज तिची आणि स्वातीची भेट झाली होती, म्हणून तिला स्वातीकडून जेवढे शक्य होईल तितकं जाणून घ्यायचं होतं. इराने तो विचार बाजूला सारला आणि पुन्हा एकदा मन लावून ती स्वातीचं बोलणं ऐकू लागली.

“आई आंघोळ करून मगच स्वयंपाक करत असे, तोसुद्धा सगळा शाकाहारी. घरात अंडी आणि मांस-मटणाचा उल्लेखही केला जात नसे. आणि फ्रीजमध्ये वाईन, शक्यच नाही!” स्वाती बोलतच होती.

“याच्या अगदी उलट ममा मारियाचं स्वयंपाकघर ते तर अगदी स्वच्छ, पण फ्रीजमध्ये वेगवेगळ्या प्रकाराचं मांस भरून ठेवलेलं असे आणि रविवारच्या जेवणात अगदी मुक्तहस्ताने वाईन पीत. तिच्याकडे मोजकेच पैसे होते. पण तिच्या चर्चवरील प्रेमामुळे, ज्याने पापी लोकांसाठी आपल्या प्राणांची आहुती दिली, त्याच्या नावाने जेवणापूर्वी ती ग्रेस (प्रार्थना) म्हणत असे, गरीब लोकांना खाऊ घाले आणि जेवायला टेबलावर मुबलक पदार्थ मांडे. मारियाच्या बोलण्यात नेहमी तिच्या देवाचा (लॉर्ड) उल्लेख येत असे. ती इतक्या प्रेमाने देवाविषयी बोले की एखाद्याला वाटावे मारिया आपल्या एखाद्या लाडक्या काकांविषयीच सांगत आहे.” स्वाती लीलाकडे बघून हसली. आपल्या आजीचं यथार्थ वर्णन ऐकून लीलाने होकारार्थी मान डोलावली. इरा म्हणाली,

“अरे, एकदम दोन टोकं आहेत!” स्वातीने होकार दिला आणि पुढे बोलू लागली,

“त्या स्वयंपाकघरात, बेकन आणि मासे यांचा वास भरून राहिलेला असायचा. ममा मारिया अगदी सफाईने ओव्हन वापरत असत,

आणि आई फक्त जास्तीची भांडी आणि तवे ठेवण्यासाठी ओव्हन वापरत असे. मला एकदा श्रीरामच्या वाढदिवसासाठी केक करायचा होता, तर ओव्हन रिकामा करून, पुसण्यातच आमचा किती वेळ गेला. तेव्हा पहिल्यांदाच आम्ही तो वापरला.

ममा मारिया, जोसेफ आणि त्याचा भाऊ लिओ मस्त जेवत होते. जोसेफने लीलाला मांडीवर बसवलं आणि तो तिला छोटे छोटे घास भरवत होता. मी एका बाजूला बसून उकडलेले बटाटे आणि भाज्या खात होते. आता हेच माझं एकमेव कुटुंब होतं आणि मी ते स्वीकारलं होतं." स्वाती त्या आठवणीने मंद हसली,

"पण तो दुर्दैवी दिवस उजाडला..."

स्वातीचा चेहरा काळवंडला, तिचं लक्ष खिडकीत उभ्या असलेल्या लीलाकडे गेलं.

"जेव्हा जोसेफने छोट्याश्या लीलावर हात उगारला, तेव्हा माझ्या आत काहीतरी चमकलं. आता मला फक्त माझीच नाही तर माझ्या बाळाच्या जीवाचीही भीती वाटत होती." स्वातीचे डोळे भरून आले. स्वातीने सांगितलं की तिने बाळाला उचललं आणि घाईघाईने कोपऱ्यावरच्या मोहसीनच्या दुकानात गेली. तिथे जाऊन तिने फोन करण्याची विनंती केली. तिने कापऱ्या आवाजातच पोलिसांना फोन केला. रडणाऱ्या लीलाला तिने घट्ट छातीशी धरून ठेवले आणि हात बाळाच्या तोंडावर दाबून ठेवला. तिचे पाय लटपटत होते. ती मागच्या बाजूच्या विटांच्या भिंतीला टेकून उभी राहिली. मोहसीन आणि त्याची बायको अमिना यांनी ती जोसेफला दिसू नये म्हणून तिला मागच्या बाजूला नेलं होते. तिने जोसेफला शेवटचे पाहिले तेव्हा तो दारूच्या नशेत, हातात एक मोठा हातोडा घेऊन त्या दुकानाच्या बाजूने रस्ता ओलांडत होता.

प्रकरण १३

स्वर्गाच्या नावाने

दुसऱ्या दिवशी सकाळी इराला तिच्या वडिलांच्या फोनमुळे जाग आली. सगुणा आजीच्या निधनानंतर, भारतातून अवेळी फोन आला की इरा घाबरायची.

"बाबा, सगळं ठीक आहे ना? आई ठीक आहे ना?" इरा घाबरून स्प्रिंगच्या गादीवर उठून बसली.

"आम्ही दोघेही ठीक आहोत इरा, काळजी करू नकोस. समीर..." समीरचं नाव ऐकल्यावर इरा आणखीनच घाबरली.

"समीर समीरचं काय बाबा? त्याने तुमच्याशी संपर्क केला का? तुम्ही त्याला पाहिलंत का? कुठे पाहिलंत? सगळं ठीक आहे ना बाबा?" इराचा आवाज प्रत्येक प्रश्नागणिक वाढत होता.

"नाही इरा, तो आमच्या संपर्कात नाहीये. तू आधी शांत हो पाहू. तो ठीक आहे असं दिसतंय. तू दिलेला नंबर नेहमीच संपर्कक्षेत्राच्या बाहेर असतो. प्रिया आणि मी दररोज त्याच्यापर्यंत पोहोचण्याचा प्रयत्न करत असतो. मला वाटतंय की त्याने आम्हाला ब्लॉक केलं आहे. पण

आम्ही समीरला काल रात्री, एका हिंदी वृत्तवाहिनीवरच्या जाहिरातीत पाहिलं. मी त्या जाहिरातीचा फोटो काढून तुला पाठवला आहे. जरासा धूसर आहे. पार्श्वसंगीत आणि काही ॲनिमेटेड ग्राफिक्समुळे मी जरा गोंधळात पडलो. दुसऱ्या कुठल्याही वृत्तवाहिन्या त्याच्याविषयी अजून तरी काहीही दाखवत नाहीयेत." असं दामोदरने म्हटल्याबरोबर इराने त्यांनी पाठवलेला फोटो बघितला. कॅमेऱ्यापासून दूर कुठेतरी पाहणाऱ्या समीरचा तो फोटो होता. त्याने हाताची घडी घातली होती .त्याच्या दोन्ही बाजूना उभे असलेले भगव्या वस्त्रांमधले एक स्त्री आणि पुरुष कॅमेऱ्याकडे पाहून हसत होते. जाहिरातीचा मथळा, बॉलिवूड शैलीत, चमकदार गुलाबी रंगात टीव्हीवर झळकत होताः

"३० जानेवारी रोजी स्वातंत्र्यसेनानी नथुराम गोडसे यांच्या साहसी कृत्याची पुनरावृत्ती."

श्वास रोखून इरा फोनकडे पाहत होती.

"इरा, तू ठीक आहेस ना? काहीतरी बोल!" दामोदरना ह्याचा इरावर काय परिणाम होणार आहे याची काळजी वाटत होती, पण समीरची बातमी इरापर्यंत पोहोचायला हवी होती.

"मी ठीक आहे बाबा. मी फोटो पाहिला आहे." इरा पटकन म्हणाली, "साहसी कृत्याची पुनरावृत्ती" म्हणजे काय याचा विचार करून तिला क्षणभर भीती वाटली.

"इरा, मी ही वृत्तवाहिनी तपासत राहीन आणि त्यांच्या वेबसाईटला सबस्क्राईब करेन. तुला त्याची लिंकही पाठवेन. याव्यतिरिक्त आम्ही आणखी काही करणं आवश्यक असेल तर ते ही आम्हाला सांग." दामोदर वयाच्या सत्तरीत होते. तरीही ते शांत राहून प्रश्न सोडवू पाहत

होते. त्यांच्या काळजीतून काहीतरी सकारात्मक घडावं अशीच त्यांची इच्छा होती. इराला त्यांच्याविषयी अतिशय कृतज्ञता वाटली .

"थँक यू, बाबा, मी ठीक आहे, काळजी करू नका," असं म्हणून इराने फोन ठेवला.

इराने तो फोटो ओमरला पाठवला. मात्र त्याच्यापर्यंत अजून तो पोहोचला नव्हता. इरा अजूनही त्याच फोटोकडे पाहत असताना लीला तिथे आपला लॅपटॉप घेऊन आली. इराच्या डोळ्यात काळजीची झाक पाहून तिने विचारलं,

"सगळं ठीक आहे ना?" इराने मान हलवून होकार दिला आणि फोन आणखी घट्ट पकडला. लीला जागेवरून उठत म्हणाली, "मामी, तू जरा फ्रेश हो, मी तुला कॉफी आणून देते."

कॉफी घेता घेता इराने तिला समीरबद्दल सांगितलं. कसं एका सामान्य कुटुंबातल्या, उच्चशिक्षित पदवीधर तरुणाला या राजकीय षड्यंत्रात गोवलं गेलं आणि तो ही सहज या जाळ्यात अडकला. आणि आता तर तेच त्याला त्याचं इप्सित वाटत आहे.

"कौतुक आणि लोकांची वाहवा मिळवणाऱ्या लोकनेत्यांनी त्याच्यावर गारूड केलं आहे. ही अशी शिकवण देतात? काय हा वेडेपणा? आपला मुलगा अशा एखाद्या कटात, दहशतवादी कृत्यात सामील होऊ शकतो या भीतीने घाबरलेली आई काय करेल?" असं म्हणत इराने कपाळावर हात मारून घेतला.

इराने कुलूप उघडल्याचा आवाज ऐकला नाही की दारातून आत येत असलेल्या स्वातीकडे तिचं लक्ष नव्हतं. स्वातीने लोकरीचा लांब काश्मिरी भरतकाम केलेला कुर्ता घातला होता आणि स्कॉटिश टार्टन

(लोकरीचा स्कार्फ) डोक्याभोवती घट्ट गुंडाळला होता. इरा आणि लीलाच्या संभाषणाचा शेवटचा भाग, घरात येताना तिच्या कानावर पडला होता. तिने हातमोजे काढले आणि ती इराशेजारी येऊन बसली. तेवढ्यात लीला स्वयंपाकघरात गेली.

"नक्की काय झालंय ते सांगशील का?" स्वातीने इराच्या चेहऱ्यावरची वेदना पाहून विचारलं. इराने तिला सगळं सविस्तर सांगायला सुरुवात केली. समीरला त्याच्या पूर्वजांमध्ये अचानक निर्माण झालेला रस, नथुराम गोडश्यांशी असलेला संबंध, वेस्टमिन्स्टर आणि मँचेस्टर अरेना हल्ल्यांनंतर मुस्लिमांबद्दलचा त्याचा द्वेष, लंडनच्या रॅलीत भगवी वस्त्रं धारण केलेला समीरचा राजकीय गुरू, आता बाबांनी पाठवलेल्या फोटोमध्ये कॅमेऱ्याकडे पाहत हसतो आहे असं सगळं तिने उलगडून सांगितलं. तेवढ्यात लीला आपल्या हातात वाफाळलेल्या कॉफीचे मग घेऊन आली. काल रात्रीपासून ती आपल्या आईकडचा वंशवृक्ष समजून घेण्याचा प्रयत्न करत होती. तिने हे सगळं ऐकून अविश्वासाने विचारलं,

"३० जानेवारीला काय घडणार आहे? आई, माझ्या पूर्वजांचा गांधींच्या मारेकऱ्याशी काही संबंध आहे हे तू मला कधीच सांगितलं नाहीस!" असं म्हणून ती मटकन सोफ्यावर बसली. तिला अजूनही नेमकी काय प्रतिक्रिया द्यावी हे कळत नव्हतं.

"मला याबद्दल काहीही माहिती नाही. माझ्या आई-वडिलांनी त्या व्यक्तीचं नावसुद्धा कधीच उच्चारलं नाही. खरं तर तेव्हा मुंजीलासुद्धा बाबांकडच्या कोणत्याही नातेवाईकांना आमंत्रण दिलेलं नव्हतं. तेव्हा फक्त आईच्या माहेरची साठे मंडळी उपस्थित होती. इथे माझ्याच आयुष्यात एवढी उलथापालथ सुरू होती, त्यामुळे मला दुसऱ्या कुठल्याही

गोष्टीशी काहीही घेणं देणं नव्हतं. पण हा एवढा हुशार आणि कर्तबगार मुलगा समीर, ज्याच्यासाठी सगळ्या संधी उपलब्ध आहेत, त्याला हे का करावंसं वाटतंय, हे काही मला समजत नाही" स्वातीने इराकडे स्पष्टीकरण मागण्याच्या हेतूने विचारलं. इराने एक दीर्घ श्वास घेतला.

"अगोदर मी तुझ्या प्रश्नांची उत्तरं देते लीला नथुराम गोडसेंनी ३० जानेवारी १९४८ रोजी महात्मा गांधींना गोळ्या घालून ठार केलं. या घटनेची पुनरावृत्ती २०१९ मध्ये करणार अशी जाहिरात केली जात आहे. पण प्रसंगाची पुनरावृत्ती म्हणजे नेमकं ते काय करणार आहेत हे मात्र मला ठाऊक नाही. आणि समीरला या लोकांच्या गराड्यात पाहून मला भीती वाटते. आता राहता राहिला प्रश्न की तू नथुराम गोडश्यांशी संबंधित आहेस का, तर माझ्या माहितीनुसार, याचं उत्तर 'नाही' असं आहे. तुझ्या आजोबांनी समीरला हे स्पष्टपणे सांगितलं होतं आणि समीरला अशी ताकीद दिली होती की जिथे कोणतंही नातं नाही तिथे ते जोडण्याचा प्रयत्न करू नकोस. महाराष्ट्रातली ब्राह्मण मंडळी आणि त्यांची वंशावळ ही काही फार मोठी आणि गुंतागुंतीची नाही. माझ्या आजीने मला सांगितलं होतं की तिच्या आईचं कुटुंब आणि तुझ्या आजीचं कुटुंब (साठे) हे मुंबईतले न्यायमूर्ती महादेव रानडे आणि त्यांच्या पत्नी रमाबाई रानडे यांच्याशी संबंधित होतं. या दोघांच्याही कार्याने मी विशेष प्रभावित झाले आहे. त्यांनी महिला सबलीकरण आणि शिक्षण, विधवा पुनर्विवाह आणि परिचारिका प्रशिक्षण शाळा यासाठी, १८७० साली प्रचंड काम केलं होतं. ते दोघेही काळाच्या पुढचा विचार करणारे होते. कुरीती आणि कुप्रथांनी ग्रासलेल्या ब्राह्मण विधवा स्त्रियांच्या सबलीकरणासाठी ते परिश्रमपूर्वक झटत होते. स्वातीताई, बहुतेक तुमची सामाजिक कार्याची ही आवड त्यांच्याकडूनच आली असावी. आणि

तीच आवड आता लीला तिच्या वकिलीच्या कामामधून जोपासत आहे. आपलं नातं हे लग्नामुळे निर्माण झालेलं आहे, आपल्यात रक्ताचं नातं नाही, त्यामुळे तू अजिबात काळजी करू नकोस." सकाळपासून इरा पहिल्यांदाच हसली.

"आता हे आणखी काहीतरी नवीन! बाबांना त्यांच्या कुटुंबियांमध्ये कधीच रस का नव्हता, हे मी कधी त्यांना विचारलंच नाही. आईचं त्यांच्या कुटुंबियांशी पटत नसेल, असं मी गृहित धरलं होतं. तसंही दरवर्षी सगळ्यांना घेऊन भारतात जाणं परवडणारं नव्हतं, फोनवर बोलणं आजच्याइतकं सहज शक्य नव्हतं. मला आठवतंय, आईचे बाबा गेल्याचं तिला बरेच दिवसांनी पत्रातून समजलं होतं. तिला फार फार वाईट वाटलं होतं. तिच्या आईलासुद्धा ती आजोबा गेल्यानंतर बरेच वर्षांनी भेटली." स्वाती तिच्या जुन्या आठवणींना उजाळा देत होती.

तेवढ्यात लीला तिला मध्येच थांबवत म्हणाली, "पण मला या कट्टर नथुराम गोडसेंबद्दल सांग ना. या माणसाबद्दल समीरला एवढी तीव्र ओढ का वाटते आहे? आणि भगव्या कफन्या घालणारे हे लोक नेमके आहेत तरी कोण?"

आपल्या हातावर हात चोळत इरा म्हणाली, "नथुराम गोडसे हे एक आकर्षक व्यक्तिमत्व होते, चांगलं आणि दांडगं वाचन असलेले, शिस्तप्रिय, मेहनती, अविवाहित आणि स्वमर्जीने ब्रह्मचारी होते. ते दोन नियतकालिकांचे लेखक आणि प्रकाशक होते, अतिशय परखड आणि स्पष्टवक्ते होते. धर्मांध किंवा कट्टरवादी विचारांचे नव्हते. त्यांना भारताच्या स्वातंत्र्यासाठी गांधीजी करत असलेल्या योगदानाची कदर होती आणि खरं तर ते गांधीजींच्या विचारांचे अनुयायीच होते. गांधीजींनी पाश्चात्य शिक्षण संस्थांवर बहिष्कार घालण्याचं आवाहन जनतेला केलं, तेव्हा

त्यांनी आपली शाळासुद्धा सोडली. पण जानेवारी महिन्यातल्या त्या दिवशी मात्र नथुराम गोडसे गांधीजींना भेटायला गेले, त्यांना दोन्ही हात जोडून नमस्कार केला, अन्य कुणाला दुखापत होऊ नये म्हणून त्यांनी गांधीजींबरोबर चालत असलेल्या दोन महिलांना ढकलून दिलं आणि गांधीजींवर गोळ्या झाडल्या. आणि ते स्वतःहून पोलिसांच्या स्वाधीन झाले".

"खरंच?" लीला तिच्या समोर असलेल्या छोट्या टेबलावर लॅपटॉप घेऊन बसली होती.

इरा पुढे म्हणाली, "लीला तुला नवल वाटेल पण त्यांनी स्वतःच्या बाजूने लढायला वकीलसुद्धा घेतला नाही. स्वतःची बाजू त्यांनी स्वतः कोर्टात लढवली. ते कोर्टापुढे ५ तास बोलत होते आणि गांधींना मारण्याची कारणं त्यांनी २१ मुद्द्यांच्या आधारे स्पष्ट करत युक्तिवाद केला. तू जर ते भाषण ऐकलंस तर तुलाही त्यांचा युक्तिवाद पटेल. तुझी खात्री पटेल की गांधीजींनी फाळणीला मान्यता दिल्यानंतर कित्येकांचे नाहक बळी गेले आणि अजूनही जात आहेत. पण युक्तिवाद काहीही असो, गांधीजींच्या मारेकऱ्याला कसं माफ करणार? किंवा कुणाचाही जीव घेणाऱ्याला कसं माफ करणार?" बोलता बोलता इरा क्षणभर थांबली आणि तिने समोरच्या पेल्यात असलेलं पाणी प्यायलं. लीला आणि स्वाती दोघींनीही तिच्या या वक्तव्यावर सहमती दर्शवली.

"आता मी परत तुमच्या वडिलांकडे येते स्वाती ताई. त्यांनी यूकेला स्थलांतरित होण्यामागचं खरं कारण तुम्हाला सांगितलं नाही. तुमच्या आई-बाबांचं १९५४ मध्ये लग्न झालं, म्हणजे,नथुरामना फाशी दिल्यानंतर अवघ्या पाच वर्षांनी तो काळ असा होता जेव्हा गोडसे,

आपटे, करकरे, परचुरे... अशी आडनावं असलेल्या लोकांना बहिष्कृत केलं जात होतं. त्यांचा राजकीय दृष्टिकोन किंवा राजकारणी लोकांशी असलेले संबंध किंवा कटकारस्थान रचणाऱ्या लोकांशी असलेले संबंध असोत किंवा नसोत, लोक सहजासहजी त्यांना स्वीकारत नव्हते. त्यांच्याशी सोयरिक जुळवायला किंवा त्यांना कामावर ठेऊन घ्यायलाही लोक घाबरायचे. तुमच्या आईनेच मला हे सांगितलं की त्यांच्या वडिलांनी गोडश्यांशी सोयरिक जुळवली कारण, एकतर घरात अठरा विश्व दारिद्र्य होतं आणि तीन तीन मुली त्यांच्या पदरात होत्या. हे ही आईंनी बऱ्याच वर्षांनी सांगितलं." इराने स्पष्टीकरण दिलं. स्वातीने ओठ आवळले आणि ती संतापाने म्हणाली,

"आईने कधीच आम्हाला यातलं काहीही सांगितलं नाही. माझ्या कळत्या वयातही तिने मला या सगळ्यापासून दूर ठेवलं! कारण फक्त भीती!!! ही घाबरट गोडसे मंडळी!!" इराने मान डोलवली आणि ती पुढे म्हणाली,

"ताई, तुमचा जन्म झाला तोपर्यंत गोडसे आडनाव इतिहासजमा झालं होतं." ६०च्या दशकात हे प्रकरण पुन्हा कसं वर आलं ते मी सांगितलं. ह्या मुळेच गोडसेंनी स्वातीला यूकेमध्ये आणलं आणि या बहुचर्चित आडनावाशी असलेले सगळे संबंध तोडले हे स्पष्ट केलं. आपण वीस वर्ष आपल्या आई-वडिलांसोबत राहिलो पण ह्यातले काहीच आपण समजून घेऊ शकलो नाही. आई-वडिलांवरील रागामुळे त्यांच्या आयुष्यातील जे बारकावे तिला जाणवले नव्हते ते आज इरा तिला दाखवत होती. ८० वर्षांपूर्वी घडलेल्या घटनेच्या पार्श्वभूमीचं आणि कौटुंबिक नातेसंबंधांचं हे कोडं अजूनही सोडवण्याचा प्रयत्न लीला करत होती. ती म्हणाली,

"पण ही मम्माच्या कुटुंबाची कहाणी आहे, हे सगळे आता गेले.. यात समीर कुठे आला आणि तो आता भारताच्या राजकारणात काय करतोय?"

इरा म्हणाली, "मी भारतीय राजकारणातील तज्ज्ञ नाही. आम्ही जेव्हा मुंबईत लहानाचे मोठे झालो, तेव्हा राजकारण, धर्म यांच्यात आम्हाला अजिबातच रस नव्हता किंबहुना आम्ही कधीच या गोष्टींचा विचार केला नाही. पण आता सगळे राजकीय पक्ष ऐतिहासिक, धार्मिक गोष्टींवर आपले हक्क आणि कॉपीराइट्स सांगू लागले आहेत. भारतात काँग्रेस पक्षाचे लोक ६० वर्षांहून अधिक काळ सत्तेत होते पण ते फक्त गांधींना महान नेता मानतात. मराठी असलेल्या रानडे आणि लोकमान्य टिळकांनी काँग्रेसची स्थापना केली पण काँग्रेस पक्ष या दोघांना आपला श्रेष्ठ नेता म्हणत नाही. वास्तविक पाहता टिळकांची नातसून पुण्याची महापौर आहे. मुक्ता टिळक सत्ताधारी पक्ष भारतीय जनता पक्ष (भाजप) चे प्रतिनिधित्व करतात, त्यांच्या पूर्वजांच्या पक्षाचं नाही."

लीलाने तिच्या लॅपटॉपवर भाजप, काँग्रेस हे शब्द पटकन शोधले.

"भाजप - सत्ताधारी पक्ष, उजवे,..." ती पुटपुटली.

इराने आणखी विस्तारपूर्वक सांगितलं की, "गांधीजींवर आपला हक्क सांगणाऱ्या काँग्रेसने, त्यांच्या मारेकऱ्याला काँग्रेस विरोधी घोषित केलं आणि मुस्लिमविरोधी म्हणजे कडवे उजवे असं समीकरण झालं. अनेक दशकं इतिहासात नामोल्लेखही नसलेल्या नथुरामला मोठं करण्याची नवीन फॅशन सध्या भारतात आली आहे.

पण आजसुद्धा नथुराम यांच्याविषयी बोलणं म्हणजे नव्या वादाला तोंड फोडण्यासारखं आहे. काँग्रेसविरोधी असलेल्या भाजप आणि उजव्या विचारसरणीच्या, राष्ट्रीय स्वयंसेवक संघाने सुद्धा (आरएसएस),

नथुरामना पाठिंबा देण्यास नकार दिला. गांधीजींना देवत्व बहाल करून त्यांची प्रतिमा मोठी केली गेली. राजकारणात जे अति उजव्या विचारसरणीचे आहेत, ते भगवी वस्त्रं घालतात आणि हिंदू धर्माचे समर्थक असल्याचा दावा करत नथुराम गोडसे महान आहेत असे सिद्ध करायचा प्रयत्न करतात. त्यांच्या समर्थनार्थ पुतळे आणि मंदिरं बांधतात आणि त्यांच्या अस्थि पूर्वी अखंड भारतात पण आता पाकिस्तानात असलेल्या सिंधू नदीमध्ये विसर्जित करण्यासाठी चळवळ उभी करतात. त्यांचा मुख्य उद्देश सतत चर्चेत राहणे हाच असतो.

इरा जागेवरून उठली आणि समोरच्या छोट्या खोलीत येरझारा घालू लागली. ती अस्वस्थपणे हातांची उघडझाप करत होती. चिडून तिने पुन्हा एकदा समीरविषयी सांगायला सुरुवात केली.

"पण मला खरोखर काळजी या गोष्टीची वाटतेय की या भगव्या वस्त्रांमधल्या एका राजकारण्यावर काही वर्षांपूर्वी झालेल्या बॉम्बस्फोट हल्ल्याचा आरोप आहे, त्याची सुनावणी अजूनही सुरू आहे. तो लोकांची वाहवा मिळवतोय पण समीर समीर कसा कोणाला मारेल?" असं स्वतःशीच पुटपुटत इराने स्वतःच्या कपाळावर हात मारून घेतला.

"त्याला जो देश आपला वाटतो, त्या देशात वर्णद्वेषाच्या घटना सर्रास घडत असतात. याच गोष्टींपासून दूर ठेवण्याचे प्रयत्न आणि संस्कार मी त्याच्यावर लहानपणापासून केले. गुन्हेगाराला दोषी न मानता त्याच्या त्या कृत्यामागची नेमकी पार्श्वभूमी काय आहे हे समजून घेण्यावर त्याला नेहमी भर द्यायला सांगितला. गोडश्यांच्या घरामध्ये मात्र 'इतर जात' आणि 'आपल्यासारखे लोक' या गोष्टींला माणुसकीपेक्षा जास्त महत्त्व दिलं जातं. पण मी त्याला नेहमी माणसाशी माणुसकीने वागायला शिकवलं. त्यांच्यात जात, धर्म, वर्ण, वेश असा कुठलाही

भेदभाव त्याला कधीही शिकवला नाही. त्याने जेव्हा आमची ओळख काह्याशी करून दिली तेव्हा माझा आनंद गगनात मावेनासा झाला होता. मला वाटलं त्याने त्याच्या आजूबाजूला असलेली ही कृत्रिम बंधनं तोडून टाकली आहेत. पणही दहशत आमच्या घरापर्यंत येऊन ठेपली." व्यथित झालेल्या इराने, मँचेस्टर अरेना इथे झालेल्या बॉम्बस्फोटाचा समीरवर कसा विपरित परिणाम झाला आणि 'जगात दहशतवाद पसरवणाऱ्या मुस्लिमांवर त्याने कसे ताशेरे ओढले हे त्या दोघींना सांगितलं.

तिने क्षणभर थांबून पुन्हा एकदा पाणी प्यायलं आणि स्वातीकडे बघत इरा म्हणाली,

"स्वातीताई, दुर्दैवाने "यूकेमध्ये राहण्यासाठी सर्वात वाईट ठिकाण" म्हणून ओळखल्या जाणाऱ्या या शहरात, प्रामुख्याने मुस्लिमबहुल वस्तीत राहताना, मुसलमानांचं तुमच्यावर असलेलं प्रेम आणि कृतज्ञता पाहून मला फार नवल वाटतं. तुम्ही ते प्रेम आणि मान मिळवला आहे. मी माझ्या उभ्या आयुष्यात असं काही करू शकले नसते. प्रत्येक दहशतवादी कृत्य करणाऱ्या मागे त्यांच्या आई वडिलांचे, कुटुंबियांचे किती हाल होत असतील, त्यांना कुठल्या परिस्थितीला सामोरं जावं लागत असेल! आज त्या सर्वांमध्ये मीसुद्धा आहे."

खिडकीजवळ उभं राहत स्वातीने बाहेरच्या वस्तीतल्या घरांकडे इराच लक्ष वेधलं आणि म्हणाली,

"तुझं बरोबर आहे इरा; मी संभाव्य दहशतवाद्यांचा कारखाना मानल्या जाणाऱ्या ठिकाणी अगदी मध्यवस्तीत राहते. दंगली, खून, बलात्कार, गोऱ्या मुलींची सुरू असलेली तस्करी... तू मला एक अशी वाईट गोष्ट सांग जी ब्रॅडफर्डमध्ये गेल्या काही वर्षांत घडली नसेल. एकेकाळची जगाचं "लोकरीची राजधानी" म्हणून मान्यता मिळालेलं

यूकेमधलं हे संपन्न शहर आता पार देशोधडीला लागलं आहे. अंदाजे ५००,००० लोकसंख्येपैकी १००,००० लाख मुस्लिम आहेत. यांपैकी एक तृतीयांश तर पाकव्याप्त काश्मीरमधून इथे आलेले आहेत. अठरा वर्षं पूर्ण केलेल्या ब्रिटिश नागरिकांचे नवरे म्हणून सतत अनेक नवे लोक इथे येत असतात. तरीही ते इथल्या इंग्रजी संस्कृतीशी एकरूप झालेले नाहीत, त्यांना ही भाषा येत नाही, घरात मुलांच्या संख्येची मर्यादा नाही... दारिद्र्याच्या जाळ्यातून बाहेर पडण्याचा कोणताही मार्ग त्यांना दिसत नाही."

स्वातीने आपले हात पाठीमागे बांधले आणि ती काही पावलं चालत स्वयंपाकघराच्या दिशेने गेली. तिथून पुन्हा माघारी फिरली. इराला क्षणभर तिच्या सासऱ्यांचा भास तिच्यात झाला. ते ही अस्वस्थ असले की अश्याच येरझाऱ्या घालायचे. तितक्यात स्वातीने पुन्हा बोलायला सुरुवात केली.

"यात धर्माच्या राजदंडाची भर घाल. तो सतत यांच्या डोक्यावर भिरभिरत असतो आणि त्यांना द्वेष, हिंसा शिकवत राहतो. यामुळे म्हणे त्यांना त्यांच्या कल्पनेतल्या स्वर्गात प्रवेश मिळणार आहे! मी त्यांच्या धर्मात हस्तक्षेप करत नाही. त्यांच्यातल्या स्त्रिया मला सांगतात की त्यांनी विचारपूर्वक घेतलेल्या निर्णयांमुळे, स्वमर्जीने त्यांनी स्वतःचे चेहरे झाकले आहेत. जर त्यांनी चेहरे झाकल्यामुळे घरात शांतता नांदणार असेल, मुलांना सुरक्षित वातावरण मिळणार असेल, तर आपण त्यांना तसं जगू द्यावं." स्वातीच्या डोळ्यात उमेदीची हलकी झाक दिसत होती.

"अशाच एका घरातून, एक बस चालकाचा आणि शिवणकाम करणाऱ्या स्त्रीचा मुलगा, लंडनचा महापौर झाला. त्याने कुराणावर हात ठेऊन महापौरपदाची शपथही घेतली. इथे कौन्सिल इस्टेटमध्ये तो लहानाचा मोठा झाला. वेगवेगळ्या नोकऱ्या करत त्याने आपलं वकीलीचं

शिक्षण पूर्ण केलं, पाकिस्तानात असलेल्या स्वतःच्या कुटुंबियांना आर्थिक हातभार लावला. संसद सदस्य होऊन, सादिक खानला ५० दिवस होतात न होतात तोच लंडनमध्ये बॉम्बहल्ले झाले. त्याने आपल्या मुस्लिम समाजाला पाठीशी घातलं नाही तर, त्या बॉम्बहल्ल्यांचा निषेधच केला." स्वातीच्या चेहऱ्यावरच्या कौतुकाचे रुपांतर रागात झालं. ती बोटं मोडत म्हणाली,

"लंडन बॉम्बस्फोटातील हल्लेखोरांपैकी एक, सादिक नावाचा इसम, आपल्या गर्भवती पत्नीला आदल्या दिवशी एन एच एस मध्ये घेऊन गेला होता. त्याने या देशाने पुरविलेल्या प्रत्येक सुविधेचा लाभ घेतला. या दहशतवाद्याच्या सासूला लंडनच्या राणीने, तिच्या कामाचं कौतुक करण्यासाठी बकिंगहॅम पॅलेसमध्ये आमंत्रित केलं होतं. या बाईने काय करणं अपेक्षित होतं?" एक हात उंचावत ती वळली आणि छोटी छोटी पावलं टाकत चालत राहिली.

"तो मँचेस्टर अरेनाचा हल्लेखोर लिबियन होता. त्याचं राष्ट्रीयत्व वेगळं होतं. राष्ट्रीय आणि राजकीय तत्त्वं वेगळी पण दहशतवाद्यांचा धर्म तोच. म्हणूनच आता प्रत्येक मुस्लिमाने उभं राहून 'या जगासमोर धर्माच्या नावावर सुरू असलेल्या या युद्धाचा निषेध करायला हवा." इतरही आहेत जे आपला धर्म मिरवत नाहीत पण खऱ्या अर्थाने पाळतात. असे लोक वाढले पाहिजेत. दहशतवादाकडे आकर्षित झालेल्या युवकांना मागे खेचून त्यांना समजावले पाहिजे. हे जे शांत बसणारे बहुसंख्य आहेत, त्यांनी धाडस दाखवून, आपल्या बांधवांकडून वाळीत टाकले जाण्याचे भय न बाळगता मोकळेपणाने बोलले पाहिजे आणि समाजाला सांगितले पाहिजे की, "एखादी व्यक्ती चुकीची असू शकते, तिची दहशतवादी कृत्य चुकीची असू शकतात पण त्यासाठी संपूर्ण समाज चुकीचा आहे असं म्हणणं योग्य नाही!"

प्रकरण १४

गाय आणि डुकराच्या नावाने (पवित्र प्राण्यांच्या नावाने)

२८ डिसेंबर, २०१८

इराने जेव्हा समीरचा फोटो पाठवला तेव्हा ओमर गुजरातमधील एका खेडेगावातल्या शाळेत चालला होता. त्याला तो मेसेज मिळाल्यावर त्याने तिला फोन केला, पण तोवर ती लंडनच्या ट्रेनमध्ये बसली होती. शेवटी दुसऱ्या दिवशी सकाळी त्यांना एकमेकांशी बोलायला सवड मिळाली.

इरा तिच्या छोट्याश्या बेंचवर बसून न्याहारी करत होती. तिने बाऊल मध्ये ओट्स आणि फळं घेतली होती. कामावर जाण्यासाठी तिने काळ्या रंगाची पँट, गडद निळा शर्ट आणि पिवळसर रंगाचा स्कार्फ घातला होता. ओमरने त्या पोस्टरविषयी बराच तपास केला होता. इरा काही बोलली नसली, तरी त्या सगळ्या घटनेचा काय परिणाम होईल या विचाराने ती खूप काळजीत असणार याची ओमरला जाणीव होती. इरा काही बोलायच्या आधीच ओमर म्हणाला,

"इरा, लगेच एखादा दहशतवादी हल्ला होईल किंवा काहीतरी भयंकर घडेल हा विचार मनातून काढून टाक. त्या साध्वीबद्दल तुला

इन्टरनेटवरून माहिती मिळाली असेलच ना. महाराष्ट्रातील एका छोट्या शहरातील मुस्लिम भागात दहशतवादी बॉम्बहल्ल्याचा कट रचणाऱ्या सह-आरोपींपैकी ती एक आहे. पण यालाही आता १० वर्षं उलटून गेली आहेत. आणि तिची त्या केसमधून निर्दोष सुटका करण्यात आली आहे. ती निर्दोष आहे असं मला म्हणायचं नाहीये आणि ती निर्दोष आहे का नाही हे मला कधीच कळणार नाही. विचित्र कृत्य स्टंट करून प्रसिद्धी मिळवणं हा तिचा हेतू आहे आणि तिच्या अशा "कुप्रसिद्धी" मुळे तिचं नाव घराघरात पोचेल आणि लोक पुढच्या निवडणुकीत तिला निवडून देतील अशी आशा तिला वाटते. बाकी काही नाही." ओमर क्षणभर थांबला. त्याच्या समोरच्या प्लेटमधला पपईचा तुकडा उचलून त्याने तोंडात टाकला.

इराला हे काही फारसं पटलं नाही. तिने काळजीने कपाळ चोळलं आणि म्हणाली,

"पण ओमर, गांधीजींच्या पुण्यतिथीच्या दिवशी त्या घटनेची पुनरावृत्ती म्हणजे काय? त्याचा अर्थ काहीही होऊ शकतो! पण पोस्टर बघितल्यावर तर असं वाटतंय की या सगळ्याचा कर्ता-करविता समीरच आहे. आणि हे दोघे-साध्वी आणि राघव-त्याचं भक्त असल्यासारखे कॅमेराकडे बघून हसत आहेत. त्यांनी तर त्याचं पुरतं ब्रेनवॉश केलं आहे आणि त्याचाच फोटो सगळ्या पोस्टरवर झळकतो आहे. पुन्हा एकदा त्या साध्वीने काहीतरी भयंकर योजना आखली आणि त्यात हा अडकला तर? मला आता माझा मुलगा अनोळखीच वाटू लागला आहे!" इरा एकीकडे अगदी नाईलाजाने न्याहारी करत होती, नाहीतर तिला कामावर उशीर झाला असता.

"इरा, माझ्यावर विश्वास ठेव. आपला मुलगा कधीही दुसऱ्याची हत्या करणार नाही. मी असं होऊच देणार नाही. आपण दोघांनी आजवर कोणालाही जाणूनबुजून दुखावलेलं नाही. तुला तर सगळ्यात जास्त मीच दुखावलं आहे, पण माझा उद्देश तसा कधीच नव्हता. आणि मलाही इतरांनी खूप दुखावले आहे. आपण ह्या विषयी नंतर बोलू. ओके?" इराच्या मनातील भीती कमी झाली आहे याची खात्री पटल्याशिवाय ओमर तिला तेथून उठू देणार नव्हता.

"आता काहीही घातक योजना चालू नाहीये हे पक्कं लक्षात ठेव. जा आता कामाला. जे काही घडेल ते अगदी निरर्थक आणि प्रतीकात्मक पद्धतीचे असेल. या लोकांना जी प्रसिद्धी हवी आहे, तेवढी मात्र त्यांना मिळेल. जर त्यांनी शालीनतेची मर्यादा ओलांडली तर त्यांना माफी मागण्यास सांगितलं जाईल. माफी मागायच्या निमित्ताने ते अजून थोडं फुटेज खातील किंवा प्रसारमाध्यमांनी त्यांच्या विधानांचा "विपर्यास" केला असं सोयीस्करपणे जाहीर करतील. काही आठवड्यांनी, हा सगळा धुरळा खाली बसेल. त्या संशयास्पद वृत्तवाहिनीवर लक्ष ठेवण्यासाठी जे करणं आवश्यक आहे ते मी करतो आहे आणि अजून काही माहिती मिळवण्याचा प्रयत्न करतो आहे." ओमर शांतपणे म्हणाला. त्याने या विषयाचा तपास आणि छाननी अगदी पूर्णपणे केली होती.

"पण ओमर, तुला एवढी खात्री का वाटते आहे?" इरा अजून तिचा मुद्दा सोडायला तयार नव्हती. तिने तिची कॉफी संपवली आणि बाऊल धुऊन ठेवला. ओमरने त्याचा चष्मा काढला आणि लॅपटॉपच्या टेबलवर ठेवला. त्याचे हिरवे डोळे तिच्या राखाडी डोळ्यांवर रोखले होते. अगदी कणखर आवाजात तो म्हणाला,

“इरा, माझ्या मुलाला आजवर मी कधीही भेटलेलो नाही आणि त्याने माझं अस्तित्वही नाकारलं आहे. त्याच्या वतीने मी निर्दोष आहे किंवा मी खूप धाडसी आहे असा आरोप करू नकोस. आपल्या मुलाचं तू खूप चांगलं संगोपन केलं आहेस याबद्दल मी तुझा ऋणी आहे. मी माझ्या आयुष्यातलं तुला दिलेलं एकच पण खूप महत्त्वाचं वचन पाळू शकलो नाही याची मला जाणीव आहे. पण त्यावेळी, मी अगदी असहाय्य होतो. पण आज माझ्या एका फोनवर मी दंगली थांबवू शकतो, आणि मी दंगली घडवूनही आणू शकतो. म्हणून यातल्या एकाही भित्र्या माणसाने आपल्या मुलाच्या केसाला जरी धक्का लावला, तरी त्यांची माझ्याशी गाठ आहे.”

त्याचा इतका थंड आवाज ऐकून इरा शहारली. तिची निघण्याची लगबग चालू होती तरी ती क्षणभर थांबली आणि तिने ओमरच्या डोळ्यांत बघितलं. ओमरचा आवाज नरमला आणि तो हसत हसत म्हणाला,

“इराजी, काम नक्की होणार! आता जा आणि पेशंटची काळजी घ्या! आणि हो, तो निळा आणि पिवळा रंग तुला खूप खुलून दिसतो आहे. बाय.” इराला त्याने पुढे काही बोलूच दिले नाही.

“आपला मुलगा,

ऐकायला किती विचित्र वाटतंय ...” तिच्या मनात विचार आला. तिने तिचा कोट उचलला आणि ती बाहेर पडली.

१ जानेवारी, २०१९. क्लेअर, इरा आणि काही मित्र-मैत्रिणी यांनी वर्षाखेर साजरी केली होती. त्याचे असं झालं होतं की, जेन आणि क्लेअर या शाळेत एकत्र शिकत होत्या आणि आता बऱ्याच वर्षांनी पुन्हा एकमेकींना भेटल्या होत्या. पॉल आणि जेन यांचं १५ वर्षांपूर्वी

लग्न झालं होतं. काही वर्षांपूर्वी, एका लाकडी बीम आणि गर्द लाल रंगाचे कातडी सोफे असणाऱ्या पारंपरिक इंग्लिश पबमध्ये क्लेअरचा चाळिसावा वाढदिवस साजरा करण्यात आला होता. त्यावेळी इराची भेट जेन आणि पॉल या जोडप्याशी झाली. हळूहळू, इतर पाहुणे निघून गेले. पण हे चौघेजण क्लेअरशी गप्पा मारत उशिरापर्यंत थांबले होते. तेवढ्यात,झवायली त्या पबमध्ये असाच भटकत आला. पॉल आणि झवायलीने एकमेकांकडे पाहिले आणि त्यांच्या चेहऱ्यावर एक ओळखीचे रुंद हसू पसरले. ते दोघे एकाच युनिव्हर्सिटीमध्ये शिकलेले जुने मित्र होते! पॉलने झवायलीला ड्रिंक्स घ्यायला आमंत्रित केलं आणि आपली बायको आणि दोन मैत्रिणी यांच्याशी त्याची ओळख करून दिली. त्या शनिवारी, त्यांच्या गप्पा रात्री २ पर्यंत रंगल्या. त्यांना दोन आवडीचे विषय मिळाले होते- इतिहास आणि संस्कृती.

त्यानंतर ते पाचही जण लंडनमधल्या वेगवेगळ्या पब्जमध्ये अनेकदा भेटले होते. नोव्हेंबर २०१८ मध्ये, नवीन वर्ष साजरं करण्यासाठी क्लेअरने अनेक ठिकाणं सुचवली. तर झवायलीने कराओके नाईट करूया असे सुचवले. इराने त्यांच्या या सगळ्या सूचना मोडीत काढल्या. तरुणपणी, ती अगदी जोशात असे प्रसंग साजरे करत असे. पण आज, कानठळ्या बसविणारं संगीत, उगाचच चढे दर लावून विकले जाणारे पदार्थ, आणि दारूच्या नशेत धुंद झालेले अनोळखी लोक ही कल्पना काही तिला फारशी रुचत नव्हती. म्हणून तिने सगळ्यांना तिच्या घरी भेटूया असे सुचवले. पॉल लगेच हसत हसत म्हणाला,

“तुझ्या हातची इंडियन करी खायला मी एका पायावर तयार आहे!”

लगेच झवायलीने हिरव्या मिरचीचा इमोजी टाकला.

इराने त्यावर लगेच काहीही प्रतिक्रिया दिली नाही. ती त्या संध्याकाळची तयारी करताना मनात विचार करत होती,

"भारतीय लोक नेहमीच भारतीय पदार्थ खातात असं नाहीये. आणि सगळ्या भारतीय पदार्थांना 'करी' म्हणतात असंही नाहीये !"

अगदी आनंदाने सगळ्यांनी ती संध्याकाळ व्यतीत केली. इराने सगळ्यांच्या आवडीचा मेनू केला होता- चिकन करी, भात आणि मटण सामोसे. जेन आणि पॉल येताना चॉकलेट केक घेऊन आले. झवायलीने एक वाईनची बाटली आणली होती आणि क्लेअरने सायडरच्या बाटल्या आणल्या होत्या. अगदी अपरिहार्यपणे, त्यांच्या संभाषणाची गाडी 'संस्कृती' या विषयाकडे वळली. क्लेअरने इरासोबत संक्रांतीचा सण साजरा केला होता, तो तिला खूपच आवडला होता- त्यातले खमंग, तिखट-गोड पदार्थ, गुलाबदाणीतून शिंपडलं जाणारं गुलाबजल, काळ्या आणि सोनेरी रंगाची साडी... आपल्याला अजून असे भरपूर सण साजरे करायला आवडतील असं क्लेअरने जाहीर केलं. तिने इराचा भारतीय ड्रेस घालून फोटोही काढले होते. ते सगळे फोटो तिने इतरांना दाखवले. जेनला तो पेहराव आवडला होता, पण तिला स्वतःला अशा पद्धतीचा ड्रेस कसा दिसेल याची कल्पना करता आली नाही. पॉल स्वतःच्याच फोनमध्ये गुंग होता. तो याआधी कामानिमित्ताने बंगळुरु आणि दिल्लीला जाऊन आला होता. त्याला भारतीय पोशाखाचे विशेष कौतुक नव्हतं. नेहमीप्रमाणे, झवायलीला भारतीय आणि आफ्रिकन संस्कृतीमधले दुवे शोधून काढण्यात जास्त रस होता.

"अगं क्लेअर, तुला आठवतंय? आज या गोष्टीला एक वर्ष पूर्ण झाले!" इराला त्या गोष्टीची आठवणच काढायची नव्हती.

"हो, आठवतंय ना. पण आपण नंतर लगेच सिनेमा बघायला गेलो आणि या गोष्टीवर आपलं परत बोलणं झालंच नाही. त्या बाईने इतर बायकांना वाण दिलं, पण तुला दिलं नाही. असं का? सांग ना." क्लेअरने चिंचेच्या चटणीत समोसा बुडवला आणि इराकडे प्रश्नार्थक नजरेने पाहिले. पॉलने फोन बाजूला ठेवला. जेनने तिच्या ग्लासमध्ये अजून एक ड्रिंक ओतून घेतलं.

कृत्तिकाचं ते मूर्खपणाचं वागणं आठवून इराच्या हृदयात हलकीच एक कळ उठली. समाजात वावरताना, "आपल्या संस्कृतीच्या" नावाखाली जे भारतीय सगळ्या प्रतिगामी गोष्टींची भलावण करत असत, त्यांचा तिला मनस्वी राग येत असे. त्यांच्या मते, भारतात अजूनही अशाच प्रतिगामी प्रथा पाळल्या जातात. जेव्हा कोणी अज्ञानी भारतीय २१ व्या शतकातील इंग्लंडमध्ये राहून अशा अर्थहीन प्रथांचा पुरस्कार करे, तेव्हा तिला तिच्या इंग्लिश सहकाऱ्यांच्या नजरेत, आपण पुन्हा एकदा रूढीवादी विचारसरणीत अडकल्याचं जाणवत असे. भारतात रस्त्यातून साप आणि हत्ती फिरतात, भारतीय लोक वेळेच्या बाबतीत अगदी ढिसाळ आहेत, ते सगळीकडे उशिरा पोचतात, भारतात अजूनही बालविवाह होतात, अशा समजुती बाळगणारे अनेक लोक तिला भेटत असत. लंडनमध्ये २६ वर्षं राहूनही, तिचं इंग्रजी किती सफाईदार आहे याविषयी लोक टिप्पणी करताना बघून तिला आश्चर्य वाटत असे. तिने भारतीय संस्कृतीबद्दल कितीही समजावून सांगितलं तरी लोक सोयीस्करपणे सगळं विसरून जात. संस्कृतीच्या अनेक पैलूंचा वेध घेणाऱ्या या छोट्याश्या मित्रपरिवारात इराला अगदी सुरक्षित वाटत असे.

"क्लेअर, कारण त्या घटनेच्या काही महिने आधीच श्रीरामचं निधन झालं होतं आणि आम्ही विभक्त झालो आहोत हे कृतिकाला माहित नव्हतं. त्यामुळे तिच्या मते, श्रीराम गेल्यावर मी विधवा होते." इराने स्पष्ट केलं.

"ओह, म्हणजे त्यावेळी तू सुतकात असशील. मला माहिती आहे, त्या काळात काही प्रथा पाळाव्या लागत असतील." जेनने मान डोलावली.

"पण हे फक्त सुतकापुरतं मर्यादित नाहीये. आज जरी मी त्या सणानिमित्त तिच्या घरी गेले, तरी ती मला वाण देणार नाही. एकदा माझ्यावर विधवा असण्याचा शिक्का बसला की तो कायमचाच." इराने सांगायचा प्रयत्न केला.

"म्हणजे उद्या मी जर मेलो, तर जेनला वाण मिळणार नाही? विचित्रच आहे!" पॉलने एक मसाला शेंगदाणा तोंडात टाकत विचारले.

झवायलीने सावकाश मान डोलावली आणि एखाद्या तत्ववेत्त्याच्या स्वरात म्हणाला,

"आमच्या संस्कृतीत विधवा स्त्रियांची खूप काळजी घेतली जाते. आमच्या संस्कृतीत, जर एखाद्या स्त्रीचा नवरा मेला, तर तिचा दीर (नवऱ्याचा भाऊ) तिची जबाबदारी घेतो. त्याला तिच्याशी लग्न करावे लागते." हे ऐकून पॉलला एकदम ठसकाच लागला,

"काय? मी काही माझ्या भावाच्या बायकोशी लग्न करणार नाही. आम्ही ख्रिसमसच्या वेळी जेवायला एकत्र भेटतो, तर कधी एकदा तिच्या घरातून बाहेर पडतो असे मला होते!" जेन इराकडे बघून हसली. आणि हसत हसतच तिने एक सामोसा उचलला.

झवायलीच्या चेहऱ्यावर एक सुखद हसू होतं. तो पुढे म्हणाला,

"इरा तू कोणत्या आदिवासी जमातीमधली आहेस?" आता हे ऐकून इराला ठसका लागला.

"आदिवासी जमात? झवायली, मी कोणत्याही आदिवासी जमातीतली नाहीये. मी, मुंबई राजधानी असलेल्या महाराष्ट्रातल्या हिंदू ब्राह्मण कुटुंबातून आले आहे.."

झवायलीने समजून मान डोलावली,

"ओह ब्राह्मण, म्हणजे उच्चवर्णीय आहेस तर."

पॉल मध्येच म्हणाला," आम्हाला याआधीच जातीय व्यवस्थेबद्दल माहिती मिळाली आहे. पण इराला वाण मिळालं नाही ही कुठली प्रथा? मी काही माझ्या भावाच्या बायकोशी लग्न करणार नाही, पण सगळ्यांना वाण देत असतील तर इरालाही द्यायला काय हरकत आहे? हे बघ, आता क्लेअरला पण वाण मिळाले. तिचा फोटो बघितला ना आपण!" पॉलने क्लेअरच्या फोटोकडे बघून वाकुल्या दाखवल्या. क्लेअरने लटक्या रागाने त्याच्याकडे बघितलं, पण कृत्तिकाच्या वागण्यामागचं कारण तिला मुळापासून जाणून घ्यायचं होतं.

"सांग ना इरा, असं का?" शेकोटीच्या जागेजवळ जवळ गडद निळ्या रंगाचा पर्शियन रग अंथरलेला होता. त्यावरच्या उशांवर क्लेअर रेलून बसली. इराने काचेच्या पेल्यात 'रोझे' वाईन ओतून घेतली आणि या प्रथेमागची कल्पना तिने स्पष्ट केली,

"एका अर्थाने, झवायलीचं, म्हणणं बरोबर आहे. जेव्हा एखादी स्त्री विधवा होई, तेव्हा तिची आर्थिक जबाबदारी तिच्या कुटुंबातील

पुरुषांवर पडत असे. अशा वेळी, त्या कुटुंबात राहून ती विधवा स्त्री अनेक घरगुती कामं करत असे. दुर्दैवाने स्त्री शिक्षण बंद झाल्यानंतर या प्रथा सुरु झाल्या. पुरातन काळात, स्त्रियाही शिक्षण घेत असत. सुरक्षेचा प्रश्न निर्माण करणाऱ्या आक्रमणानंतर स्त्रियांचं शिक्षण थांबलं. त्यामुळे १८व्या शतकात स्त्रिया घरात बंदिस्त झाल्या. त्यांना कुटुंबाच्या मालमत्तेतही कोणता वारसाहक्क मिळत नसे. कौटुंबिक मालमत्तेत वाटा देण्याऐवजी स्त्रियांना लग्न करताना आणि त्यानंतरच्या सण-समारंभात सोनं दिलं जातं. याला 'स्त्री-धन' म्हणतात आणि यावर इतर कोणाचाही हक्क नसतो.

दुर्दैवाने, आजच्यासारखाच त्या काळातही धर्माचा चुकीचा अर्थ लावला जात होता. कोणत्याही धर्मग्रंथात असं लिहिलेलं नाही, पण तेव्हा विधवांना अतिशय क्रूर वागणूक दिली जात असे. त्यांचं जबरदस्तीने केशवपन केलं जाई. हा त्यांच्या सन्मानावर घातलेला पहिला घाव असे. माझी आजी आम्हाला तिच्या आजीबद्दल सांगत असे. तिची आजी, ऐन विशीत असताना, तिला तिसरी मुलगी झाली आणि लगेचच तिला वैधव्य आलं. त्यानंतर ती आयुष्यभर लाल रंगाचे आलवण नेसून स्वतःच्या भावाच्या घरी एखाद्या आश्रितासारखी जगली. उच्चवर्णीय ब्राह्मण कुटुंबांमध्ये विधवा स्त्रियांविषयीच्या प्रथा काटेकोरपणे पाळल्या जात. त्या मुलीचे आई-वडीलही अगदी कसोशीने सर्व नियम पाळत. कारण हे नियम पाळले नाहीत तर धर्म बुडेल आणि आपल्याला नरकात जावं लागेल अशी त्यांची धारणा करून देण्यात आली होती. या विधवा स्त्रियांना जमिनीवर चटई घालून झोपावं लागत असे, त्यांना सर्व कुटुंबासाठी स्वयंपाक करावा लागे, पण त्यांना स्वतःला काही चांगलंचुंगलं खाण्यास मनाई असे. सर्व जाणिवा आणि भावना

यांचं दमन होत असे. अशा विधवा स्त्रियांच्या, विशेषतः उच्चवर्णीय स्त्रियांच्या अब्रूचं रक्षण करण्यासाठी हे नियम केले गेले आहेत असं मानलं जाई. कौटुंबिक विवाह समारंभ आणि सणासुदीलाही, त्यांना सार्वजनिक ठिकाणी जाण्याची परवानगी नसे. त्यांना घरातच कोंडणं, त्यांचं केशवपन करणं या प्रथांमुळे पुरुषांच्या 'वाईट हेतूं' पासून त्यांचं रक्षण होईल आणि त्यांच्या स्वतःच्या 'अनैतिक इच्छा' दडपून जातील असं मानलं जात होतं.

"भयानक आहे हे! आणि विधुर झालेल्या पुरुषांचं काय? याला कोणीही आक्षेप घेतला नाही का?" वैतागून जेनने खाणं बंद केलं आणि तिचं ड्रिंक सुद्धा बाजूला ठेवून दिलं. इरा पुढे बोलू लागली,

"विधुर पुरुष पहिली बायको वारल्यावर काही महिन्यांतच पुन्हा लग्न करत असत. कधीकधी दोनदा सुद्धा. पण विधवांना पुनर्विवाहाचा अधिकार नव्हता. १८६६ मध्ये, समाजसुधारक विष्णूपंत शास्त्री यांनी पुण्यात विधवा पुनर्विवाह संस्थेची स्थापना केली आणि महाराष्ट्रातील त्या वेळच्या अनेक समाजसुधारकांप्रमाणे विधवा असणाऱ्या कुसाबाईंशी विवाह करून आदर्श घालून दिला. धर्म भ्रष्ट केला म्हणून त्यांना अनेक पारंपारिक कुटुंबांकडून विरोध सहन करावा लागला."

सगळेजण अगदी मन लावून इराचं बोलणं ऐकत होते. जेन कुजबुजली,

"किती भयाण आयुष्य असेल ते...'

पॉलने तिच्या खांद्यावर हात ठेवला.

इरा पुढे बोलू लागली. वातावरण निवळण्यासाठी तिने सगळ्यांना चिप्स आणि डिप्स दिले.

"पण काही वर्षांपूर्वी ही परिस्थिती सुधारली. आता भारतातील स्त्रिया उज्ज्वल करिअर्स करत आहेत. आता पुनर्विवाहाला प्रोत्साहन दिलं जातं आणि काही काही घटनांमध्ये तर त्या विधवा मुलीच्या सासरचे लोकच तिचा पुनर्विवाह करून देतात. माझी आजी नेहमी पांढरेच कपडे वापरत असे. पण ती तिची इच्छा होती. तिला जर वेगवेगळ्या रंगाच्या साड्या नेसायच्या असत्या, तर कोणीही तिला अडवलं नसतं. (त्यावेळी तिच्या अनेक मैत्रिणी विधवा असूनही, रंगीत कपडे वापरत होत्या.) इंग्लंडमध्येच नाही, तर महाराष्ट्रातील शहरी भागांत, आज विधवा स्त्रीला वेगळी वागणूक देत नाहीत." इराने मंद स्मित केलं.

वातावरण जरा निवळलेलं बघून पॉल पण जरा सैलावला. त्याने गाजराचा एक तुकडा तोंडात टाकला. पण अजूनही त्याने जेनचा हात घट्ट धरून ठेवला होता. विधवांच्या आयुष्याचं वर्णन ऐकून जेन विषण्ण झाली होती.

"इरा, आता हे वाण प्रकरण काय आहे ते एकदा नीट सांग बघू आणि नंतर त्या विषयावर आपली चर्चा बंद!" पॉलने हसत हसत इरासमोर बोट नाचवलं.

"अरे हो, वाण. मी ज्या काळाबद्दल सांगत होते, त्या काळात काही विशिष्ट कारण किंवा निमित्त असल्याशिवाय स्त्रिया घराबाहेर पडत नसत. सण समारंभाच्या निमित्ताने त्या छान-छान साड्या नेसून दागिने घालून घराबाहेर जात असत. त्यांच्या रोजच्या कामाच्या धबडग्यातून त्यांना तेवढाच विरंगुळा मिळत असे. आपल्यालाही असंच सुख मिळावं अशी लालसा विधवा स्त्रियांच्या मनात उत्पन्न होऊ नये म्हणून त्यांना अशा समारंभांना जायला मनाई केली जात असे. पण मी अशा प्रकारचा

भेदभाव कधीच अनुभवला नव्हता. आमची आजी सणासुदीला आमच्या घरी, शेजारपाजारच्या सर्व बायकांना आमंत्रण देत असे. लग्न झालेल्या, विधवा, हिंदू, मुस्लिम, शिख सर्व धर्माच्या महिला आमच्या घरी येत. काही घरांमध्ये विधवा स्त्रियांना आमंत्रण दिले जात असे, पण त्यांना वाण दिले जात नसे. कारण वाणामध्ये बांगड्या, टिकली, कंगवा अशा वस्तू दिल्या जातात आणि विधवा स्त्रिया त्याकाळी या वस्तू वापरत नसत.

माझी आजी, आईला वाणाच्या वस्तू आणायला सांगत असे. पण त्यासुद्धा अगदी ठराविक, जसे की वह्या, पेन्सिली, रुमाल, पत्राची पाकिटं, किंवा स्टीलचे छोटे डबे. या वस्तू कोणतीही स्त्री वापरू शकते. आमच्या घरी आलेल्या प्रत्येकीला वाण दिलं जायचं. आता या लंडनमधल्या बाईच्या घरातील वाणाबद्दल सांगते. तिने तो कार्यक्रम उत्तम पद्धतीने आयोजित केला होता, पण तिला त्या सणाबद्दल अगदी ढोबळ माहिती होती, सोशल मिडीयावर तिला काही फोटो पोस्ट करायचे होते, त्या सणाला अनुरूप पदार्थ तिने केले होते आणि या सणाच्या निमित्ताने तिला आपलं आलिशान घर सगळ्यांना दाखवायचं होतं. त्या दिवशी क्लेअर त्या बाईच्या शेजारणीशी बराच वेळ गप्पा मारत होती. या हिंदू स्त्रीपेक्षा क्लेअरलाच हिंदू धर्माबद्दल अधिक चांगली माहिती आहे. कारण क्लेअर प्रत्येक गोष्टीची शहानिशा करते. ती गोष्ट जर आजच्या युगात तिला संयुक्तिक वाटली तरच ती स्वीकारते."

"टू क्लेअर!" इराने तिचा पेला उंचावला आणि क्लेअरकडे बघून छानसं हसली. सगळ्यांनी अगदी आनंदाने क्लेअरसाठी आपापले पेले उंचावले. क्लेअरनेही कंबरेत वाकून या सगळ्यांच्या कौतुकाचा स्वीकार केला.

बाकीचे सगळे मध्यरात्र झाल्यावर घरी गेले. क्लेअर मात्र थांबली होती. आता सकाळचे ९.३० वाजले होते. क्लेअरने इराच्या छोट्याश्या स्वयंपाकघराचा ताबा घेतला. क्लेअर म्हणाली, कोणते प्राणी खावेत याबाबत इरा फारच काटेकोर आहे, नाहीतर तिने इरासाठी फुल इंग्लिश न्याहारी तयार केली असती.

"तर, कोंबडी, बकरी आणि मासे खायला तुला काही अडचण नाही पण गाय आणि डुक्कर चालणार नाही. असं का?" क्लेअरने गाणं गुणगुणत अंडं मधोमध फोडलं.. इरा टोमॅटो चिरत होती. सगुणा आजीने तिला बरेच वर्षांपूर्वी अन्न आणि धर्म यांतील अन्वय समजावून सांगितला होता, तोच आज ती क्लेअरला सांगत होती.

"संस्कृतमध्ये धर्म या शब्दाचा अर्थ होतो कर्तव्य. स्वतःचं कुटुंब आणि समाज यांच्याप्रति असलेलं आपले कर्तव्य पार पाडण्यासाठी काही नियम ठरवून दिलेले आहेत. आहारावरील ही मार्गदर्शक तत्त्वं कार्बन फूटप्रिंट या संकल्पनेचा पहिला परिचय आहेत, असं मला वाटतं. कल्पना कर, की १८व्या शतकात, जेव्हा अन्नाचं पॅकेजिंग आणि वाहतूक केली जाऊ शकत नव्हती, तेव्हा स्कॉटलंडमधील तुझ्या पूर्वजांना शाकाहारच करायचा असा नियम असता तर त्यांनी काय खाल्लं असतं?"

"हं, कदाचित ब्रेड, बटाटे असं काहीतरी..." क्लेअरने तव्यावर अजून एक अंडं फोडून टाकलं.

"अगदी बरोबर! स्कॉटलंडमधील थंड वातावरणात तिथल्या लोकांना खाण्यासाठी फारसं काही मिळत नव्हतं. पण प्राणी हे त्यांच्याजवळ असणारं सगळ्यात पौष्टिक अन्न होतं. आणि लोक ते खात होते. त्याच पद्धतीने, महाराष्ट्रात मध्यम हवामान असल्याने तिथे भरपूर प्रमाणात तांदूळ, गहू, डाळी, फळं आणि भाज्या यांचं उत्पादन

होतं. आणि भारतातल्या इतर राज्यांतही असंच हवामान असतं. म्हणून नियम असे होते की- जे तुमच्याकडे पिकतं ते खावं. उत्तर आणि मध्य भारतात अशी अनेक गावं आहेत जिथे दूध आणि दुग्धजन्य पदार्थ हे उपजीविकेचे मुख्य स्त्रोत आहेत. तो सर्व प्रदेश आजही "गोधन प्रदेश" म्हणून ओळखला जातो. अशा प्रदेशांमध्ये गोहत्या करू नये असा नियम होता. या प्रदेशातील लोक दररोज गायींच्या धारा काढत, त्यामुळे एका अर्थाने गायींविषयी त्यांना खूप ममत्व वाटे. गायी म्हणजे जणू कुटुंबाचाच एक भाग होत्या. त्यांना वेगवेगळी नावे दिली जायची, जेव्हा गाय गर्भार असे तेव्हा एखाद्या सुईणीला बोलावून तिचे बाळंतपण केलं जायचं. तिच्या वासरांची खूप काळजी घेतली जायची. यामुळे, गोहत्या करणं हा अगदी संवेदनशील मुद्दा असे." इराने क्लेअरकडे अगदी सहेतुक पाहिलं.

"आता तुझं आणि जॉर्जचं उदाहरण घे ना. त्याला कुठल्याही पाळणाघरात जागा मिळत नव्हती म्हणून तू आज इकडे येणं जवळपास रद्द केलं होतंस. तुझ्या आईने त्याला घरी ठेवून घेतलं म्हणून, नाहीतर तू काही त्याला एकट्याला घरी ठेवून आली नसतीस. इतर काही संस्कृतींमध्ये कुत्र्यांचं मांस सेवन केलं जातं हे आपल्याला खूप अमानुष वाटतं. पण इतर प्राण्यांचे मांस खायला आपली काही हरकत नसते!" इराने आपली सुरी उचलली. क्लेअरने आपल्या समोरचे खाणे बाजूला सरकवून आपल्या आईला मेसेज केला. जॉर्ज जेवला का याची चौकशी केली. ते इराने डोळ्यांच्या कोपऱ्यातून पाहिले. इतकी वर्षं झाली तरी, क्लेअर अजून त्याला पपी किंवा बेबी अशीच हाक मारत असे.

फोनवरून नजर वर करून, क्लेअर म्हणाली, "बापरे, इरा! किती भयंकर आहे हे... जॉर्जला माझी आठवण येतीये, पण तो जेवला आहे.

गाय ही कुटुंबाचा सदस्य असू शकते ह्याचा अर्थ मला आता समजतो आहे." तिने तिच्या अंड्यांवर काळी मिरीपूड शिंपडली आणि इराकडे बघून मान डोलावली,

"हे गायींच्या बाबतीत ठीक आहे. पण डुक्कर का नाही?"

इराने उसासा सोडला. दोघींसाठी काटे-चमचे तिने मांडले आणि म्हणाली,

"मला याच्याविषयी फारशी माहिती नाहीये. हिंदू लोकांना डुकराविषयी काही विशिष्ट भावना नाहीये. पण डुक्कर हे स्वतःच्याच घाणीत आणि चिखलात लोळतं, म्हणून आम्हाला त्याची फक्त किळस वाटते. पेपा पिग हे कार्टून येईपर्यंत आम्ही डुकरांना एवढं महत्त्वही देत नव्हतो. डुक्कर म्हणजे गोजिरवाणा, गुलाबी प्राणी आहे असं कधीच आम्हाला वाटत नाही. पण, समीरचा अफजल नावाचा एक बांगलादेशी मित्र होता. एके दिवशी, समीर घरी येऊन शाळेत घडलेल्या गोष्टीचं स्पष्टीकरण मागू लागला. त्यांच्या वर्गात डुकराचं विच्छेदन सुरु असल्याने अफझलने वर्गातून बाहेर जाण्याची परवानगी मागितली ती का? तुला माहितच आहे की समीरच्या डोक्यात एकदा प्रश्न आला की झालं त्याला त्याचं समाधानकारक उत्तर मिळेपर्यंत तो गप्प बसायचा नाही!

म्हणून, मी मुस्लिम लोक डुकराला स्पर्श का करत नाहीत हे शोधण्याचा प्रयत्न केला. तर कुराणामध्ये असा उल्लेख केलेला आहे की मुस्लिम व्यक्तींनी इतर कोणत्याही प्रकारचे अन्न उपलब्ध नसेल तरच फक्त जीव वाचवण्यासाठीच डुकराचे मांस सेवन करावं, अथवा करू नये. डुकरं ही घाणीत राहतात आणि त्यांच्या संपर्कात आल्याने गजकर्ण किंवा नायटा असे आजार होतात, असं अनेक विद्वानांनी

आणि मानववंशशास्त्रज्ञांनी लिहून ठेवलं आहे. एका लेखात मी अगदी रंजक माहिती वाचली होती. वाळवंटात डुक्कर पाळणं हे खूप राजेशाही थाटाचे लक्षण मानलं जाई. कारण डुकराला खायला भरपूर द्यावं लागतं, पण ते दूधही देत नाही. म्हणून डुक्कर पाळू नये असा नियम केला होता. एक गोष्ट लक्षात घे, हिंदू, मुस्लिम किंवा इतर कोणताही धर्म असो, त्यात एकच तत्त्व सांगितलं आहे- समाजाला उपयुक्त असं वर्तन करावं! असो, आता प्राणीहत्येबद्दलचे माझे प्रवचन पुरे. चल आता ही अंडी आधी खाऊन घे!"

इरा आणि क्लेअर दिवाणखान्यात बसून छानपैकी न्याहारी करत होत्या. क्लेअर एका खुर्चीत बसली होती आणि इरा सोफ्यावर बसली होती. क्लेअरने टीव्हीवर बातम्या लावल्या,

"सर्वांना नववर्षाच्या शुभेच्छा, आता आपण ताज्या बातम्यांकडे वळूया!"

क्लेअरने आपलं बोलणं थांबवलं आणि ती न्याहारी करू लागली. समोर दिसणारी दृश्य बघून इरा खायची थांबली आणि अवाक झाली,

"तुम्ही इतर देशांमध्ये बॉम्बहल्ले केलेत, तर तुमच्याही देशात असेच बॉम्बस्फोट केले जातील! अल्लाह, अल्लाह!" साधारण पंचविशीतला एक तरुण असे ओरडत होता. ३१ डिसेंबरच्या संध्याकाळी, मँचेस्टर व्हिक्टोरिया स्टेशनवर रेल्वेची वाट बघणाऱ्या अनेक प्रवाशांना या तरुणाने अंदाधुंदपणे भोसकलं होतं.

ती सगळी दृश्यं पाहून इरा थरथर कापू लागली. मागच्या वर्षी याच स्टेशनवर श्रीरामच्या मृत्यूची चाहूल लागली होती.

प्रकरण १५

सूडाच्या नावाने

इरा स्वतःला टीव्हीसमोरून दूर करू शकली नाही. वृत्तवाहिनीवरचे निवेदक क्षणाक्षणाला मँचेस्टरमध्ये झालेल्या बॉम्बस्फोटाच्या बातम्या दाखवत होते. इराच्या जुन्या जखमांवरच्या खपल्या निघत होत्या. इराला, श्रीरामला बॉम्बच्या तुकड्यांनी झालेल्या जखमा आठवत होत्या. त्याच हल्ल्यात एक आठ वर्षांची लहान मुलगी मृत्युमुखी पडली होती, तिचे निष्पाप आणि निरागस डोळे सारखे या वृत्तवाहिनीवर दाखवले जात होते. जरा कुठे या आठवणी मागे टाकून, आयुष्य जगताना झालेल्या आनंदाच्या झुळुकेचे सुख आजच्या मॅनचेस्टरवरील हल्ल्याने धुळीस मिळवले.

"मँचेस्टरमध्ये २०१८ साली ७०० संशयित दहशतवादी घटनांची तपासणी झाली होती. २०१७ साली यूकेमध्ये पाच दहशतवादी हल्ले झाले, ज्यातील ४ लंडनमध्ये आणि एक मँचेस्टरमध्ये झाला." मागे पडद्यावर दिसणाऱ्या, उत्तर इंग्लंडच्या नकाशावर तो वृत्तनिवेदक सगळा आलेख मांडून समजावून सांगत होता. मग त्याने पुन्हा एकदा कॅमेऱ्याकडे वळून पाहिलं आणि निष्कर्ष सांगितला की, दहशतवादाने आता परिसीमा गाठली आहे. म्हणजे आता आणखी एका हल्ल्याची

शक्यता आहे हे त्याच्या बोलण्यावरून जाणवत होतं. इराने आपली न्याहारीची ताटली तशीच ठेवून दिली. तेवढ्यात क्लेअरने तिच्या पेल्यात पाणी भरलं. सिनेमा, बाहेर जेवायला जाणं, एकमेकींकडे राहायला जाणं, रात्रभर गप्पा मारत बसणं, असं सगळं करून क्लेअर इराला परत माणसात आणण्याचा प्रयत्न करत होती.

“अरे देवा, परत मँचेस्टर! माझा फोन कुठे आहे?” असं म्हणत इरा जवळजवळ उडी मारून उभी राहिली.

“सावकाश इरा” क्लेअर एकदम दचकून म्हणाली. तिने इराला अधूनमधून रडताना पाहिलं होतं पण तिला कधी नैराश्यात किंवा अस्वस्थ झाल्याचं पाहिलं नव्हतं. किंबहुना, इराने आपल्या कामातही या गोष्टींमुळे कधी कसूर होऊ दिली नव्हती. ती आपली कर्तव्यं योग्य रीतीने पार पाडत होती.

“तू ठीक आहेस ना इरा? तुझा फोन स्वयंपाकघरात आहे.” क्लेअर तिचा फोन आणण्यासाठी उठली. इरा स्वयंपाकघरात धावत गेली आणि धास्तावून येरझाऱ्या घालू लागली.

ती जो नंबर डायल करत होती तो लागत नव्हता. क्लेअरला तिची काळजी वाटू लागली. तरीही ती शांतपणे म्हणाली,

“तू कोणाला फोन करत आहेस इरा?” इरा पुन्हा पुन्हा डायल बटण दाबत होती.

“श्रीरामची बहीण मँचेस्टरला जाणार होती...” आणि मग अचानक तिचा संपर्क स्वातीशी झाला.

“ताई, तुमचा आवाज ऐकून माझा जीव भांड्यात पडला..आत्ताच टीव्हीवर हल्ल्याची बातमी पाहिली. थँक गॉड, माझ्यात आता माझ्या

प्रियजनांना गमावणं सहन करण्याची शक्ती उरलेली नाही." इरा एका दमात बोलून गेली. बोलताना तिचा आवाज किंचित कापरा झाला होता.

क्लेअरने उसासा टाकला आणि ती खुर्चीत बसली. त्या दोघींना खूप काही बोलायचं होतं. ब्रॅडफर्डचा दौरा तर निर्विघ्नपणे आणि चांगल्या रीतीने पार पडल्याचं दिसत होतं. सहा दिवसांपूर्वी ओळख झालेल्या व्यक्तीशी इरा कुटुंबातल्या जवळच्या व्यक्तीशी बोलतो तशी बोलत होती. स्वाती आणि इराला मोकळेपणाने बोलता यावं म्हणून क्लेअरने तिला ती दुसऱ्या खोलीत जात असल्याचं सांगितलं. तिच्या पाळीव कुत्र्याचा दुखावलेला पंजा दाखवण्यासाठी तिच्या आईला क्लेअरशी व्हिडिओ कॉलवर बोलायचं होतं. इराने मानेनेच होकार दिला आणि ती क्लेअरकडे पाहून हसली. अचानक तिने स्वातीशी मराठीत बोलायला सुरुवात केली.

"ताई... व्हिडिओ कॉल केला तर चालेल का?"

स्वातीला भरून आलं. मध्यंतरीच्या काळात, म्हणजे लीला मोठी होईपर्यंत, तिची काळजी करणारं कोणीही नव्हतं. लीला आणि जेम्स तिची काळजी घ्यायचे, पण त्यांचाही स्वतःचा संसार होता, स्वतःचं आयुष्य होतं. आतासुद्धा ते दोघं सहकुटुंब माद्रिदजवळच्या एका दुर्गम भागात सहलीसाठी गेले होते. त्यामुळे त्यांना या हल्ल्याबद्दल कल्पना असण्याची सुतराम शक्यता नव्हती. इराने स्वातीला व्हिडिओ कॉल लावला.

इरालाच धीर देत, स्वातीने घडलेली हकीकत सांगितली. तिने सांगितलं, की या बातमीनंतर पुढे वेगळं असं काही घडलेलं नाही. त्या हल्लेखोराने १२ इंचाच्या चाकूने वार करून एका जोडप्याला आणि एका पोलिस कर्मचाऱ्याला जखमी केलं. मात्र काही वेळातच पोलिसांनी त्याला ताब्यात घेतलं. यात कोणतीही जीवितहानी झाली नाही, त्याच्याबरोबर

आणखी हल्लेखोर नव्हते. तो एकटाच होता.

"त्यांनी त्याचं नाव उघड केलं नाही, पण तो चीथामहिलचा राहणारा होता म्हणे. जिथे मी माझ्या मैत्रिणींबरोबर राहते तिथपासून हे ठिकाण अगदी जवळ आहे," स्वातीचा चेहरा उतरला. तेवढ्यात इरा तिला म्हणाली,

"ताई, मला माहीत आहे की तुम्हाला तुमच्या कामाबद्दल किती प्रेम आहे. मँचेस्टरकडे कधी माझं लक्षही गेलं नसतं. श्रीरामही गेल्या वर्षी तिथे ऑफिसच्या कागदपत्रांवर क्लायंटच्या सह्या घेण्यासाठी गेला होता. नेमकं त्यावेळीच हे बॉम्बस्फोट प्रकरण घडलं आणि श्रीराम मँचेस्टर व्हिक्टोरिया स्टेशनवर अडकला. त्यामुळे जेव्हा केव्हा मँचेस्टर नाव बातम्यांमध्ये येतं, तेव्हा मला धाकधूक वाटते. मग मी शेवटपर्यंत त्या बातम्या पाहते. आणि बऱ्याचदा त्या बातम्या वाईटच असतात. आता हेच पहा ना, मँचेस्टर अरेना इथे हल्ला करणारा हल्लेखोर सलमान अबेदी हा फक्त २२ वर्षांचा युवक होता.

त्याने आपल्या भाड्याच्या घरात बॉम्ब तयार केला होता. घरमालकाला याबद्दल जराही संशय आला नव्हता. अबेदीला त्याच्याच मृत्यूच्या दिशेने ढकलणारे आणि इतरांना मारणारे लोक, मँचेस्टर तुरुंगात अजूनही जिवंत आहेत! त्याच्या भावाचा शोध सुरू आहे. त्याचे आई-वडील लिबियातून परत आले नाहीत. त्याची बहीण म्हणते की तो सिरीयासाठी बदला घेत आहे" इराच्या बोलण्यातून निराशा झळकत होती. तिने बातम्या पाहण्याचं प्रमाण वाढवलं होतं. जेव्हा तिच्या सद्यस्थितीशी निगडीत विषय बातम्यांच्या रूपात तिच्या समोर यायचे तेव्हा ती त्याविषयाची आणखी माहिती इंटरनेटवर वाचायची. शेवटी, इतक्या वर्षांनंतर तिला तिने गोळा केलेली धक्कादायक माहिती

ऐकण्यासाठी कुणीतरी आपलं माणूस भेटलं होतं.

"एक वर्षानंतर, म्हणजे मार्च २०१८ मध्ये, अबेदीचा चुलत भाऊ हम्मान फोर्जानी, जो फक्त २१ वर्षांचा होता, त्याने एका गर्भवती महिलेवर हल्ला केला. मी याही बातमीचा पाठपुरावा केला. त्याला मँचेस्टरच्या क्राउन कोर्टात हजर केलं गेलं. त्याच्या वकिलाने त्याची बाजू घेत तो कसा निर्व्यसनी आणि सद्वर्तनी आहे हे दाखवत त्याची शिक्षा कमी करून घेतली. त्याला फक्त २८ महिन्यांची शिक्षा सुनावली गेली. सुदैवाने त्या महिलेचं बाळ सुखरूप होतं. पण फोर्जानीला मँचेस्टर अरेनाच्या बॉम्बहल्लेखोरांशी नातं असल्याने तुरुंगात खूप त्रास भोगावा लागला.

तो तुरुंगातून सुटल्यावर काय करेल असं वाटतं, स्वातीताई? या कृतींमधून एक प्रघात निर्माण झाला आहे. तो म्हणजे जे पौर्वात्य देशातले पुरुष आणि स्त्रिया आहेत, ज्यांच्यामध्ये आपल्या देशाचा पेहेराव घालण्याची हिंमत आहे, त्यांच्याकडे संभाव्य दहशतवादी म्हणून पाहिलं जातं. जे काही घडलं त्यानंतर लंडनवासीय का बरं घाबरणार नाहीत?" एवढं बोलून इराने समोरच्या पेल्यातलं पाणी गटागटा प्यायलं आणि हातातला फोन टेबलवरच्या मुरांब्याच्या बाटलीला टेकवून ठेवला. डोळ्यावर आलेली केसांची बट हळूच कानामागे सारून ती पुन्हा रागाने बोलू लागली.

"काही वर्षांपूर्वी घडलेल्या घृणास्पद रॉकडेल ग्रूमिंग स्कँडलमध्ये (गोऱ्या मुलींच्या शोषणाचे कांड) १० पीडोफाइल्सच्या (बाल लैंगिक शोषण करणारे) गटाची माहिती तर धक्कादायक आहे. नऊ मुसलमान पुरुषांनी, ज्यामध्ये धर्मोपदेशक अब्दुल रौफ आणि समाजातील काही प्रतिष्ठित व्यक्तीही होत्या, त्यांनी अल्पवयीन गोऱ्या मुलींना फसवलं.

एकीला २१ वर्षांच्या मुलासमोर उभं करून ती मेजवानी आहे असं समजून तिच्याशी वागण्याची मुभा त्या मुलाला देऊ केली. कोर्टात त्यांच्यापैकी एकाने त्यांच्या देवाची प्रार्थना करून त्याला वाचवण्याची विनंती केली तर दुसऱ्याने कुराणाची शपथ घेऊन आपला गुन्हा कबूल केला.

६७ वर्षीय मुख्य आरोपी शब्बीर अहमदने त्या मुलीला सांगितलं की "माझ्या देशात, ११ वर्षांच्या मुलीबरोबर लैंगिक संबंध ठेवता येतात". त्याने न्यायालयात, ज्युरीवर वर्णद्वेषाचा आरोप करत आपलं धर्माचं आणि वंशाचं कार्ड पुढे करण्याचा प्रयत्न केला. देशातून हद्दपार होणं टाळण्यासाठी मानवाधिकार कायद्याची मदत घेतली. याचा काय परिणाम होऊ शकतो? याविषयीचा माहितीपट राष्ट्रीय दूरचित्रवाणीवर दाखविल्यानंतर लगेचच मुस्लिम किशोरवयीन मुलांच्या हत्या करण्यात आल्या. तुम्ही तुमच्या कामासाठी सॅल्फोर्ड, मँचेस्टर, लीड्स, रॉचडेल, बर्मिंगहॅम आणि अर्थातच ब्रॅडफर्ड दौरा केल्याचं मी ऐकलं होतं. विशेषतः या शहरांमधील धोकादायक भागाच्या दौऱ्यावर तुम्ही गेला होता. लीला तुम्हाला लंडनला आणण्यासाठी आग्रह करत असते. आणि आता मात्र, मलाही खरोखरीच तुमची काळजी वाटते स्वातीताई. जर एखाद्या गटाने पूर्वीच्या हल्ल्याचा बदला घेतला तर दहशतवादाचं हे चक्र कधीच संपणार नाही!" असं म्हणून इराने आपलं बोलणं पूर्ण केलं, आपल्या घट्ट आवळलेल्या मुठी सोडल्या आणि हात झटकले.

एकेकाळी जगावर रागावलेल्या आणि तरीही जगाशी लढत असलेल्या स्वातीने इराला मोकळं होऊ दिलं. इराला भीती होती की तिचा मुलगा समीर, श्रीरामच्या आत्महत्येला जबाबदार असलेल्या मुस्लिमांच्या हल्ल्याचा बदला घेईल. स्वातीही त्याच्या मृत्यूबद्दल शोक

करत होती. पण जे लोक तिच्या पाठीशी उभे होते त्यांना ती सोडून जाणार नव्हती. कारण जेव्हा तिचं स्वतःचं कुटुंब तिच्या बाजूने उभं राहिलं नव्हतं तेव्हा हे लोक तिच्या पाठीशी खंबीरपणे उभे होते. स्वाती इराकडे पाहून खिन्न हसली,

"खरंय.. प्रत्येक वेळी कुठेही दहशतवादी हल्ला झाला की, त्यांच्या धर्माच्या चुकीच्या अर्थाचा समान धागा त्यांना बांधून ठेवतो. आणि या सगळ्यात बळी कोणाचा जातो तर स्त्रियांचा. रॉचडेल प्रकरणात सामाजिक बालगृहात राहणाऱ्या गोऱ्या मुलींचं शोषण हे समाजसेवेचा बुरखा पांघरलेले पौर्वात्य देशातल्या मुस्लिमांनी केलं. पण त्या नऊ जणांनीही सगळे धार्मिक नियम धाब्यावर बसवले होते. त्या नऊ जणांना, त्यांनी गोऱ्या मुलींचंच शोषण का केलं असा प्रश्न विचारला गेला, तेव्हा त्यांनी सांगितलं की आमच्या धर्मातल्या मुलींवर आम्ही काळजीपूर्वक लक्ष ठेवतो. त्यामुळे जणू काही इतर धर्मातल्या मुलींना अडकवण्याचा परवानाच यांना मिळतो." असं म्हणत स्वाती मध्येच थांबली. समोर ठेवलेल्या मगमधल्या गरम चहाचा घोट तिने घेतला आणि पुढे म्हणाली, "गेल्या काही वर्षांत, आमच्या महिला चळवळीने महिलांना भोगाव्या लागणाऱ्या जाचाविरुद्ध बंड पुकारलं आहे. आशियाई महिलांसाठी कौमार्य चाचणीच्या विरोधात मोहीम चालवली आहे, स्त्री जननेंद्रिय विच्छेदन (FGM) आणि अशा भयंकर घटना, धर्माच्या नावाखाली सर्रास केल्या जातात. जणू काही धर्म या विषयावर पुरुषांची मक्तेदारी आहे. इरा, दहशतीची दुसरी बाजू मला अशी दिसते की त्यांच्या बायका-मुलांना शरमेने मान खाली घालावी लागते. पण हे पुरुष त्यांना शिक्षा जरी झाली तरी यांची मान ताठ! त्यांच्या वागण्यात अतिशय उर्मटपणा आणि त्यांचा दावा असा की त्या मुलींनीच त्यांना

तसं करण्याची संमती दिली. हे दहशतवादी, निष्पाप लोकांवर बॉम्बहल्ले करतात, धर्माच्या नावाखाली, जातीच्या नावाखाली, अल्लाच्या नावाखाली युद्ध घडवतात. लोकांच्या हत्या करतात तुझं म्हणणं खरं आहे, त्यांची शिक्षा भोगून झाली की पुन्हा आपल्या बायकांना त्रास देण्यासाठी येतीलच."

स्वातीने इराला एक भयंकर किस्सा सांगितला. एका माणसाने आपल्या सासूची निर्घृण हत्या केली होती. कारण तिने आपल्या मुलीला त्याच्या तावडीतून सुटायला मदत केली आणि ब्रॅडफर्डमध्ये तिचं ज्याच्यावर प्रेम होतं त्या माणसाबरोबर राहायला प्रोत्साहन दिलं होतं.

"श्रीमती बेगम यांचे विचार वेगळे होते. त्यांनी आपल्या मुलीला परंपरेच्या नावाखाली बरबाद होण्यापासून वाचवण्याचा प्रयत्न केला, परंतु या प्रकरणात त्यांनी स्वतःचा जीव गमावला..."

स्वाती थांबली, ती चहाच्या कपाची ऊब घेत इराकडे प्रेमळपणे पाहत होती. तिच्या या वहिनीने काही दिवसातच तिचं मन जिंकलं होतं. ती हळूच म्हणाली,

"इरा, तू लीलापेक्षा काहीच वर्षांनी मोठी आहेस. मला तुझ्यात निस्वार्थीपणा, सहानुभूती आणि क्षमाशीलता दिसते. मी माझ्या आई-वडिलांना कधीही माफ केलं नाही, पण तू त्यांना माफ केलंस. त्यांनी जाणूनबुजून एका भोळ्या, निरुपद्रवी आणि ॲस्पर्जर सिंड्रोमशी लढणाऱ्या माणसाशी तुझं लग्न लावून दिलं. तू आता वैद्यकीय क्षेत्रात आहेस त्यामुळे तुला त्या आजाराविषयी निश्चितच भरपूर माहिती असेल. मला माहितीये माझ्या आईने तिच्या मुलाला असा काही आजार आहे, हे कधी मान्यच केलं नाही. त्याला हृदयविकार आहे किंवा कर्करोग आहे हे तिने एकवेळ मान्य केलं असतं. पण तिचा लाडका श्रीराम, ज्यात

तिचेच गुण आहेत, त्याला स्वमग्नतेसारखा आजार आहे, हे तिने कधीच मान्य केलं नसतं. मी जर त्या कुटुंबाचा भाग असते, आणि जर माझ्या मताला काही किंमत असती तर मी हे लग्न कधीच होऊ दिलं नसतं. मी त्या होणाऱ्या नवरीला श्रीरामच्या आजाराविषयी सगळं खरं सांगून टाकलं असतं. मी अनेक वर्षांपूर्वीच माझ्या आई वडीलांना माझ्यापासून दूर केलं, पण मी माझ्या धाकट्या भावाला, श्रीरामला माझ्यापासून दूर लोटू शकले नाही. मी श्रीरामला सोडून गेल्याच्या पश्चात्तापाने होरपळून निघत होते." स्वातीने आपल्या गळ्यातल्या फिक्कट जांभळ्या रंगाच्या स्कार्फने डोळ्यातला थेंब टिपून घेतला.

हे लग्न टिकवून न ठेवू शकल्याने इराने अनेकदा स्वतःला दोष दिला होता. पण स्वातीची अशी प्रतिक्रिया पाहून इराला नवल वाटलं. "तोळामासा प्रकृती" म्हणून श्रीरामच्या खऱ्या आजाराकडे सासरच्या लोकांचं दुर्लक्ष झालं होतं. इरा म्हणाली,

"ताई, प्लीज माझ्याबरोबर जे काही घडलं त्याबद्दल स्वतःला दोष देऊ नका! आपले कुटुंबीय आपल्यासाठी चांगलंच चिंततात. लग्नसंस्थेला इतकं अवाजवी महत्त्व दिलं गेलं आहे की लग्न हेच सगळ्या आजारांवरचं एकमेव औषध आहे, अशी लोकांची खात्रीच पटलेली आहे. श्रीरामच्या बाबतीतही हेच घडलं!"

इरा कसंनुसं हसली आणि तिने पुन्हा आशियाई लोकांना पाश्चिमात्य देशांबद्दल असलेल्या आकर्षणाविषयी सांगायला सुरुवात केली. स्वातीला हे ऐकून आश्चर्य वाटलं की ९० च्या दशकातही "फॉरेन रिटर्न" (मुख्यतः यूएस आणि यूके मध्ये राहत असलेल्या) मुलांशी आपल्या मुलीचं लग्न लावून देणं हे मराठी लोकांमध्ये सर्रास घडत होतं. ती मुलं काही दिवसांसाठी सुट्टी घेऊन भारतात यायची, चहा आणि

कांदेपोह्याबरोबर मुलगी पाहण्याचा कार्यक्रम उरकायची. मग पाहिलेल्या स्थळांपैकी काही मुली निवडल्या जायच्या आणि त्याच सुट्टीत लग्न उरकून पुन्हा कामासाठी ते यूएस किंवा यूकेला यायचे. इराने हेसुद्धा तिला सांगितलं की या मुली काही गरीब घरातल्या नव्हत्या.

"९०च्या दशकात शहरात राहणारे महाराष्ट्रीय हे पदवीधर होते. शिक्षण पूर्ण केल्यावर त्यांना नवीन काहीतरी करण्याची उर्मी असायची. मग मुलीचं परदेशात राहणाऱ्या मुलाशी लग्न लावून दिलं की साहजिकपणे परदेश पहायला जायची संधी त्यांना आपोआप मिळायची. नाहीतर मध्यमवर्गीय लोकांना एवढा खर्च कुठे परवडतो. समाज माध्यमं, इंटरनेट नसलेला तो काळ होता. त्यामुळे नवऱ्या मुलाविषयी पुरेशी माहिती मुलीला असणं शक्यच नव्हतं.

कधी-कधी हे त्यांच्यावरच उलटायचं. काही काही केसेस अशा घडल्या ज्यात महाराष्ट्रीय मुलं अमेरिकेत गोऱ्या मुलीबरोबर रहायची आणि भारतात येऊन स्वप्नाळू मुलींशी लग्न करायची. बऱ्याचदा हे जमून जायचं, त्यांची नाती टिकायची पण काही माझ्यासारख्या केसेसही असतील, जिथे कुणाला काहीच समजलं नाही." इरालासुद्धा श्रीराम पहिल्या भेटीत थोडासा बुजरा आणि अतिसंवेदनशील आहे, असं वाटलं होतं, हे तिनं प्रांजळपणे कबूल केलं. नंतर जेव्हा तिने ॲस्पर्जर सिंड्रोमबद्दल वाचलं तेव्हा तिला त्याची सगळी लक्षणं या आजाराशी अगदी तंतोतंत जुळत असल्याचं जाणवलं. मग तिला काहीतरी अचानक आठवलं आणि तिने स्वातीला विचारलं,

"ताई, हे जरा ऐकायला बालिशपणाचं वाटेल, पण जेव्हा आपण नाराज असतो तेव्हा प्रत्येकाच्या मनात असलेल्या मनाच्या हळव्या कोपऱ्यात डोकावल्यावर आपल्याला बरं वाटतं. काही वेळा ती एखादी

वस्तू असू शकते."

"अरे हो, मला चॉकलेट मफिन्स, फिरनी आणि तुझ्या नारळाची वडी खाऊन बरं वाटलं होतं. हे पदार्थ खाऊन मला फार बरं वाटतं. मी जेव्हा लहान होते, तेव्हा आईने फ्रीजमध्ये ठेवलेली नारळाची वडी तोंडात टाकली की मला खूप बरं वाटायचं. तशी वडी काही मला परत मिळणार नाही, पण त्या वडीऐवजी तू केलेली वडी आता मला मिळाली आहे. असं खाल्ल्यावर आपल्याला छान तर वाटतंच पण आपण लठ्ठही होतो!" स्वातीने हळूच आपल्या पोटावरून हात फिरवत, हसत हसत स्वातीला म्हटलं.

"होय, काहींसाठी ती गोष्ट म्हणजे एखादा पदार्थ असू शकतो, तर काही वेड्यासारखी खरेदी करत सुटतात. काही जण केसांना रंग लावतात, किंवा नेलआर्ट करतात. काहींना चांगलं संगीत आवडतं तर काहींना हिरवळीवर चालायला आवडतं. काहींना समुद्रकिनारी जायला आवडतं. तर काहींना खेळल्यावर बरं वाटतं. आपलं आयुष्य परिपूर्ण करायला आपल्याला या गोष्टींची मदतच होते. माझं लग्न होण्यापूर्वी, मला माझं आयुष्य म्हणजे कधीही न संपणारी सुट्टी वाटायची. तेव्हासुद्धा मला सिनेमा पाहण्याचा नाद होता. कथानक, अभिनय या गोष्टी कितीही सुमार असल्या तरी पॉपकॉर्न आणि कोल्ड्रिंक्स घेऊन अंधाऱ्या थिएटरमध्ये बसल्यावर मला जगाचा विसर पडायचा." असं म्हणून इराने स्वातीच्या प्रतिक्रिया जाणून घेण्यासाठी तिच्याकडे पाहिलं.

"अरे हो,तुमचं बॉलीवूड. माझा पाकिस्तानी मित्रपरिवार एकाच देवावर विश्वास ठेवतो आणि तो म्हणजे अल्ला. पण जेव्हा बॉलिवूडचा विषय निघतो, तेव्हा मात्र ते सगळं काही आनंदाने मान्य करतात, खपवून घेतात! स्वातीला एक किस्सा आठवला आणि ती हसली. काही

बायका त्यांचे नवरे घरी नसताना, बॉलिवूडच्या गाण्यांवर नाच करतात आणि सिनेमामधल्या अभिनेत्रींसारखे कपडे त्या बुरख्याखाली घालतात.

"होय, बॉलिवूडमध्ये तीन लोकप्रिय अभिनेते हे 'खान' आहेत. भारतीय प्रेक्षक, स्टार अभिनेत्याच्या धर्माची पर्वा करत नाहीत. ६० च्या दशकातले मुस्लिम अभिनेते आणि अभिनेत्री यांच्यापैकी अनेकांनी हिंदू नावं धारण केली होती. स्वातंत्र्यपूर्व पाकिस्तानात जन्मलेले दिलीप कुमार यांचं खरं नाव मुहम्मद युसूफ खान.. पण ते त्यावेळी कित्येकांच्या 'दिल की धडकन' होते. ८० च्या दशकानंतरच्या अभिनेत्यांनी मात्र आपली नावं बदलली नाहीत, ती तशीच ठेवली. पण मला तुम्हाला हे विचारायचं आहे की श्रीरामला सिनेमाविषयी एवढा तिरस्कार किंवा नावड का होती?

जेव्हा मी इंग्लंडला आले तेव्हा इतर गोष्टींबरोबरच, मी चित्रपटांबद्दलचं माझं प्रेम मनाच्या तळाशी गाडून टाकलं. घरकाम, समीर, माझं शिक्षण, यातून मला कधीच वेळ मिळाला नाही. सर्व नोकरदार आयांप्रमाणे मलाही समीरला आईकडे ठेवून जाताना प्रचंड अपराधी वाटायचं. त्यामुळे सिनेमा ही पूर्वी प्राधान्य असलेली गोष्ट, अगदी मागे पडली. पण त्या दिवशी श्रीरामचा वाढदिवस होता आणि मला त्याच्यासाठी काहीतरी खास करायचं होतं. तुम्हाला तर माहितीच आहे, त्याला लोकांच्या गराड्यात जाणं आवडायचं नाही आणि वेगळे पदार्थ चाखून पहायचीही विशेष आवड नव्हती. त्याला जेवताना आईच्या हातचा आमटी भातच लागायचा." असं म्हणून इराने स्वातीकडे पाहिलं. स्वातीनेही त्याला दुजोरा दिला.

"आईच्या मनात जेवणाची कल्पना म्हणजे आमटी भात. हेच तिने त्याला लहानपणापासून खायला घातलं. मी बाहेर जाऊन जे

काही खाण्यायोग्य असेल ते सगळं खाऊन यायचे. पण माझ्या मनातून गोडश्यांच्या घरच्या देवांनी मला शिक्षा केली तर... ही भीती कधीच गेली नाही." असं म्हणून स्वातीने मान हलवली. मग इराने तिला पुढची कहाणी ऐकवली,

"तेव्हा मी फारच भोळी आणि आशावादी होते. मला आम्हा दोघांमधल्या सगळ्या गोष्टी नीट करायच्या होत्या. श्रीरामला त्याच्या कोषातून बाहेर काढायचं होतं. मला हेही ठाऊक होतं की भारतात वाढलेल्या आपल्यासारख्या लोकांना तीन मुख्य भाषा बोलता येतात आणि समजतात इंग्लिश, हिंदी आणि मातृभाषा! पण श्रीराम, अजिबात हिंदी बोलायचा नाही ही गोष्ट माझ्या लक्षात आली. मी त्याच्या अस्खलित मराठी बोलण्याने खूप प्रभावित झाले होते. आई बाबा दोघांनीही समीरलासुद्धा छान मराठी बोलायला शिकवलं. मला वाटलं होतं श्रीरामला कदाचित इंग्लिश सिनेमा आवडेल. त्यामुळे मी आधीच सिनेमाची तिकिटं काढून ठेवली होती. समीरसाठी काहीतरी आणायला जायचं आहे असं मी श्रीरामला सांगितलं आणि तो यायला तयार झाला. आम्ही थिएटरमध्ये पोहोचलो. तिकडे गेल्यागेल्या श्रीराम अस्वस्थ झाला आणि तिथून बाहेर पडला. त्याच्यापाठोपाठ मीही बाहेर पडले. तो थेट घरी आला आणि अंगावरच्या कपड्यांनिशी तो अंथरुणावर अंग आक्रसून पडून राहिला..जणू काही बाहेरच्या गर्दीपासून तो स्वतःचा बचाव करत होता. मला तेव्हा त्याचं ते वागणं अजिबात समजलं नाही, पण मी त्यानंतर कधीही त्याला सिनेमाला येण्याचा आग्रह केला नाही." या आठवणीने इरा एकदम उदास होऊन गप्प बसली.

"इरा, बिचारी गं तू! त्यांनी तुला कधीच सांगितलं नाही, हो ना? त्याचं मला एवढं आश्चर्य वाटत नाही!" असं म्हणून स्वातीने तिचे

दोन्ही तळवे वर केले. त्यानंतर स्वातीने इराला श्रीराम मोठा होईपर्यंत तिने त्याच्यापर्यंत पोहोचण्याच्या अनेक प्रयत्नांबद्दल सांगितलं. "मी बऱ्याचदा घरच्या फोनवर ठराविक वेळेत कॉल करायचे. त्याची शाळेतून घरी येण्याची वेळ मला ठाऊक होती. तो शाळेतून घरी आल्यावर कुठेही बाहेर जायचा नाही.

"गोडश्यांच्या घरी प्रत्येक गोष्टीची ठराविक वेळ होती-आई कुठल्या वेळी भाज्या चिरून पोळीसाठी कणिक भिजवायला घ्यायची, डाळ, तांदूळचा कुकर किती वाजता गॅसवर चढायचा, हे सगळं ठरलेलं असायचं. जेव्हा बाबा घरी यायचे तेव्हा आई त्यांना गरम गरम जेवायला वाढायची. आई स्वयंपाकघरात व्यस्त असेल तेव्हाच मी संधी साधून घरी कॉल करायचे. श्रीराम माझा कॉल उचलायचा आणि माझ्याशी बोलून खूश व्हायचा. त्याला शाळेत कुणी त्रास देतं का हे मी त्याला विचारायचे आणि सगळ्यांना तोंड कसं द्यायचं हे मी त्याला शिकवायचे. तो माझ्या कॉल्सची वाट पहायचा. त्याची सगळी दिनचर्या अगदी घड्याळाच्या काट्यावर चालायची. मला कॉल करायला थोडा जरी उशीर झाला तरी तो अगदी कासावीस होऊन माझ्या कॉलची वाट पहायचा. त्याला पुन्हा माझ्याशी बोलायला मिळेल न मिळेल ही त्याची भीती उफाळून यायची. त्यामुळे मी, काटेकोरपणे वेळ पाळण्याचा प्रयत्न करायचे. आम्ही त्याच्या आयुष्याबद्दल बोलायचो पण माझ्या आयुष्यात काय स्थित्यंतरं घडतायत हे मी त्याला कधीच सांगायची नाही.

त्यानंतर स्वातीने श्रीरामच्या मैत्रिणीबरोबरच्या डेटबद्दल माहिती सांगितली. इराला सांगितलं गेलं होतं की त्याला कधीच खास मैत्रीण नव्हती. त्यामुळेच एवढा देखणा मुलगा आपल्या आईबाबांच्या पसंतीने लग्न करायला तयार झाला होता, असं इराला वाटत होतं.

“अरे वाह, तो डेटवर गेला होता, ही किती छान गोष्ट आहे.” इराला श्रीरामचं हे पौगंडावस्थेतलं, बुजरं रूप डोळ्यापुढे आणून जरासं नवल वाटलं आणि आनंदही झाला. स्वाती तिला जे काही सांगत होती ते इरा अगदी उत्सुकतेने ऐकत होती. तिला या बहीण भावांच्या प्रेमळ नात्याचा हेवा वाटत होता. इराला सख्खं भावंडं नव्हतं. तिला चुलत, मामे आणि मावस भावंडं होती पण त्यातले कोणी पुण्याला होतं तर कुणी नागपूरला. ती पोस्टाने त्यांना रक्षाबंधनाला राखी पाठवायची आणि ते भाऊबीजेला तिला भेटवस्तू पाठवायचे. पण कदाचित, तिला ओमरमध्येच सगळी नाती सापडली असावीत त्यामुळे तिला इतर मित्र मैत्रिणींची गरज पडली नाही. इरा तिच्या विचारात हरवून गेली.

“इरा?” स्वातीने हाक मारून तिची तंद्री भंग केली.

“अरे हो, श्रीरामच्या डेटबद्दल अजून सांगा ना ताई,” इरा उत्सुकतेने हसून म्हणाली.

स्वातीने इराला त्याच्या वर्गातल्या सुंदर ज्युलियाविषयी सांगायला सुरुवात केली. “श्रीरामच्या काही वर्ग मित्र-मैत्रिणी इतर मुलांसारख्या व्रात्य नव्हत्या. त्यांनी त्याच्याबरोबर डेटवर जाणं सोडाच, पण त्यांनी कधी त्याच्याकडे दुसऱ्यांदा पाहिलं देखील नाही. श्रीरामने स्वातीला ज्युलियाविषयी सांगितलं. ती कशी सहृदयी आहे, शाळेच्या बेंचवर ती तिच्या शेजारी त्याला कशी बसायला जागा देते हे सगळं त्याने तिला सांगितलं. शाळेत त्याला कुणी स्वतःशेजारी बसूही द्यायचं नाही आणि तो शेजारून गेला तर त्याच्याकडे कुणी पहायचंसुद्धा नाही. श्रीरामने ज्युलियासाठी बागेतल्या गुलाबाचं एक फूल तोडून तिला दिलं होतं. तिनेसुद्धा त्याचा हसून स्वीकार केला होता आणि त्याच्याबरोबर एका शनिवारी सिनेमाला जायचं तिने कबूल केलं.

स्वातीने मग त्याला डेटवर जाण्याचं नियोजन कसं करून दिलं होतं हेही इराला सांगितलं. तिने श्रीरामला कुठले कपडे घालायचे, कुठला परफ्यूम लावायचा हे सांगितलं होतं. आणि स्वतःबरोबर थोडा जास्तीचा पॉकेटमनी सुद्धा ठेवायला सांगितला होता. त्या पॉकेटमनी मधून त्यांना थिएटरमध्ये खायला प्यायला विकत घेता आलं असतं म्हणून स्वातीने त्याला सगळ्या सूचना दिल्या.

नियोजित शनिवारी ज्युलिया आणि श्रीराम थिएटरमध्ये सिनेमाला येऊन बसले. त्यांच्यामध्ये पॉपकॉर्नचा टब, कोल्ड्रिंकचे पेपर कप्स होते. जशी सिनेमाला सुरुवात झाली, तशी त्यांच्यामागे बसलेल्या पाच गुंड मुलांनी डोकी वर काढली आणि ते कर्कश आवाजात ज्युलियाला उद्देशून म्हणाले,

"शाब्बास!! भले शाब्बास ज्युलिया! तू ही पैज जिंकलीस..ज्याला कधीच कुणी डेट करणार नाही अशा मुलाला तू डेटवर घेऊन आलीस!" त्यांच्या या ओरडण्याने ज्युलिया दचकली आणि तिच्या हातात असलेले पॉपकॉर्न श्रीरामच्या तोंडावर पडले. श्रीरामने नुकताच कोल्ड्रिंकचा घोट घेतला होता. तो एकदम त्याच्या घशात जाऊन त्याला ठसका लागला. आणि चेहऱ्यावर उडालेल्या पॉपकॉर्नमुळे त्यावर असलेला मीठ आणि मसाला डोळ्यात जाऊन, श्रीरामचे डोळे झोंबायला लागले. नाकातून झिणझिण्या येऊ लागल्या. श्रीराम त्या भिजलेल्या आणि पॉपकॉर्नने माखलेल्या सीटवरून उठला आणि घरी पळून आला.

धीरगंभीर आवाजात स्वातीने इराला सांगितल,

"त्यानंतर कित्येक दिवस तो कुणाशीही न बोलता अंथरुणावर पडून असायचा. नंतर मी जेव्हा नेहमीच्या वेळेला त्याला कॉल केला, तेव्हा नेमका तो आईने उचलला. तिचा आवाज ऐकल्याबरोबर मी

फोन ठेवून दिला. तिला कदाचित मी फोन करत असल्याचं कळलं असेल किंवा नसेल. मी दररोज ठरलेल्या वेळेत त्याला कॉल करतच होते. काही आठवड्यांनी, त्याने फोन उचलला. खूप खोदून खोदून विचारल्यावर त्याने त्या पैजेविषयी आणि त्याला आलेल्या रागाविषयी आणि अपमानाविषयी मला तुकड्यातुकड्यांमध्ये सांगितलं."

इरा आणि स्वाती वैषम्याने काही क्षण शांतच बसल्या. इरा तिचा श्वास रोखून सगळं ऐकत होती कारण श्रीरामच्या मनावर झालेली ती जखम खोल होती. उसासा सोडून तिने फोनमधून, खिडकीच्या बाहेर पाहिलं. कॉर्नरवरचं दुकान २०१९ च्या पहिल्या दिवशी ग्राहकांसाठी उघडलं होतं. दुधाचे कॅन आणि अंडी यांची देवाणघेवाण सुरू होती. आला दिवस ढकलावाच लागतो, याची तिला जाणीव झाली.

इराने पुन्हा एकदा स्वतःला खिन्नतेच्या गर्तेतून बाहेर काढलं आणि फोनवर बोलून हसून स्वातीला म्हणाली,

"जश्या तुम्ही लीलाकडे पाहता ते मी पाहिलं, तेव्हा मला एकदम समीरची आठवण झाली. तुमच्यासाठी जशी लीला तसा माझ्यासाठी समीर.. आपल्या आयुष्याचा महत्त्वाचा आणि अविभाज्य भाग असलेली ही आपली मुलं आपल्याला जगण्याचं बळ देतात, गोष्टी जशाच्या तश्या स्वीकारायला सांगतात. आपण त्यांना जसं घडवलं आहे तसंच त्यांचं भविष्य घडणार आहे." तिच्या या बोलण्याने स्वातीच्या डोळ्यात चमक आली.

"खूप छान मांडणी केलीस इरा. लीलाला हे उदाहरण अगदी संवेदनशील वाटेल. ती आता ४० वर्षांची आहे आणि भावना व्यक्त करणं तिला आवडत नाही. किमान माझ्यासमोर तरी नाही! पण जसं तू म्हणालीस, अगदी तसंच मला लीलाविषयी वाटतं बघ! जेव्हा तू कॉल

केलास तेव्हा, मला खूप भरून आलं, आता तुला समजलं असेल की मला या बायकांसाठी उभं राहणं आणि त्यांच्या हितासाठी काम करणं किती आवश्यक आहे ते! समीरविषयी काही कळलं तर मला सांगत रहा. आणि स्वतःची काळजी घे."

३१ जानेवारी २०१९

ओमर बरोबर होता. "हत्येची पुनरावृत्ती" याला हवी तशी प्रसिद्धी मिळाली नाही. दामोदर आणि ओमर हे दोघंही वेगवेगळ्या वृत्त माध्यमांचा मागोवा घेत होते. 'धमाका' नावाच्या ज्या हिंदी वृत्तवाहिनीने आधी पोस्टर दाखवले होते, त्याच हिंदी वृत्तवाहिनीने आता आकाशवाणी द्वारे बातम्या प्रसारित करायला सुरुवात केली होती. ओमरने नंतर स्पष्ट केलं की ही वृत्तवाहिनी उजव्या विचारसरणीच्या, सामाजिक आणि धार्मिक संघटनेच्या मालकीची आहे. साध्वींच्या मेव्हण्याने ही वृत्तवाहिनी सुरू केली आहे.

३१ जानेवारी रोजी, ही बातमी प्रवाहातल्या मुख्य वृत्तवाहिनीवर झळकलीच. राजकारणी, मीडिया आणि नागरिकांनी या कृत्याचा तीव्र निषेध नोंदवला. त्या कृत्यावर टीकेची झोड उठवली. ओमरने इराला त्या बातमीची लिंक पाठवली. इराने तिच्या टेबलवर बसून, लॅपटॉपवर ती बातमी बारकाईने पहायला सुरुवात केली.

दोन व्यक्तींनी गांधीजींचा पुतळा हातात धरला होता. भगव्या रंगाची वस्त्र परिधान केलेली साध्वीची आकृती झळकली. आणि अगदी काही अंतरावरून तिने गांधीजींच्या पुतळ्यावर गोळी झाडली. पुतळा जमिनीवर पडण्यापूर्वीच त्यातून बनावटी रक्त वाहू लागलं. मग साध्वीने कॅमेऱ्याकडे पाहिलं, मागचे भगव्या कपड्यातले लोक मोठमोठ्याने

घोषणाबाजी करत होते. तिने उजव्या हातात धरलेली बंदूक आकाशाच्या दिशेने धरली आणि डाव्या हाताने विजयी मुद्रा दाखवली. तिने कॅमेऱ्याकडे पाहून विजयी हास्य केलं तेव्हा तिचे पान आणि सुपारीने रंगलेले दात दिसले. समोरच्या माईकवर ती जोरात ओरडली,

"जय हिंद, जय श्री राम!"

या नाटकाने संतापाची लाट उसळली. "दहशत निर्माण करणाऱ्या मुस्लिमांचा बदला घेण्यासाठी शुद्ध रक्ताच्या, खऱ्या हिंदू असलेल्या नथुराम गोडसेंचं अनुकरण करणं कसं आवश्यक आहे" यावर साध्वीनं भाषण ठोकलं. खरं तर गोडसे आणि गांधीजी दोघांनाही त्यांच्या नावाचा असा निर्लज्जपणे वापर झाल्याबद्दल लाज वाटली असती.

मायक्रोफोनमध्ये करवादत साध्वी हिंदू धर्माच्या रक्षकांना पवित्र गायींची निर्लज्जपणे हत्या करणाऱ्या समुदायांविरुद्ध कारवाई करण्याचं आवाहन करत होती. जे हिंदुस्थानाला आपलं मानत नाहीत, ज्यांनी आपला देश अपवित्र केला आहे, अशा सर्वांनी हा देश सोडून गांधीजींनी, तयार केलेल्या पाकिस्तानात निघून जावं, असं सांगून ती लोकांना भडकवण्याचं काम करत होती. आणि मग तिने राघव स्वामींना, आपल्या "मानलेल्या ज्येष्ठ भावाला" संबोधून एक स्तुतीपर स्तवन म्हणलं आणि हात जोडले.या राघव स्वामींनी त्यांच्या ताब्यात असलेल्या संपूर्ण क्षेत्रात गोमांसाच्या संभाव्य खरेदीविक्रीवर लक्ष ठेवण्यासाठी सोशल मिडियासारख्या माध्यमाचा वापर केला होता आणि सशस्त्र "गोरक्षक" फौज तयार केली होती. गोतस्करांना या फौजेकडून चांगलाच प्रसाद मिळायचा.

इरा अविश्वासाने स्क्रीनकडे पाहत होती. ती ज्या "सार्वभौम,

समाजवादी, धर्मनिरपेक्ष, लोकशाही, प्रजासत्ताक" देशात वाढली होती, त्या संविधानातून "धर्मनिरपेक्ष" हा शब्द वगळला गेला होता का? केवळ मुस्लिम आणि ख्रिश्चनच नव्हे तर गोमांस खाणाऱ्या आणि त्याचा व्यापार करणाऱ्यांमध्ये काही हिंदूही होते आणि त्यांच्यावरही अत्याचार होत होते. मग या सर्व लोकांना गोहत्येच्या नावाखाली मारून टाकायचं का? गांधीजींनी शाकाहारी होते आणि गोडसेही शाकाहारी होते. गांधीजींनी लोकांमध्ये विविधतेत एकतेचा प्रचार केला. ऐतिहासिक, जाती-आधारित दडपशाही मान्य करून, त्यांनी त्यांना हरिजन (देवाचे लोक) हे नवीन नाव दिलं. त्यांच्या उपजीविकेचं साधन हिरावून घेतलं जाऊ नये असं त्यांना मनापासून वाटत होतं.

समीरचा माग काढताना, इराने नथुराम गोडसेंबद्दल वाचायला सुरुवात केली होती आणि नुकतीच तिच्या हाती महत्त्वाची माहिती लागली होती. जरी नथुराम हिंदू ब्राह्मण होते तरीही त्यांचा जातिव्यवस्थेवर विश्वास नव्हता. ते आणि त्यांचे सहकारी सर्वजातीय सार्वजनिक भोजन समारंभात सहभागी व्हायचे. ही १९४० च्या दशकात निश्चितच मूलगामी घटना होती. तिने हेदेखील वाचलं होतं की नथुराम गोडसेंना, गांधीजींना समाजातला सर्व वर्ग राष्ट्रपिता म्हणतो, याचा विषाद नव्हता, तर त्यांनी राष्ट्रपिता म्हणून समाजातील सर्व जातींचं उत्तरदायित्व घ्यायला हवं या मताचे ते होते. पण गांधीजींनी तसं न करता, मुसलमानांना झुकतं माप दिलं, यावर नथुरामांचा आक्षेप होता. मुसलमानांना आनंदी, शांत ठेवण्यासाठी त्यांनी हिंदूंना नेहमीच समजूतदारपणे वागण्याचं आवाहन केलं होतं. बदला घेऊ नये, असे ते सतत हिंदूंना सांगत. त्यांचं प्रसिद्ध "आमरण उपोषण" नेहमीच हिंदूंनी चिथावणी देऊ नये, मुसलमानांवर कधीही आक्रमण करू नये यासाठी

होतं. या सर्वांचा वाईट परिणाम म्हणजे फाळणीदरम्यान ६००,००० लोकांनी आपले प्राण गमावले. महिलांवर अनन्वित अत्याचार झाले. त्या दोघांची विचारधारा कोणतीही असो, गांधीजी किंवा नथुराम या दोघांनीही गायीच्या नावाखाली मानवी हत्येचं कधीही समर्थन केलं नसतं!

इराने मान डोलवली. ती तिचा लॅपटॉप बंद करत होती. पण "हत्येची पुनरावृत्ती" या बातमीचा समारोप होताच, "गोहत्या" प्रश्नावर वितंडवाद सुरू झाला. गडद निळ्या रंगाच्या चौकटींचा शर्ट घातलेल्या विद्यार्थी कार्यकर्त्याने माहिती दिली.

"२०१० ते २०१७ दरम्यान, गायीसंबंधित हिंसाचारात १२४ जण जखमी झाले आणि २८ भारतीयांचा मृत्यू झाला, त्यापैकी २४ मुस्लिम होते. गोरक्षक सेनेच्या याचिकेनंतर, दिल्ली उच्च न्यायालयाने जवाहरलाल नेहरू विद्यापीठातील गोमांस आणि डुकराचे मांस उत्सवाविरोधात निर्णय दिला होता. उत्तर भारतातील सर्वात मोठ्या राज्यातून निवडून आलेल्या धनगर समाजातील राजकारण्याने प्रतिज्ञापत्रावर "गाय मंत्रालय" तयार केलं जाईल अशी घोषणा केली होती. स्वतः २५ गायींचा मालक असलेला तो माणूस धनगर समाजातून बहुमताने निवडून आला होता. कार्यकर्त्याने कॅमेराकडे बघत हसत हात उंचावले आणि हातांनी विजयी मुद्रेची खूण केली.

"मंत्रालय" नंतर "गोविभाग" मध्ये रूपांतरित झालं आणि निवडून आलेला प्रतिनिधी त्याच्या धनगर वेशभूषेमध्ये, पारंपारिक पागोटं आणि शुभ्र धोतर अशा वेषात सार्वजनिक सभेच्या ठिकाणी आला. गायींच्या रक्षणासाठी आपली निष्ठा त्याने भरसभेत जाहीर केली. त्यानंतर राज्याच्या हे निदर्शनास आलं की भारतीय राज्यघटना,

राज्यांना त्यांची स्वतःची मंत्रालयं तयार करण्याची परवानगी देत नाही. त्यामुळे त्याच्या सगळ्या आशा धुळीस मिळाल्या.

तेवढ्यात स्क्रीनवर आकडेवारी आणि व्हॉइसओव्हरसह काही ग्राफिक्स दाखवले गेले.

"या गोविभागाने "गाईशी संबंधित गुन्हेगारांवर नजर ठेवण्यासाठी" आपली शक्ती पणाला लावलेली असतानाच, पुराच्या वेळी राज्यातील सरकारी मालकीच्या निवारागृहात असलेल्या ५०० गायींचा मृत्यू झाला होता. त्यानंतर लगेचच आणखी २४ गायी विषबाधेने मरण पावल्या." गोसुरक्षा विभाग प्रमुखाचा पुढील निवडणुकीत दारुण पराभव झाल्याच्या बातमीने या माहितीपटाचा समारोप करण्यात आला.

वृत्तनिवेदक देशभरातील इतर बातम्यांकडे जात असतानाच, स्क्रीनच्या तळाशी एक छोटी बातमी झळकली. सत्ताधारी पक्षातील एका राष्ट्रीय स्तरावरील नेत्याने सोशल मीडियावर "गांधींच्या मृत्यूची पुनरावृत्ती" कार्यक्रमाचा निषेध केला होता. वृत्तनिवेदकाने या विषयावरचे सोशल मीडिया वॉरचे काही किस्से सादर केले. शेवटी, साध्वीने या कार्यक्रमाचा प्रसारमाध्यमांनी विपर्यास केल्याचा आरोप करत माफी मागितली.

इराने तिचा लॅपटॉप बंद केला. ती सगळी राजकारणी लोकांनी केलेली चिखलफेक पाहून तिला स्वतःच्या धर्माच्या होत असलेल्या ऱ्हासाबद्दल वाईट वाटत होतं. या सगळ्यामध्ये समीरचा कुठेही प्रत्यक्ष सहभाग नव्हता हे पाहून तिला हायसं वाटत होतं. पण मग समीर नेमका होता तरी कुठे??

प्रकरण १६

विविधतेच्या नावाने

मार्च २०१९

मायरा दर शुक्रवारी गोडसेंकडे जात होती. तिने त्या दोघांना मराठी आणि हिंदी वाहिन्यांचं सबस्क्रिप्शन घेऊन दिलं होतं. त्या वृत्तवाहिन्यांवरचे वृत्तनिवेदक बिझनेस जॅकेट घालून, चमत्कारिक आंग्लाळलेल्या मराठीत, बातम्या देत होते. ते बघून प्रभाकरांच्या कपाळावर आठ्या पडल्या. कृष्ण-धवल दूरदर्शनच्या काळात, वृत्त निवेदिका साडी नेसून, कपाळावर छान गोल टिकली लावून बातम्या देत असत. आता मात्र, बातम्या देताना निवेदकांसमोर अगदी ऐटीत लॅपटॉप ठेवलेला असतो. आणि त्यावर अगदी ठळक अक्षरांत त्या कार्यक्रमाच्या प्रायोजकांचं नाव असतं. अगदी मसाल्यांपासून ते सिमेंट कंपन्यांपर्यंत!

एरवी रत्नप्रभांची दिनचर्या अगदी काटेकोर होती. पण आता त्यासुद्धा, एका मागून एक मराठी मालिका बघत असत. शुक्रवारी संध्याकाळी ते सगळे एकत्र जेवत असताना, त्या मालिकांमधल्या स्त्रिया किती "आगाऊपणे" वागतात यावर त्या टिप्पणी करत असत. त्यांच्या काळात असं वागणं अजिबात खपवून घेतलं गेलं नसतं असंही त्या

सांगत असत. पौराणिक मालिका मात्र त्यांना खूप आवडत. त्यांच्या आवडीची गोष्ट त्यांना उपलब्ध करून दिली म्हणून इरालाही समाधान वाटत होतं. समीरची काहीच बातमी न मिळाल्याने आलेली निराशा, श्रीरामबद्दलचा शोक आणि मँचेस्टर हल्ला प्रकरणातील हल्लेखोराचा भाऊ आणि सह-आरोपीवरील "निष्क्रिय खटला" याच विषयांवर सतत चर्चा होत असे. पण आता बोलायला नवीन विषय मिळाला होता.

भरली वांगी, भाकरी, ठेचा (लसूण, लिंबू आणि हिरव्या मिरच्या ठेचून केलेली चटणी) आणि घरी काढलेलं ताजं लोणी असा जेवणाचा साधाच बेत होता. जेवण झाल्यावर, इरा आणि रत्नप्रभा मागची आवराआवर करत होत्या. इरा निघणारच होती.

"आई, आज भरली वांगी अगदी चविष्ट झाली होती. आणि इतकी वर्षे मी भाकरी करतीये, पण तुमच्यासारखी मऊसूत आणि पातळ भाकरी मला जमतच नाही." तिच्या सासूने तिच्या आवडीचे पदार्थ केले होते म्हणून इराने त्यांचं कौतुक केलं. रत्नप्रभा हळुवार हसली. श्रीराम गेल्यावर, तिच्या चेहऱ्यावर अगदी क्वचितच हसू उमटत असे.

"याच्यासाठी संयम लागतो, इरावती. वांगी अगदी मंद विस्तवावर शिजवावी लागतात. आणि भाकरीचं पीठ अगदी नर्मदेतल्या गोट्यासारखं गुळगुळीत होईपर्यंत मळावं लागतं, त्यात घाई आणि शॉर्टकट करून चालत नाही. तुला जेव्हा दिवस गेले होते तेव्हा, तुला कशाचे डोहाळे लागलेत? असं मी विचारलं. मला वाटलं की तुला काहीतरी आंबट-तुरट खायची इच्छा होत असेल. कारण गरोदर बायकांना कैरी, लोणचं किंवा चिंच असे खायचे डोहाळे लागतात किंवा तुला पुरणपोळीसारखं काहीतरी गोड खायचं असेल असं मला वाटलं. पण तुला तर अगदी आपल्या रोजच्या जेवणात असते ती भाकरी खावीशी

वाटत होती. आता तुझे हे डोहाळे पुरवणारच ना मी!" या आठवणीने रत्नप्रभांचे हिरवे-घारे डोळे सौम्य झाले.

रत्नप्रभांचा थंड आणि कोरडा स्वभाव आता हळूहळू मवाळ होऊ लागला होता. पण हे घडण्यासाठी इतकी संकटं यायला नको होती असं इराला वाटलं. अशा सुगरण स्त्रीला इराशिवाय इतरांसाठीही पदार्थ करायला मिळावेत असं इराला अगदी मनापासून वाटत होतं. रत्नप्रभांनी डिशवॉशरमध्ये भांडी ठेवली. गोडसेंच्या घरात दुसरं कोणी डिशवॉशरमध्ये भांडी ठेवेल अशी कल्पनाच इराला करता येत नव्हती. रत्नप्रभांनी डिशवॉशरमध्ये भांडी ठेवली की प्री-वॉश मध्येच सगळी भांडी अगदी लख्ख होत असत.

रत्नप्रभा सिंककडे वळल्या. तिथे त्यांच्याच जुन्या साडीपासून केलेल्या फडक्याला त्यांनी हात पुसले. तेवढ्यात इराने त्यांच्या खांद्यावर डोकं टेकलं. हे असं याआधी कधीच घडलं नव्हतं. गोडसे कुटुंबात फारशी शारीरिक जवळीक कोणी दाखवत नसे. इतकी संकटं झेलल्यावर आणि समीरच्या जन्माच्या वेळच्या आठवणी निघाल्यावर, इराला एकदम भरून आलं. आणि अगदी अवचितपणे, तिने ही कृती केली. आणि आश्चर्य म्हणजे, एरवी अगदी संयमशील भासणाऱ्या रत्नप्रभांनीही तिच्या डोक्यावर थोपटलं.

"आई, तुम्ही नाराज झालात, तर मी समजू शकते. पण मला तुम्हाला एक विनंती करायची आहे." आपला मुलगा आणि आपला नातू सोडून गेल्यावरही इरा त्यांना भेटायला दर शुक्रवारी येत असे, याची मनोमन जाणीव रत्नप्रभांना होती. दर शुक्रवारी, रत्नप्रभा इराची अगदी आतुरतेने वाट बघत असत, तिच्या आवडीचे पदार्थ करत. इराचं

येणं हाच त्या दोघांसाठी विरंगुळा होता. रत्नप्रभांच्या डोळ्यातली चमक पुन्हा नाहीशी झाली आणि त्या पुटपुटल्या,

"आता नाराज होण्यासारखं काय राहिलंय, इरा? आता मला कशाचाच राग येत नाही."

एक खोल श्वास घेत इरा म्हणाली,

"आई, २५ वर्षांपूर्वी मी गरोदर होते. त्यावेळी मी दारात स्वस्तिकाची रांगोळी काढल्यावर जो गदारोळ उठला होता, ते बघून हा विषय तुमच्यासमोर काढायचं धाडसच मला कधी झालं नाही. पण त्यानंतर इतक्या घटना घडल्या. आज आपण सगळ्या संकटांना, जसं जमेल तसं तोंड देत आहोत. समीर परत यावा म्हणून आपण खूप प्रयत्न करतो आहोत. पण तुम्हाला समीर हे एकच नातवंडं नाहीये. स्वातीताईंची लीला ४० वर्षांची आहे. आणि तुम्हाला दोन पतवंडं पण आहेत. एक पणतू आणि एक पणती. तुम्हाला त्यांना भेटायला आवडेल का?"

रत्नप्रभा जागच्याजागी थिजल्या. इराने अनेक वर्षं रत्नप्रभांच्या स्वभावाशी जुळवून घेतलं होतं. त्यांचे काही कडक धार्मिक नियम होते. ते मोडले तर काय धरणीकंप होतो हेही तिने अनुभवले होते. त्यामुळे रत्नप्रभांची देहबोली इराला पटकन समजून येत असे. रत्नप्रभांना बसलेला धक्का ओसरून तिच्या रागाचा पारा चढायच्या आधीच, आपलं म्हणणं त्यांच्यासमोर स्पष्टपणे मांडलं पाहिजे हे इराला माहीत होतं. सगळं धैर्य एकवटून, आपण स्वातीला भेटून आलो हे इराने तिला सांगितलं. इराने पटकन आपला फोन बाहेर काढला आणि त्यावरचा एला आणि लिऑनचा एक छानसा फोटो रत्नप्रभांना दाखवला. रत्नप्रभा काहीही

बोलल्या नाहीत की, हसल्या नाहीत. त्यांनी फक्त समोरच्या लाकडी खुर्चीला घट्ट पकडलं. त्यांची बोटं पांढरी पडली.

"रत्ना, इरा..."

प्रभाकर काठी टेकत हळूहळू आत आले होते, त्यांच्या आवाजात कंप जाणवत होता.

"बाबा, प्लीज खाली बसा. थांबा, मी पटकन तुमचे बीपी मोजते. तुम्ही तुमच्या सगळ्या गोळ्या वेळच्यावेळी घेताय ना?" इराने पटकन त्यांना बसायला खुर्ची दिली. रत्नप्रभासुद्धा धक्क्यातून सावरल्या आणि त्यांनी पेल्यात पाणी ओतलं. इरा बाहेरच्या खोलीतून बीपी कीट आणायला निघाली, तेवढ्यात त्यांनी तिला थांबवलं.

"इरा, मी ठीक आहे. मी माझी औषधे घेतली आहेत. फक्त पालक म्हणून आम्ही अपयशी ठरलो त्याचं दुःख वाटत आहे." त्यांनी हातानेच पाण्याचा पेला नाकारला.

रत्नप्रभा अजूनही काहीच बोलल्या नव्हत्या, जणू एक थंड, निर्विकार असा मुखवटाच त्यांनी चढवला होता. आत्मीयतेचा तो क्षण अगदी अल्पकाळच टिकला. पूर्वी असं काही घडल्यास, आपल्या वडिलांनी जपलेल्या जातीला भ्रष्ट करणाऱ्या गोष्टींवर रत्नप्रभांनी टीकास्त्र सोडले असते. पण आज त्या गप्पच होत्या.

इराने अजून एक खुर्ची घेतली आणि आपल्या सासऱ्यांशेजारी बसली. त्यांच्यासमोर किंचित वाकून, ती म्हणाली,

"बाबा, तुम्ही अपयशी कसे होऊ शकता? तुम्ही नसता तर मला समीरचं संगोपन करताच आलं नसते. तुम्ही आज टीव्हीवर पाहता आहात की, ज्या भारतात तुम्ही वाढलात त्या भारतातील राष्ट्रवाद आणि

ज्या भारतात मी वाढले त्या भारतातील धर्मनिरपेक्षता यांची जागा आता धर्माच्या नावाखाली चालणाऱ्या संधीसाधू राजकारणाने बळकावली आहे. मलाही काळजी वाटते, पण समीरवर आपण जे संस्कार केले आहेत त्यामुळे तो कुठलाही गुन्हा करणार नाही याची मला खात्री आहे. तो परत येईल...” इरा शांतपणे पण ठाम आवाजात बोलत होती.

परिस्थिती आता निवळली आहे आणि प्रभाकरांची तब्येत ठीक आहे, हे बघून इरा बाहेर पडली. पुढच्या शुक्रवारी ती परत येईल हेही तिने त्यांना आवर्जून सांगितले. दारात पोचल्यावर ती मागे वळून म्हणाली,

“बाबा, तुमच्या मुलांनी युनिव्हर्सिटीमध्ये जाऊन शिकावं असे तुम्हाला वाटत होतं. पण तसं घडलं नाही. माझ्या आणि समीरच्या पदवीदान समारंभात तुमच्या डोळ्यातला अभिमान आम्हाला जाणवला होता. लीलाने कायद्यात पदव्युत्तर शिक्षण घेतलं आहे, ती राष्ट्रीय स्तरावरील महत्त्वाच्या समित्यांवर काम करते आणि आता तिला डॉक्टरेट देखील मिळणार आहे. स्वातीताई अनेक महिलांना मदत करतात आणि त्या स्त्रिया त्यांचा खूप आदर करतात. त्यांनी गोडसे कुटुंबाची मान नक्कीच उंचावली आहे.” कोणत्याही उत्तराची वाट न बघता इरा थंडगार वातावरणात बाहेर पडली. आता लवकरच इस्टरची सुट्टी लागेल आणि एला आणि लिऑनला परत भेटता येईल.

इराचा आठवडा कामाच्या धावपळीत जाई, शुक्रवारी ती गोडसेंच्या घरी जात असे, शनिवारी तिला कामावर जावं लागे आणि रविवारी ओमरच्या फोनने तिचा दिवस सुरु होत असे. ती दर दोन दिवसांनी समीरला मेसेज करत होती. पण त्याला तो उत्तर देत नव्हता. त्याच्याबद्दल थोडीफार माहिती तिला काह्याकडूनच मिळत असे. (समीर काह्याच्या मेसेजेसना कधीकधी उत्तर देई.) इराचे वडील संशयास्पद

वृत्तवाहिन्यांवर बारीक लक्ष ठेवून असत.

इराला आता दोन आनंदाचे झरे सापडले होते. कोणत्याही शंका-कुशंका न काढता, त्या दोघांनी तिला क्षणात आपलेसं केलं होतं. तसा विचार केला, तर ती त्यांच्या आजीच्या पिढीतील होती. पण वयाने, ती त्यांच्या आईपेक्षा थोडीशीच मोठी होती.

"ती आईची बहीण असूच शकत नाही. कारण तिचे केस अगदी काळेभोर आहेत आणि तिचा रंग पण सावळा आहे. इराचे केस गडद तपकिरी रंगाचे आणि तिचा वर्ण उजळ आहे. पण त्यांच्या वडिलांच्या कुटुंबियांइतकी ती गोरी नाही. एला आणि लिऑनचे केस सोनेरी आणि कुरळे होते, त्यांची त्वचा ऑलिव्ह रंगाची होती, डोळे फिकट तपकिरी होते." असं एलाचं निरीक्षण होतं. पण या सगळ्यांमुळे, तिला किंवा लिऑनला काहीच फरक पडत नव्हता. मम्मी-डॅडी कामात असतील तर इरा त्यांना पाळणाघरात न्यायला येई, ती त्यांना छान-छान गोष्टी सांगे आणि तिच्या गोष्टी ऐकता-ऐकता त्यांचं जेवणही अगदी झटपट संपत असे.

इराने तयारी दाखवली, तरी आपल्या मुलांना तिच्या घरी राहायला सोडायला लीला फारशी तयार नव्हती. पण एला लीलाजवळ गेली आणि अगदी मोठ्या माणसाच्या आविर्भावात म्हणाली,

"हा एक आकर्षक प्रस्ताव आहे. वस्तुस्थिती स्पष्ट आहे..." एलाने तिचं भाषण सुरू केलं.

" प्रस्ताव म्हणजे काय मम्मी ?" लिऑनने मध्येच विचारलं, त्याने एक खेळण्यातली स्कूल बस पूर्णपणे उघडली होती आणि आता त्याच्या आत तो डोकावून बघत होता. खेळण्याची नासधूस केली म्हणून त्याला

रागवण्याची उबळ लीलाच्या मनात आली, पण ती तिने दाबून टाकली. त्याच्या शाळेतील मानसशास्त्रज्ञांच्या मते, हा त्याच्या गतिसंवेदनात्मक शिक्षणाचा एक भाग होता आणि त्या खेळण्यामुळे तो निदान अर्धा तास तरी खोडकरपणा करणार नव्हता.

"मम्मी, तू माझ्याकडे पूर्ण लक्ष दे प्लीज!" एला अजूनच ठाम आवाजात म्हणाली.

"हो, हो. बाळा, तुझा प्रस्ताव सविस्तरपणे सांगशील का? मग त्यानंतर तो आकर्षक आहे का नाही ते आपण ठरवू." लीलाने इराकडे पाहिलं. इरा पडद्यांच्या निरीक्षणाचा बहाणा करून आपलं हसू दाबत होती. लीलाने एलाच्या टपोऱ्या, तपकिरी डोळ्यांकडे गांभीर्याने पाहिले. आता एलाने समाधानाने मान डोलावली आणि प्रस्ताव सांगताना हाताच्या बोटांवर मोजायला सुरुवात केली,

१. इराच्या घरी जाऊन लिऑन कशाचीही मोडतोड करणार नाही असं लिऑनने वचन दिलं आहे.

२. लिऑनच्या सगळ्या फुटकळ प्रश्नांची उत्तरं मी देईन असं मी मान्य केलं आहे.

३. आणि आम्ही भांडाभांडी केली नाही आणि शहाण्या मुलांसारखे वागलो, तर इरा आम्हाला एक नवीन गोष्ट सांगेल असे तिने कबूल केलं आहे." इराने अविश्वासाने एलाकडे पाहिले. तिला समीरचे कौशल्य आठवलं तो शाळेत इंग्रजी, घरी आजी-आजोबांसोबत मराठी आणि इराने त्याला शिकवल्यामुळे हिंदीसुद्धा बोलत असे. आणि आता एलाला एकच भाषा येत असूनही ती म्हणजे एक चालता-बोलता

शब्दकोश झाली होती. इरा आणि लीलाने स्मितहास्य केले. लीलाने आपले तळवे समोर धरले आणि म्हणाली,

"मग ठरलं तर!"

इराने मान हलवली,

"होय, मला मान्य आहे!" इरानेही आपला तळवा वर उचलला. एला धावत लिऑनकडे गेली आणि त्याचाही हात उचलून म्हणाली,

"लिऑन, तुला मान्य आहे असं सांग. म्हणजे आपल्याला इराकडे जाता येईल, नवीन गोष्टी ऐकता येतील आणि डबल चॉकलेट मफीनसुद्धा मिळतील. बोल पटकन!" लिऑन त्याची मोडलेली स्कूलबस पुन्हा जोडण्यात गुंग होता, "मान्य" म्हणजे काय हेही त्याला माहीत नव्हते! पण एलाला एकटीला चॉकलेट मफीन तो बरा खाऊ देईल?

"मान्य" लिऑनने हात उंचावून म्हटलं. त्याच्या हातात तुटकी बस लोंबकळत होती.

लीलाने अतिशय प्रयत्नाने चेहऱ्यावर गंभीर भाव ठेवले होते.

"तुझा प्रस्ताव मान्य आहे, एला!" एलाने त्यांचे कोट उचलले आणि हस्तांदोलन करण्यासाठी तिचा उजवा हात पुढे केला,

"आम्हाला घरी बोलावल्याबद्दल धन्यवाद, इरा. आपण पुढच्या आठवड्यात भेटू." असं म्हणून एला लिऑनचा हात धरून दारातून बाहेर गेली. आता मात्र लीला आणि इराला हसू आवरले नाही.

काही महिन्यांनी, एका संध्याकाळी, लीला मुलांना घरी घेऊन जाण्यास आली. जेम्स कामानिमित्त परगावी गेला होता.

"ये ना आत. काहीतरी खायला घे. मुलांनी आत्ताच चिकन नगेट्स आणि चॉकलेट पुडिंग खाल्लं आहे. आज त्यांना दिलेल्या सगळ्या भाज्या संपवल्या आणि शहाण्या मुलांसारखे वागले म्हणून, हे त्यांना बक्षीस होतं. आता उद्या शाळा नाहीये त्यामुळे टीव्ही बघायला हरकत नाही असं एला म्हणाली. आता मी यावर काय बोलणार?" इरा हसली. लीलाने कृतज्ञतेने मान डोलावली. लीलाने तिच्या काळ्या हाय-हिल्स उतरवल्या आणि चालत जाऊन ती सोफ्यावर बसली.

"मग, थोडे चिकन नगेट आणि चॉकलेट पुडिंग खाणार का?" लीलाने नकारार्थी मान हलवली,

"नको, मी लेंटचा उपवास करते आहे. मी घरी जाऊन सूप पिणार आहे. आत्ता मला थोडे पाणी चालेल. मी मुलांना जाऊन हॅलो म्हणते, पण त्यांना वेळेआधीच टीव्हीसमोरून उठवलं तर दोघेही धिंगाणा घालतील!" असं म्हणून लीला दमलेल्या स्वरात हसली. तिने तिची लॅपटॉप बॅग कडेच्या टेबलवर ठेवली. आणि उठून ती शेजारच्या खोलीत गेली. ती समीरची बेडरूम होती. पण आत्ता तिथे ती दोन छोटी मुलं कार्टून प्रिंटचा नाईटड्रेस घालून, बेडवर लोळत अगदी मन लावून टीव्ही बघत होती. टीव्हीवर एक अस्वल, एक झिपरा आणि फक्त लाल रंगाची चड्डी घातलेला मुलगा एका गाण्यावर नाचत होते. बरेचदा घरी जाताना गाडीतच लिऑन झोपून जात असे, म्हणून त्यांच्यासोबत रात्री झोपायचे कपडेही पाठवायला इराने सुचवले होते.

"माझी लाडकी बाळं!" असं म्हणून लीलाने त्या दोघांना जवळ घेतलं. लिऑनने हळूच लीलाच्या गालावर ओठ टेकवले, आणि एलानेही तिला तिचा दिवस कसा गेला असं विचारले आणि परत ती दोघे टीव्ही बघण्यात मग्न झाली.

लीला अगदी आनंदाने स्वयंपाकघरात गेली,

"आता हे नक्की झालं. जंगल बुकपेक्षा आईची ओढ जास्त वाटते!" इराला गॅसपाशी काम करताना पाहून तिला आश्चर्य वाटले,

"तुमचं जेवण झालंय ना? मग आता काय करते आहेस? आम्ही आता निघतोच आहोत."

इराने एका 'रोझे' वाईनच्या बाटलीकडे आणि दोन ग्लासांकडे खूण केली. तिने ताकात बेसन, मीठ आणि साखर मिसळून बनवलेल्या मिश्रणाला चरचरीत फोडणी दिली आणि ती कढी गॅसवर उकळायला ठेवली. तिने पापडाचं एक पाकीट काढलं आणि मायक्रोवेव्हमध्ये पापड भाजायला ठेवले. लीलाने वाईनच्या बाटलीकडे एक कृतज्ञतेचा कटाक्ष टाकला.

"मला आत्ता खरंच एका ड्रिंकची गरज होती. अगदी गडबडीत गेला माझा दिवस! तू काय करते आहेस? एवढा काही व्याप करू नकोस!"

"ही आपली भारतीय दाल-खिचडी. मी माझ्यासाठी केली होती. त्यातली थोडी शिल्लक राहिली आहे. तुला गरम करून देते.

"ओह, मला माहिती आहे ही खिचडी. आम्ही आजारी असलो तर शेजारची निमरत आंटी आम्हाला आणून द्यायची. आणि हा पांढरा पदार्थ कुठला?" लीलाने इरालाही वाईनचा एक ग्लास दिला आणि स्वतःला पण एक ग्लास भरून घेतला. इराने तिच्या जेवणाचं ताट मांडलं- दाल-खिचडी, त्यावर एक चमचा तूप, एका वाटीत कढी आणि कैरीच्या लोणच्याची फोड. लीला भुकेलेली होतीच, तिने अगदी आवडीने सगळं फस्त केलं.

"आपण दोघी समवयस्क आहोत यावर माझा विश्वासच बसत नाहीये. तुला बघितलं की मला ममा मारियाची आठवण येते. तीही अशीच प्रेमळ आणि दयाळू होती!" बोलताबोलता लीलाने परत एकदा दोघींच्या पेल्यात वाईन ओतली. आज रात्री इथेच मुक्काम करावा असं इराने सुचवल्यावर लीलाने तिच्या इच्छेचा मान राखला. मुले या दोघींना गुडनाईट म्हणून झोपी गेली. लीलाने इराचा नाईटड्रेस घातला आणि त्या दोघी शेकोटीशेजारी बसल्या.

लीलाने तिचा पेला उंचावला आणि म्हणाली,

"माझ्या नवीन मारियासाठी! तिची नात म्हणून चर्चने माझा स्वीकार केला, पाकिस्तानी लोकांनी आपा म्हणून माझ्या आईला जवळ केलं, पण माझा वर्ण बघून आजही लोक विचित्र नजरेने माझ्याकडे बघतात...पण, मी एक वकील आहे आणि त्यांना मदत करू शकते हे समजल्यावर त्यांची माझ्याकडे बघायची नजर बदलते. १९४८ मध्ये एम्पायर विंडरश नावाच्या बोटीतून १० वर्षांची मारिया जोसेफ जमैकातील इतर ५०० नागरिकांसह इंग्लंडमधील टिलबरी डॉक येथे कशी आली त्याबद्दल लीलाने सांगितलं. मारियाच्या वडिलांना कारखान्यातील धुरामुळे आजारपण आलं होतं, त्यांची शुश्रुषा करतच मारिया मोठी झाली आणि नंतर तिला नर्सिंग असिस्टंट म्हणून पगारी नोकरी मिळाली.

"रविवारच्या मेजवानीच्या वेळी ममा मारिया आम्हाला तिच्या काळातल्या इंग्लंडचं वर्णन सांगत असे. तिचं इंग्लंड तू, मी आणि जेम्स अनुभवत असलेल्या इंग्लंडच्या अगदीच विरुद्ध होते. माझे आजोबा मायकेल क्लार्क १९५९ साली अशाच एका जहाजातून बार्बेडोसहून इंग्लंडला आले होते. त्यांना तर मी कधीच भेटले नाही. ते दोघे प्रेमात पडले

आणि १९६१ साली दोघांनी लग्न केलं. मारिया रात्री उशिरापर्यंत काम करत असे, मायकेलसुद्धा अगदी मेहनती होते. ते दोघं आळीपाळीने आपल्या मुलांची काळजी घेत. काही अनुयायी सुरुवातीला शेजारच्या एका छोट्याश्या खोलीत चर्चसाठी एकत्र येत असत, नंतर त्याचे ब्लॅक चर्च तयार झाले. त्याला मारिया आणि मायकेल नेहमी जात असत. आणि अचानक मायकेलचा रस्तेअपघातात मृत्यू झाला. जणू काही या कुटुंबाच्या सुखाला कोणाची तरी नजरच लागली."

त्यानंतर मारियाने कौन्सिल होममध्ये मुलांचं संगोपन केलं. ती तिचं नर्सिंगचे काम करतच होती. तिला कधीही पासपोर्ट मिळाला नाही, जमैकामध्ये तिच्या पालकांना कधीही भेटता आले नाही. परंतु चर्च, शेजारी आणि इतर कृष्णवर्णीय परिचारिका असं विस्तारित कुटुंब तिला मिळालं. याबद्दल लीला अगदी मनापासून सांगत होती. मारियाने जीवाचा एवढा आटापिटा करूनही, जोसेफ वाईट मार्गाला गेला. लीला थोडीशी कळती झाल्यावर मारियाने तिला हातोड्याच्या घटनेबद्दल समजावून सांगितलं. इरा लीलाचं बोलणे अगदी लक्ष देऊन ऐकत होती. जोसेफला बेकायदेशीरपणे नोकरीवरून काढून टाकलं होते. त्याचा राग त्याच्या मनात होता. आणि त्याच दुःखाच्या भरात, तो मित्रांसमवेत दारू प्यायला गेला आणि त्यापुढे जाऊन मादक पदार्थही घेऊ लागला. स्वातीसारखीच, इतर अनेक लोकांनी पोलिसांत त्याच्याविरुद्ध तक्रार केली होती. त्याच्या व्यसनामुळे तो तुरुंगात गेला आणि तिथेच कोठडीत त्याचा मृत्यू झाला. त्याच्या मृत्यूचा तपासही केला गेला नाही. मारियाने जोसेफच्या वर्तनाला स्वतःलाच जबाबदार धरलं. त्यामुळे तिने जोसेफला आणि स्वतःला कधीच माफ केलं नाही. स्वातीने पोलिसांत तक्रार केली म्हणून मारियाने स्वातीलाही कधी क्षमा

केली नाही. त्यांच्यात त्यावेळी जी दरी निर्माण झाली, ती परत कधीच भरून आली नाही. तिचा काका लिओ, तिला भेटायला आला त्यावेळी काय घडलं ते लीला सांगू लागली,

"स्वाती तिच्या आई-वडिलांकडे गेली. पण त्यांनी तिला स्वीकारलं नाही. मग ती ब्रॅडफर्डला आली. मारियाने लिओला तिच्याकडे भेटायला पाठवले. त्याच्याबरोबर घरी केलेला ब्रेड आणि केकही दिला आणि लीलाला त्या दोघं बरोबर चर्चला पाठवायची विनंती केली."

"तुझे काका काय करतात?" इराने विचारलं. तिला या नात्याविषयी कुतूहल वाटत होतं. लीलाचा चेहरा एकदम उजळला.

"ओह, लिओ काका एका कारखान्यात सहाय्यक म्हणून काम करत होते. त्यांनी अगदी नेटाने ती नोकरी केली आणि पर्यवेक्षक म्हणून ते निवृत्त झाले. हेलेन काकूही खूप चांगली होती, ती स्वतः विणलेल्या खूप गोष्टी मला भेट म्हणून पाठवायची. तिचं आणि लिओचं लग्न होण्यापूर्वी ती शिवणकाम करत असे. रोनाल्डच्या पिढीपासून परत एकदा समस्यांना सुरुवात झाली. तो प्रत्येक वाईट गोष्टीचं खापर कौन्सिलवर फोडतो, मनात आलं तरच कामावर जातो आणि आता त्याची प्रेयसी चौथ्यांदा गरोदर आहे!" लीलाचा स्वर अगदी शांत होता, पण आता त्यात रागाची छटा डोकावत होती.

"आणि अशाच पद्धतीने साचेबंद प्रतिमा (स्टीरिओटाईप्स) तयार होतात. धर्माच्या नावाखाली, मुलांचं लेंढार जन्माला घातलं जातं. तुम्ही ढीगभर मुलं जन्माला घालता, मग त्यांच्या संगोपनासाठी कौन्सिलच्या पैशांवर अवलंबून राहता. यामुळे समाजातील इतर लोकांना तुमची चीड येते. तुम्हाला ख्रिश्चन धर्माचा एवढाच पुळका असेल तर त्यातील

इतर तत्वांचं तुम्ही पालन का करत नाही? बायबलमध्ये आळशीपणा, दुसऱ्याला नावं ठेवणं, शिवीगाळ करणं, बेजबाबदार वर्तन करणं या सगळ्यांना पाप मानलं आहे. सब्बाथ, म्हणजे सहा दिवस काबाडकष्ट केल्यावर तुम्ही एक दिवस संपूर्ण विश्रांती घ्यायची असते! पण रोनाल्ड तर काहीच काम करत नाही! त्याच्या वडिलांनी पैसे साठवून त्याला शाळेच्या सहलीमार्फत जर्मनीला पाठवलं होते. म्हणून रोनाल्डकडे पासपोर्ट आहे. आता त्याला पासपोर्ट मिळाल्यामुळे, तो आता इंग्लंडचा कायदेशीर नागरिक झाला आहे. लिओकाका आणि मारियाला पैशांची चणचण असल्याने कधीच कुठे जाता आलं नाही, अगदी कुटुंबियांना भेटायला पण नाही. मारिया ज्या देशातून इंग्लंडला आली, त्यावेळी तो देश ब्रिटीशांच्या अंमलाखाली होता."

"विंडरश" इरा उद्गारली. तिने ज्या गोष्टी वर्तमानपत्रात वाचल्या होत्या त्याची अशी सांगड लागलेली बघून ती थक्क झाली. लीलाने बोलणं पुढे चालू ठेवलं,

"मायकेलचा पासपोर्ट मारियाने त्याची एक अनमोल आठवण म्हणून जपून ठेवला होता. तो पासपोर्ट इंग्लंडच्या राणीच्या नावे जारी करण्यात आला होता. ५० वर्षं कर भरल्यावरही, त्यांना दर वर्षी ब्रिटनमधील रहिवासाचे पुरावे द्यावे लागतील, त्यांना कोणतीही वैद्यकीय मदत नाकारली जाईल आणि त्यांना हद्दपार करू नये यासाठी कायदेशीर लढा द्यावा लागेल, याची त्यांना कशी कल्पना येणार? या विंडरश घोटाळ्यामुळे कॅरिबियन वंशाच्या ५०,००० हून अधिक वृद्धांची फरपट झाली आहे." विंडरश घोटाळ्याबाबत सांगून झाल्यावर लीला लंडनमधल्या आगीबद्दल त्वेषाने बोलू लागली.

"दुसऱ्या एका घटनेत, गेल्या वर्षी लंडन येथील ग्रेनफेल टॉवर या इमारतीला लागलेल्या आगीत ७८ लोकांचा मृत्यू झाला. या प्रकरणाचा तपास करताना संस्थात्मक वंशवाद, त्या इमारतीला आवरण म्हणून निकृष्ट दर्जाच्या साहित्याचा वापर, केंद्रीय अग्निशमन गजर प्रणालीचा अभाव आणि अशा बऱ्याच घृणास्पद गोष्टी उजेडात येत आहेत. बळी पडलेल्यांपैकी बहुतेक जण कृष्णवर्णीय किंवा आशियाई वंशाचे होते. ही घटना खूपच गाजली. धक्कादायक गोष्ट म्हणजे अस्तित्वातच नसलेले कुटुंबीय बळी पडले म्हणून २२ खोटे दावेदार नुकसानभरपाई मागायला आले! आणि हे सगळे कृष्णवर्णीय होते. या सर्व दाव्यांचा तपास केला गेला आणि ते फेटाळले गेले. पण एक जरी खोटा दावा दाखल झाला, तरी त्यामुळे खटला कमकुवत होतो..." लीलाला अजून खूप बोलायचं होतं, पण दिवसभर काम करून ती दमली होती आणि तिने थोडीशी वाईनही घेतली होती. लीला बोलायची थांबली. इरा अगदी मन लावून तिचं बोलणं ऐकत होती. तिचे डोळे शांत पण उदास होते. तिने लीलासमोर पाण्याचा पेला आणि चेरीचा सट ठेवला. लीलाने एक चेरी तोंडात टाकली.

"तू नेहमीच अशीच होतीस का, इरा? शांत, सगळ्यांना मदत करणारी, सगळ्या अन्याय्य गोष्टींकडे दुर्लक्ष करणारी? तुला राग कसा येत नाही?"

इरा निश्चल स्वरात म्हणाली, "तुझ्या वडिलांचे आई-वडील अगदी खडतर परिस्थितीत जहाजातून या देशात आले. त्यांना त्यांच्या ह्या कर्मभूमीबद्दल बद्दल विश्वास वाटत होता, त्यांची दिलेली कामं करण्याची तयारी होती. दुसऱ्या महायुद्धात जे काही गमावलं ते त्यांनी पुन्हा उभारलं.

तुझ्या आईचे वडील स्वेच्छेने खेडेगावातील लोकांवर उपचार करण्यासाठी इंग्लंडला आले. ती नोकरी इथले स्थानिक ब्रिटीश डॉक्टर करायला फारसे तयार होत नव्हते. त्यांना त्यांच्या या कामाचा उत्तम मोबदला मिळत होता.

मला इंग्लंडच्या उत्कृष्ट शिक्षण व्यवस्थेचा अनुभव घेण्याचं सौभाग्य लाभलं. पण आजही आपल्याला स्थलांतरितच समजलं जातं. ज्या लोकांनी बाहेरचं जग अनुभवलेलं नाही, अशा लोकांकडून बरेचदा वंशभेदाचा सामना आपल्याला करावा लागतो. पण मला राग येत नाही. १९९३ साली मी पहिल्यांदा आंतरराष्ट्रीय विमान प्रवास केला, त्यावेळी माझा सगळा राग निघून गेला.”

प्रकरण १७

धर्माच्या नावाने

२ सप्टेंबर २०१९

इरा तिच्या आवडत्या लिटिल व्हेनिसजवळच्या एका बाकावर बसली होती. गजबजलेल्या पॅडिंग्टन जवळ असलेली, ग्रँड युनियन कॅनालच्या बाजूला असलेली ही सुंदर जागा होती. इज्लिंग्टनमधील त्यांच्या छोट्या घरात गेल्यानंतर समीरबरोबर रविवारी दुपारी ती इथे यायची. त्या आठवणी इराच्या मनात ताज्या झाल्या.

रत्नप्रभांनी बरीच आदळआपट केली होती. त्यांचं म्हणणं होतं की, आपल्या मुलाचं सुखासुखी चाललेलं आयुष्य कुठल्या आईला बघवणार नाही? पण नाही, या घरात सर्व सुखसोई असताना, इराला समीरला घेऊन लंडनमधल्या त्या छोट्याशा घरात राहायचं होतं, असं त्यांना वाटायचं. त्यांचं काही अगदीच चुकीचं नव्हतं.

एका प्रसंगामुळे मात्र इराचं मत ठाम झालं होतं. एका गोष्टीची तिला प्रकर्षाने जाणीव होती, ती म्हणजे श्रीरामची मानसिक स्थिती कधीही बदलायची आणि त्याच्या वागण्यामुळे समोरचा माणूस दुखावला जायचा. असं जेव्हा व्हायचं तेव्हा इरा, श्रीराम आणि समीरच्या मध्ये

ढालीसारखी उभी रहायची. श्रीरामचे आई बाबा त्याच्या या अवस्थेत काय करायचे हे इराला अगदी व्यवस्थित ठाऊक होतं. ते त्याला एकटं राहू द्यायचे, त्याच्याकडून कसल्याही सौजन्याची अपेक्षा त्यांनी कधी केली नाही. त्यामुळे समीरला काहीही न सांगता देखील, अशा वेळी काय करायचं हे तो अनुकरणाने माहीत होतं. श्रीराम बरा असेल तेव्हा समीर त्याच्याशी खेळायचा, इतर वेळी तो त्याच्या लाडक्या आजी आजोबांबरोबर किंवा इरा घरी असेल, तर तिच्याशी खेळायचा.

एके दिवशी संध्याकाळी इरा घरी आली तेव्हा समीरने स्वतःला त्याच्या खोलीत कोंडून घेतलं होतं. इराने काय झालं हे त्याला खोदून खोदून विचारायचा प्रयत्न केला. तरीही त्याने दार उघडलं नाही, मग तिने त्याला रागावून, चुचकारून, ओरडून दार उघडायला सांगितलं. पण तरीही आत शांतताच होती. तिने रत्नप्रभांना विचारलं, "आई, काय झालंय याला?" रत्नप्रभा शांतपणे म्हणाल्या,

"काळजी करण्यासारखं काहीही झालेलं नाहीये इरा. तो नेहमी शाळेतून येतो तेव्हा आल्याबरोबर मी त्याला दुधाबरोबर रव्याचा किंवा बेसनाचा लाडू देते. तुला तर माहीत आहे की, लाडवांचा डबा नेहमी भरलेलाच असतो. तुझ्या सासऱ्यांना न्याहारीला लाडू खायला आवडतात. पण यावेळी नेमकी मी हळदीकुंकवाच्या तयारीच्या गडबडीत व्यस्त होते, आणि लाडू संपल्याचं माझ्या लक्षातच आलं नाही. आज समीर शाळेतून धावतपळत घरी आला आणि शेल्फमधला डबा उघडून बघतो तर काय, सगळे लाडू संपलेले होते. मी त्याला नानकटाई देऊ केली, तू काल आणलेला अक्रोडाचा केक देऊ केला. पण नाही! त्याला लाडूच हवे होते, म्हणून त्याने हट्ट धरला, आणि आता वर खोलीत जाऊन रडत बसलाय. त्याचं हे वागणं अगदी माझ्या बाबा आणि

आजोबांसारखं आहे. देवाला दाखवायच्या नैवेद्याची वेळ चुकलेली त्यांना अजिबात चालायची नाही. नैवेद्याची वेळ चुकली तर देव कोपतात असं ते म्हणायचे. बाईंनी आपल्या घरी पूर्वापार चालत आलेल्या प्रथेला स्मरून मान डोलावली. एकीकडे कोशिंबिरीसाठी काकडी कोचवत त्या बोलत होत्या. मध्येच बोलता बोलता श्रीरामसाठी गॅसवर ठेवलेली आमटी ढवळत होत्या.

"काळजी करू नकोस, मी स्वयंपाक होत आला, की एकीकडे लाडूंसाठी बेसन भाजायला घेईन. आपल्या बाळासाठी २० मिनिटात छान लाडू होतील बघ. मला तेवढा शेल्फातला डबा काढून देतेस का?"

"आई, नाही, कृपया तुम्ही तुमच्या सवडीनुसार लाडू करा. एकतर तुमची तब्येत बरी नाही, तुम्हाला ॲनिमिया झालाय, तुमची पाठ दुखतेय. या घरात सगळ्यात जास्त बरं जर कोणाला नसेल तर ते तुम्हाला. तुम्ही आराम करायला हवा. प्रत्येकाच्या खाण्यापिण्याच्या आवडीनिवडी सांभाळत बसायची तुम्हाला अजिबात गरज नाहीये." अर्थात रत्नप्रभांनी तिचं अजिबात ऐकलं नाही. अखेर समीरला भरपूर खाऊचं आमिष दाखवून, बाबापुता करून इराने त्याला दार उघडायला लावलं. ते दोघेही समीरच्या आवडत्या बंक बेडच्या खाली असलेल्या कार्पेटवर मांडी घालून बसले होते. समीर हॉट चॉकलेट मिटक्या मारत पीत होता आणि बरोबरीने काल आणलेला अक्रोडाचा केक खात होता. तिने त्या केकच्या तुकड्याला सांताक्लॉज चा आकार दिला होता आणि डोळ्यांच्या जागी २ काळया मनुका लावल्या होत्या. स्ट्रॉबेरी जॅमने त्याचा हसरा चेहरा काढून तो केक तिने समीरला दिला. ते पाहून समीर लाडूंबद्दल पार विसरून गेला आणि शाळेत घडलेल्या, बसमध्ये घडलेल्या प्रसंगांबद्दल इराशी बोलू लागला. बसमध्ये झालेल्या मारामारीमुळे तो चिडला होता आणि

त्याला भूकही लागली होती. समीरच्या केसांतून हात फिरवत असताना, त्याच्या डोळ्यात भुकेमुळे दिसणारा संताप हळूहळू विझत चाललेला तिला दिसला. पोट भरल्यामुळे तो आता तृप्त झाला. खिडकीबाहेरच्या बर्चच्या झाडाकडे इराने टक लावून पाहिलं. काय करायला हवं हे तिच्या ताबडतोब लक्षात आलं. श्रीरामच्या चुकीच्या सवयी समीर हळूहळू आत्मसात करत होता. आपल्या मुलाच्या आणि नातवंडाच्या प्रेमापोटी रत्नप्रभासुद्धा त्यांच्या या वागण्याला खतपाणी घालत होत्या. शेवटी इराने निर्णय घेतला. तिने समीरला लंडनच्या संस्कृतीशी, अन्नाशी आणि सवयींशी ओळख करून देण्याचं ठरवलं. सगळ्यात महत्त्वाचं म्हणजे, तिला समीरला आपल्या सवयींशी, वेळापत्रकाशी काही वेळा तडजोड करावी लागते हे समजवायचं होतं. आयुष्यात होणारे बदल आनंदाने स्वीकारायला हवेत हे शिकवण्याचं ठरवलं. तिची आर्थिक ओढाताण होणार हे माहीत असूनही तिने वेगळ्या भागात घर घेण्याचा निर्णय घेतला. आता किमान या सगळ्या कौटुंबिक नाटकातून तरी तिची सुटका होणार होती. रत्नप्रभांनी प्रथम खूप थयथयाट केला. नंतर मात्र, समीरला त्यांच्यापासून दूर करणाऱ्या इराबद्दलचा राग मनात असूनही थंड नजरेने त्या बघत होत्या. दर शुक्रवारी संध्याकाळी समीरला घेऊन त्याच्या आजीआजोबांकडे यायचं तिने कबूल केलं आणि सध्या तरी ती श्रीरामला घटस्फोट देणार नाही असंही तिने मान्य केलं.

समीरसाठी केलेली सर्वात सकारात्मक गोष्ट म्हणून इरा या सगळ्या परिस्थितीकडे पाहत होती. विशेषतः जेव्हा तिने समीर आणि काह्याला कुठल्याही अन्नपदार्थांच्या किंवा संस्कृतीच्या अडथळ्यांशिवाय, केवळ लंडनवासी म्हणून जगताना पाहिलं, तेव्हा तिचा तो निर्णय योग्य होता, असं तिला जाणवलं. समीर जसजसा मोठा होत होता, तसतसा

तो आठवड्याच्या शेवटी आपल्या मित्रांबरोबर बाहेर जाई. इराने स्वतःची अशी एक दिनचर्या आखून घेतली होती. शनिवार रविवारपैकी एक दुपार ती लिट्ल व्हेनिस जवळ येऊन बसायची. कधी कुठल्या मित्रमैत्रिणींशी गप्पा मारत बसायची. पण बऱ्याचदा ती बाजूला असलेल्या नदीजवळच्या बाकावर एकटीच पुस्तक वाचत बसायची.

सप्टेंबर २०१९ च्या एका गुरुवारी गणेश चतुर्थी होती ; ज्या दिवशी मुंबईत लोकांना सुट्टी असायची! इरा दरवर्षी घरी मदत करण्यासाठी या दिवशी हमखास सुट्टी घ्यायची. आरास करणं, मूर्ती प्रतिष्ठापनेसाठी मदत करणं, उकडीचे मोदक करणं, हे सगळं ती करायची. आरती झाल्यावर समीर आनंदाने गणपती बाप्पा मोरया असा गजर करायचा. रत्नप्रभांनी त्याला सांगितलं होतं की आरती ही घरातल्या कर्त्या पुरुषानेच करायला हवी. जेव्हा त्यांची मुलं लहान होती, तेव्हाही त्यांनी स्वातीताईंना कधीच आरती करू दिली नव्हती. स्वातीताईंनी घरकामात मदत करणं, पूजेची पूर्वतयारी करणं आणि आरतीचं तबक तयार करून ते श्रीरामच्या हाती देणं अपेक्षित होतं. हेच त्यांनी १९४० च्या दशकात आपल्या ब्राह्मण घरात पाहिलेलं असल्याने, त्यांच्यावर तेच संस्कार बिंबवले गेले होते. २०१६ सालच्या गणेशोत्सवात काह्यासुद्धा सहभागी झाली होती. आरतीच्या वेळी ती जरा लांबच उभी राहिली होती. लांबूनच तिने, फुलं वाहून बाप्पाचं दर्शन घेतलं. रत्नप्रभांनी केलेल्या चविष्ट जेवणाचं कौतुकही केलं. संध्याकाळी दर्शनाला येणाऱ्या पाहुण्यांची सरबराई करायला ती पुन्हा संध्याकाळी येईल, असं आश्वासनही तिने दिलं.

पुढल्या वर्षी म्हणजे २५ ऑगस्ट २०१७ ला हा सण अगदी घरच्याघरी करण्यात आला. कारण श्रीरामचा आजार बळावत चालला होता, त्याला रात्री पडणाऱ्या भयंकर स्वप्नांनी ग्रासलं होतं. आणि पुढच्या

तीनच महिन्याच्या आत श्रीराम सगळ्यांना सोडून देवाघरी गेला. साठ वर्षांत पहिल्यांदा, १३ सप्टेंबर २०१८ रोजी त्यांच्या घरी गणेशोत्सव साजरा केला गेला नाही. यावर्षी मात्र प्रभाकरांनी रत्नप्रभांकडे 'यंदा गणपती बसवूया' असा आग्रह केला. परंपरेनुसार एकदा घरात गणपतीची प्राणप्रतिष्ठा केली की दर वर्षी न चुकता ती करावीच लागते, या नियमाचा आधार प्रभाकरांनी रत्नप्रभांना पटवण्यासाठी घेतला. ही परंपरा वडीलधाऱ्यांकडून पुढच्या पिढीकडे दिली जाते आणि जपलीही जाते.

इराने नेहमीच आवश्यक तेवढं केलं होतं. समीरने आपल्या भावी पत्नीकडून अशा कोणत्याही अपेक्षा ठेवू नयेत असं देखील तिने त्याला सांगितलं होतं. यावर्षी सप्टेंबर महिन्यात तिने प्रभाकरांच्या म्हणण्याला दुजोरा दिला होता कारण यामुळे रत्नप्रभांच्या मनाला उभारी मिळेल असं तिलाही वाटलं. तिला आशा होती की बाप्पाच्या १० दिवसांच्या वास्तव्यात गोडश्यांच्या घराला स्थैर्य आणि शांतता लाभेल. त्यामुळे इराने दरवर्षीप्रमाणे सुट्टी घेतली आणि ती सकाळी ७ वाजता तिच्या सासूसाऱ्यांच्या घरी मदतीसाठी हजर झाली. तिथे झालेल्या बाप्पाच्या आरतीने तिलाही थोडं मानसिक समाधान मिळालं. मग जेवण करून ती निघाली.

आता ती तळ्याच्या काठी बसली होती. संथ वाहणाऱ्या पाण्यात बदकं शांतपणे पोहत होती. पाण्याच्या आत ते किती वेगाने पाय मारतात याची कल्पना बाहेरून पाहणाऱ्या लोकांना येत नाही. इराचंसुद्धा तसंच होतं. फोनवरच्या नोटिफिकेशने तिच्या विचारांची तंद्री मोडली. ओमरचा मेसेज आला होता.

"तू बहुधा कामाच्या ठिकाणी असशील. पण जेव्हा शक्य होईल तेव्हा व्हिडिओ कॉल कर. तुला काहीतरी बातमी सांगायची आहे."

समीरपर्यंत इराला पोहोचणाऱ्या तीन शक्यतांपैकी एक ओमर होता. बाकी दोन काव्या आणि इराचे बाबा! इराने कानात हेडफोन्स घातले आणि ओमरला व्हिडिओ कॉल लावला. ओमर मोठ्याने म्हणाला,

"अप्रतिम! फोन तसाच धरून ठेव. पाणी आणि हिरवळीच्या शांत पार्श्वभूमीवर तुझा संयमशील चेहरा फारच सुरेख दिसतोय. ती छोटी नाव आहे का? थांब मी तुला तुझा फोटो पाठवतो. तू आहेस कुठे?" त्याच्या बडबडीमुळे इराची तंद्री मोडली आणि त्याला उत्तर देण्यासाठी म्हणून तिचे ओठ विलग झाले. ती पटकन म्हणाली,

"मी लिट्ल व्हेनिसमध्ये आहे. ह्या जागेचा संबंध ऐतिहासिकदृष्ट्या लॉर्ड बायरन आणि रॉबर्ट ब्राउनिंगशी आहे. आता तू याचे संदर्भ नंतर शोधत बस. मी काही इथे माझे फोटो काढायला किंवा तुला कविता सुचावी म्हणून आलेले नाही! समीरबद्दल काही समजलं असेल तर मला सांग. सगळं ठीक आहे ना?"

ओमर हसला, पूर्वी तिच्या सौंदर्यावर भाळून तो तिच्यावर कौतुकाचा वर्षाव करायचा. आणि त्या कौतुकाने ती लाजली की तिच्याकडे पाहत बसायचा. मग हळूच गालावर पुढे आलेल्या बटा तो तिच्या कानामागे टाकायचा. तो शांतपणे धीरगंभीर स्वरात म्हणाला,

"इरा, जर काही गंभीर घटना घडली असती, तर मी इथे तुझं कौतुक करत बसलो असतो का? मी फक्त मेसेज करून थांबलो असतो का? मी तुला थेट कॉल केला असता. आता पंचेचाळीसच्या परिपक्व वयात तुला कौतुक कसं स्वीकारायचं हे लक्षात यायला हवं. ह्यावर तू काही प्रतिक्रिया द्यायला हव्यात असं नाही. आता मी काय सांगतो ते ऐक." इराने प्रत्युत्तर द्यायचं टाळलं आणि तो काय सांगतोय हे लक्षपूर्वक ऐकू लागली. अखेरीस ओमरची ज्या गोष्टीसाठी धडपड चालू होती, त्यात

त्याला यश मिळालं होतं. त्याने समीरच्या मागावर एक हेर पेरला होता, ज्यामुळे समीर ज्या लोकांच्या संपर्कात होता, त्या लोकांपर्यंत पोहोचण्यात ओमर यशस्वी झाला होता.

"कालच्या बैठकीत बोलतानाचा समीरचा फोटो मला मिळाला आहे. तुझ्याबरोबरच त्याचाही फोटो मी तुला पाठवतोय. बघ त्याच्याकडे म्हणजे तुझी खात्री पटेल की तो सुखरूप आहे." तो थांबला. इराने फोनवर टॅप करून तो फोटो बराच वेळ पाहिला. पांढरा सुती कुर्ता आणि त्याखाली फिक्कट निळ्या रंगाची जीन्स परिधान केलेला तो समीर होता. त्याच्या हातात कॉर्डलेस माईक होता. ती हसली तसा ओमरही तिच्याकडे पाहून हसला.

"तो ठीक आहे इरा समजलं का?" तिला हायसं वाटलं आणि तिच्या डोळ्यातून पाणी वाहू लागलं.

"आता बाकीच्या गोष्टींकडे वळूया. मी काही धार्मिक विद्वान किंवा सामाजिक कार्यकर्ता नाही. मी फक्त एक साधा शिक्षक आहे. माझ्या विद्यार्थ्यांना मी परस्परांशी आदराने वागायला सांगतो. एखादा वेगळा आहे म्हणून तो वाईट किंवा चुकीचा नसतो हे शिकवतो. आम्ही काही मुसलमान शिक्षण संस्था चालवतो आणि काही विद्वान हिंदू एकत्र येऊन मोहल्ला कमिटीमध्ये काम करतो. मुंबईमधील काही संवेदनशील भागात जाऊन तिथे आम्ही हिंसा होऊ नये याचा प्रयत्न करतो. उदाहरणार्थ गणेशोत्सव आणि मोहरम जर एका दिवशी आले तर आम्ही एकत्र बसून, मिरवणुका कुठल्या रस्त्याने जातील यावर तोडगा शोधून काढतो. हिंदू आणि मुस्लिम दोघेही आपापले सण कुठल्याही भांडणाशिवाय साजरे करू शकतील असे उपाय शोधून काढतो." त्याने आपल्या बारीक फ्रेमच्या चष्म्यावर टकटक करत म्हटलं. तो पुढे म्हणाला,

"१९९२-९३च्या दंगलीत जीव गमावलेल्या लोकांच्या मुलांशी जर तू बोललीस तर ते तुला सांगतील की, मुंबईत कोणालाच दंगल नको आहे. अर्थात, ध्रुवीकरण हे आपल्या समजेच्या पलीकडे आहे. हिंदूबहुल भागात विशेषतः जैन वस्तीच्या आसपास मुस्लिमांच्या राहण्याची सोय होत नाही, मांसाहार बंदी असल्याने त्यांचे हाल होतात. स्वतःचं वर्चस्व दाखवण्यासाठी बकरी ईद साजरी करण्याच्या निमित्ताने, आमच्यातील मुसलमान बकरीचा बळी देण्यासाठी ती घरी येऊन येतात. आमच्याकडे अति धार्मिक, जुन्या मतांच्या मुस्लिमांचे काही कंपू आहेत. मवाळ मुस्लिम समाजाला आपली मुलं ना त्यांच्यात वाढवायची आहेत ना दिखाऊ सण-समारंभ साजरे करणाऱ्या हिंदूंमध्ये. पण यावर नंतर कधीतरी बोलूया. मुंबईत या दोन समाजांना जोडणं सोपं आहे कारण मध्यमवर्गीय मुस्लिम आणि हिंदू कुटुंबीयांचं अजूनही आपल्या मुलांच्या शिक्षण आणि नोकरी करण्यावर काटेकोरपणे लक्ष आहे." मध्येच थांबून ओमरने क्षणभर खिडकीच्या बाहेर पाहिलं आणि मग पुन्हा इराकडे बघितलं.

"हे ध्रुवीकरण उत्तर भारतात खूप जास्त आहे, म्हणजे विशेषतः मीरत आणि ग्वाल्हेरमध्ये. समीर आत्ता अश्याच ठिकाणी आहे." तिच्या जन्माच्या वेळी असलेला तिचा देश आता असहिष्णुतेमुळे तिला ओळखता येत नव्हता याचं तिला नवल वाटत होतं. तिने त्याला विचारलं.

"पण समीर? आणि ते गोडसे कनेक्शन?" ओमर म्हणाला,

"समीरने तुला सांगितल्याप्रमाणे, पुणे आणि मुंबई ही शहरं या विषयावर शांत आहेत. महाराष्ट्रात नथुराम गोडसेंवरच्या नाटकाचं पुनरुत्थान करण्याइतकं आणि त्यांच्या कुटुंबियांचं वार्षिक संमेलन

करण्याइतकं समर्थन त्यांना मिळतं. पण समीरवर संधिसाधू लोकांनी गारूड केलं आहे. त्यांना चांगला परदेशात शिकलेला, फाडफाड इंग्रजी बोलणारा आणि ज्यांनी गांधीजींविरुद्ध उभं राहण्याचं धैर्य दाखवलं, त्या गोडसे घराण्याचा वारसा चालवणारा मुलगा मिळाला आहे. काँग्रेसने गांधींच्या विचारांचं सदैव समर्थन केलं आहे आणि ते करणार. त्यांना प्रत्युत्तर देण्यासाठी समीर हा पर्याय आहे. समीर ज्या लोकांशी संलग्न आहे, त्यांचे बरेच मनसुबे आहेत. उदाहरणार्थ नथुरामांचं मंदिर, पुतळे बांधण्यापासून ते गंगेचं पाणी, गोमूत्र आणि गोमय वापरून त्यापासून आरोग्याशी निगडित वस्तू करण्यापर्यंत त्यांनी योजना आखल्या आहेत. या निरर्थक योजनांमध्ये, तू ३० जानेवारीच्या दिवशी जी गोरक्षासेना पाहिलीस तीसुद्धा सहभागी आहे. शिवाय भारताच्या न्यायव्यवस्थेत न्याय लवकर मिळत नाही म्हणून, हिंदू न्यायालयांची स्थापना करण्याचा त्यांचा मानस आहे. त्यांना 'नथुराम' हा ब्रँड तयार करायचा आहे आणि दिवाळी भेटवस्तूंच्या टोपलीत या ब्रँडचे शॅम्पू, तेल, टूथपेस्ट अशा गोष्टी द्यायच्या आहेत. ओमरने फोन टेबलावर टेकवून ठेवला आणि हाताची घडी घातली.

"एक राष्ट्र म्हणून असलेला आपला विचार, आपलं इतिहासप्रेम आणि इंग्रजांमुळे आपल्या शहरांच्या नावांचे झालेले अपभ्रंश बदलण्याची नवीन सुरुवात गेल्या काही दशकांत सुरू झाली. उदाहरणार्थ कलकत्ताचं कोलकाता, बॉम्बेचं मुंबई आणि पूनाचं झालं पुणे. मुंबईतून ब्रिटिश नावं नाहीशी झाली आहेत. आपल्या वेळी असलेलं व्हिक्टोरिया टर्मिनस आता छत्रपती शिवाजी महाराज टर्मिनस म्हणून ओळखलं जातं. जसं काँग्रेसने गांधीजींना देवत्व बहाल केलं तसेच आता हे राजकीय पक्ष शिवाजी महाराजांवर आपला दावा सांगत आहेत. पण त्यांनी केलेल्या

कामाचं अनुकरण करायला मात्र कुणीही तयार नाही. आता गोडश्यांचंच उदाहरण घे. मीरत जिल्ह्याचं नाव बदलून नथुराम गोडसे नगर करायचं असा प्रस्ताव कितीतरी वर्षांपासून मांडलेला आहे. आता ते होतंय की नाही पाहूया!

इराने मान हलवली. अशा दिखाऊ आणि हास्यास्पद विचारांच्या लोकांमुळे आपला मुलगा इतका प्रभावित झाला हे पाहून इराला नवल वाटत होतं. तिने निरागसपणे विचारलं.

"म्हणजे काही अघटित घडणार नाही ना ओमर?" ओमर प्रत्येक वाक्य विचार करून बोलत होता. त्याच्या बोलण्यामुळे इराला आणखी चिंताग्रस्त झालेलं त्याला पहायचं नव्हतं.

"अधिक विध्वंसक योजनांमध्ये गांधीजींच्या पुतळ्यांची विटंबना करणं किंवा तो पुतळा नष्ट करणं आहे. त्यांच्या दृष्टीने गांधीजींच्या आत्म्यामुळे अपवित्र झालेली भूमी होमहवन करून पुन्हा पवित्र करणं आणि या कृतींमधून नथुराम गोडसेंचा ठसा उमटवणं या गोष्टी समाविष्ट आहेत. शिवाय दुसऱ्या समाजातील लोकांच्या भावना भडकावणं हे तर त्यांचं मुख्य काम आहे."

इराने विचारलं, "पण ओमर, त्या 'हत्येची पुनरावृत्ती' ; त्याचं काय झालं? त्यात समीर नव्हता हे पाहून माझा जीव भांड्यातच पडला बघ! तो त्या योजनेत सहभागी नव्हता तरी त्याचा फोटो पोस्टरवर कसा दिसला?"

तिच्या या प्रश्नावर ओमर उपरोधाने हसला. "ओह, समीरला तर त्याचा फोटो असा पोस्टरवर झळकतो आहे याची कल्पनासुद्धा नव्हती. त्यांना समीरचा फोटो सापडला, त्यांनी त्यात डिजिटली बदल करून

त्याच पगडी बांधलेलं पोस्टर तयार केलं. माझ्या सूत्रांकडून कळलं की समीरला जेव्हा त्या पोस्टरविषयी समजलं तेव्हा त्याने गोपनीयतेचं उल्लंघन केल्याबद्दल त्यांच्यावर आक्षेप घेतला. राजकीय क्षेत्रातील कनिष्ठ गटाला पोस्टरची काय गडबड आहे हे समजलं नाही. भारतीय राजकारण्यांसाठी पोस्टरवर चित्र असणं ही स्वाभाविक बाब आहे. हिंदू आणि मुस्लिम दोघेही यावर सहमत असतील." ओमर हसला. इराने समजून उमजून मान डोलावली आणि कुजबुजली,

"गोपनीयता, जीडीपीआर-माझा लाडका समीर ब्रिटिश वातावरणात वाढला आहे. सांग, पुढे सांग ओमर."

" इरा, ज्या मोहल्ल्यात आम्ही काम करतो तिथे ९ वर्षांचा मुलगा गॉगल लावून भावी पुढाऱ्यांसारखे फोटो काढतो आणि त्याच्या पाट्या लावल्या जातात. समीर तिथे स्वतःच्या विचारांवर ठाम राहिला आणि एकता दाखवण्यासाठी म्हणून त्याने भगवे कपडे घातले नाहीत. त्याने असा युक्तिवाद केला की त्याने ज्या नथुरामांवर संशोधन केले होते ते खरे हिंदू होते पण ते नेहमी सामान्य कपडे परिधान करायचे!" ओमरने त्याचं कौतुक केलं. त्याला न भेटलेल्या त्याच्या मुलाने केलेल्या युक्तिवादाचा ओमरला अतिशय अभिमान वाटतो आहे, हे इराच्या लक्षात आलं. समीरच्या सध्याच्या सहकाऱ्यांच्या वेडेपणावर हसत ओमरने हे सगळं कसं घडलं हे इराला सांगितलं. साध्वी म्हणाली, "मी खरी भूमीकन्या आहे म्हणून मी सगळी सूत्रं हातात घेते आणि स्वतः गांधीजींच्या प्रतिमेवर बंदुकीचा चाप ओढते."

"भाषणही तिनेच केलं हे आपण पाहिलं. मला वाटतं की समीरचं हिंदी त्यांच्यासारखं संस्कृतप्रचुर नसल्यामुळे त्यांनी त्याला भाषण करू दिलं नसावं. त्या सगळ्या प्रहसनामध्ये समीर नव्हता पण १५

नोव्हेंबरला होणाऱ्या मोठ्या योजनेत तो सहभागी असेल."

ओमर थांबला आणि इराकडे निरखून पाहू लागला.

"आता काय ओमर? या योजनेत काही धोका आहे का? तुला नेमकं काय सांगायचं आहे?" ओमरने एवढे तपशील अभ्यासपूर्वक गोळा केले होते, ते पाहून इरा प्रभावित झाली होती.

"गोपनीयतेच्या उल्लंघनाबद्दल बोलायचं झालं तर, मी दोषी आहे. हे अत्यंत चुकीचं आहे पण तरीही मी पुढे गेलो आणि ते केलं. तुझ्यासाठी आणि प्रामाणिकपणे सांगायचं झालं तर माझ्यासाठीसुद्धा" ओमर अस्वस्थपणे इराकडे पाहून म्हणाला.

"आता हे काय नवीन, ओमर? यामुळे आणखी त्रास होईल अशी मी अपेक्षा करू का?" हे काय असू शकतं याचा विचार करत इराने त्याच्याकडे संशयाने पाहिलं.

"अगं नाही इरा, त्रास होईल असं ते अजिबातच नाही. मी समीरचं, भव्य महासभेसाठी नथुराममांवरील भाषणाचा सराव करतानाचं खाजगी व्हिडिओ रेकॉर्डिंग मिळवलं आहे. हे लोक त्यांची ७१ वी पुण्यतिथी साजरी करण्याचा विचार करत आहेत. नथुरामवर सगळीकडून कौतुकाचा वर्षाव होत आहे. त्यांना प्रचंड गर्दी आणि राष्ट्रीय स्तरावरील टीव्ही कव्हरेजची अपेक्षा आहे. माझ्या सूत्रांच्या माहितीनुसार समीरला भाषण इंग्रजीत लिहायला सांगितलं होतं. त्या इंग्रजी भाषणाचं भाषांतर कुणीतरी हिंदीत केलं आहे. समीरला ते नीट वाचता यावं म्हणून हिंदी भाषण रोमन लिपीमध्ये लिहिलं आहे. आता मी रेकॉर्डिंग कसं मिळवलं हे मला विचारू नकोस. शांतता टिकवून ठेवण्यासाठी आम्ही करत असलेल्या इतर अनेक गोष्टींप्रमाणे, हा आणखी एक छोटासा गुन्हा आहे. पण यामुळे माझ्या मुलाला मला परत आपल्याकडे घेऊन येता

येईल, अशी मला आशा वाटते. मी तुला या सगळ्या फाईल्स ट्रान्स्फर करतो. तू नंतर तुझ्या लॅपटॉपवर पहा." ओमर पुन्हा एकदा बोलताना बिचकला.

"काय बोलायचं आहे अजून? तुला आणखी काही सांगायचं आहे का ओमर?" इरा तिच्या पर्सशी चाळा करत म्हणाली. तिला घरी जायची घाई झाली होती.

"मी त्याला बोलताना पाहिलं आहे इरा."

त्याच्या बोलण्यातला कंप इराला जाणवला. तिने तिच्या पर्सशी चालू असलेला चाळा थांबवला आणि ओमरच्या डोळ्यांत पाहिलं. तो तीव्र आवेगाने जवळजवळ ओरडला.

"तो असामान्य मुलगा आहे, इरा."

इरा तशीच त्याच्याकडे पाहत राहिली आणि जेमतेम त्याचे शब्द तिच्या कानावर पडले.

"थँक यू इरा."

आपल्या दाटलेल्या आवाजात, हलका कंप जाणवून ओमरने फोन बंद केला.

प्रकरण १८

महापुरुषांच्या नावाने

दुसऱ्या दिवशी संध्याकाळी, आपली लॅपटॉप बॅग आणि कनेक्टर केबल घेऊन इरा गोडसेंच्या घरी आली. आदल्याच दिवशी ती गणपतीची प्रतिष्ठापना करायला त्यांच्या घरी गेली होती, म्हणून आज काही ती घरी येणार नाही असं तिने सांगितलं होतं. शुक्रवारी दुपारी, तिने परत त्यांना फोन केला आणि ती घरी येणार असल्याचं कळवलं.

"मग संध्याकाळच्या आरतीला आम्ही थांबतो तुझ्यासाठी." ती घरी आलेली प्रभाकरांना नेहमीच आवडत असे.

"नको बाबा, माझी वाट बघू नका. मला कामावरून यायला उशीर होईल, पण मी नक्की येईन." इराने खात्रीपूर्वक सांगितलं.

त्या संध्याकाळी, रत्नप्रभा परत पहिल्यासारख्या वागताना पाहून इराला आनंद झाला. दहा दिवसाच्या गणेशोत्सवासाठी रोज नैवेद्याला काय करायचं हे रत्नप्रभांनी आधीच ठरवलेलं असे- साहजिकच पहिल्या दिवशी मोदक, दुसऱ्या दिवशी बेसनाचे लाडू, तिसऱ्या दिवशी खव्याचे पेढे, चौथ्या दिवशी ओल्या नारळाची करंजी, पाचव्या दिवशी खीर,

सहाव्या दिवशी शिरा, सातव्या दिवशी गुलाबजाम आणि असे बरंच काही.

त्यांच्या शेजारी नवीन कुटुंब राहायला आलं होतं. तुर्कस्तानची बरखा, तिचा इटालियन नवरा पावलो आणि त्यांची मुलगी बेला. त्यांनाही घरी बोलावलेलं पाहून इराला खूप आनंद झाला. भारतीय सण म्हणजे आत्मीयता, वेगवेगळे खाण्याचे पदार्थ, कुटुंब आणि सगळ्यांनी मिळून तो साजरा करणं या सगळ्यांचं विलक्षण मिश्रण आहे. रत्नप्रभाने एवढ्या मेहनतीने इतके पदार्थ केले होते, त्याचा आस्वाद फक्त दोन लोकांनीच घेणं हे अयोग्य होतं. शेजारचं कुटुंब मागच्याच आठवड्यात तिथे राहायला आलं होतं. त्यांच्या एका बाथरूमचं दार अडकलं होतं. त्यासाठी त्यांना हातोडा हवा होता. तो आहे का असे विचारायला ते गोडसेंच्या घरी आले होते. प्रभाकरांनी पावलोला त्यांचं टूलकिट दिलं आणि त्याला घरातही बोलावलं. इरा घरात आल्यावर, पावलोने हस्तांदोलन करायला हात पुढे केला. बरखाने तिला मोडक्यातोडक्या इंग्रजीत विचारलं,

"तुझं घर कोणतं? याच गल्लीत राहतेस का?"

"नाही नाही, मी लंडनमध्ये राहते." तिने स्पष्ट केलं आणि, 'मी इरा' अशी स्वतःची ओळख करून दिली.

"अरे वा, खास सणावारासाठी पाहुणे घरी आलेत." बरखाच्या चेहऱ्यावर मैत्रीचं हसू फुललं. तिने बेलाचा हात धरला आणि ती जायला निघाली. या नव्या आणि हसऱ्या कुटुंबाला गोडसेंचा भयंकर इतिहास माहिती नव्हता. मग इरानेही तो विषय काढला नाही. तेवढ्यात रत्नप्रभांचा स्वयंपाकघरातून आवाज आला. ते ऐकून तर इराला आश्चर्यच वाटलं.

"बरखा, ही आमची मुलगी, इरा."

बेलाला झोप आल्याने ती कुरकुर करायला लागली. पावलोने तिला खांद्यावर उचलून घेतलं. टूलकीट आपल्या काखेत ठेवलं. उद्या न्याहारीला खाण्यासाठी म्हणून दिलेल्या थालीपीठाची ताटली एका हातात धरली. आपण पुन्हा भेटायला येऊ असं सांगून ते निघून गेले.

त्या संध्याकाळी, इराच्या आवडीचं भाजणीचे थालीपीठ आणि लोणी असा जेवणाचा बेत होता. (एरवी थालीपीठ न्याहारीला केलं जायचं, पण आज इराला आवडतं म्हणून रत्नप्रभांनी रात्रीच्या जेवणासाठी थालीपीठ केलं होतं.) जेवण झाल्यावर, इराने तिचा लॅपटॉप गोडसेंच्या जुन्या टीव्हीला जोडण्याचा प्रयत्न केला. बऱ्याच खटपटीनंतर, एकदाचा तो जोडला गेला. समीरचा आवाज दिवाणखान्यात घुमू लागला. सगळेजण अगदी उत्कंठेने ऐकत होते.

"नमस्कार, मी समीर गोडसे. पुण्याचे डॉ. प्रभाकर गोडसे आणि नाशिकच्या श्रीमती रत्नप्रभा साठे यांचा नातू. श्रीराम गोडसे आणि मुंबईच्या डॉ. इरावती दीक्षित यांचा मुलगा. आज मी तुमच्यासमोर श्री.नथुराम गोडसे यांची खरी कहाणी सांगणार आहे." समीरने खाकी विजार आणि पांढऱ्या रंगाचा शर्ट घातला होता. तो एका गडद रंगाच्या आणि पाठीवर फिकट नक्षीकाम असणाऱ्या लाकडी खुर्चीच्या मागे उभा होता. प्रभाकर सोफ्यावरून पुढे झुकून बघू लागले. सोफ्याच्या दुसऱ्या टोकाला. फिकट पिवळ्या रंगाची साडी नेसलेल्या रत्नप्रभा बसल्या होत्या.

"किती बारीक झालाय. खाण्याकडे लक्ष देत नाहीये स्वतःच्या." रत्नप्रभा पुटपुटल्या. प्रभाकरांनी त्यांच्याकडे तिरक्या नजरेने पाहिलं.

त्यांनी ती टेप रिवाइंड करण्याची इराला खूण केली. रत्नप्रभा चपापल्या. त्यांनी पुढची टेप शांतपणे बघितली. समीरचा आवाज कानावर पडला-

"एकाच पद्धतीने इतिहास सांगितल्यामुळे आणि जवाहरलाल नेहरू आणि मोहनदास गांधी वगळता सर्वांच्या योगदानाला कमी लेखल्यामुळे, या भव्य राष्ट्राच्या खऱ्या गौरवशाली इतिहासाबद्दल आजच्या पिढ्या अंधारात आहेत. जाहीरपणे खूप कमी बोलल्याने आणि पाठ्यपुस्तकांमध्ये कोणतीही माहिती न छापल्याने, नथुरामांबद्दल अनेक गैरसमज आहेत.

गैरसमज १ : नथुराम हे माथेफिरू होते आणि त्यांनी रागाच्या भरात गांधीजींची हत्या केली.

महात्मा गांधींसमोर उभं राहण्याचं धाडस दाखवणाऱ्या एकमेव व्यक्तीला, उन्मादाच्या भरात प्राणघातक गोळीबार करणारा धर्मांध, वेडा म्हणून हिणवण्यात आलं आहे.

या गैरसमजुतीला अतिशय सोयीस्करपणे खतपाणी घातलं गेलं आहे. आणि म्हणूनच या विचारवंताच्या स्मृतींना नाट्यमय स्वरुपात उजाळा देण्याचा प्रयत्न केल्यावर १९९७ साली त्यावर बंदी घालण्यात आली. पण "मी नथुराम गोडसे बोलतोय" हे नाटक आता पुन्हा रंगमंचावर आलं आहे. हे नाटक नथुराम गोडसेंच्या कुटुंबियांच्या मुलाखतींवर आधारित आहे. एवढेचं नाही तर, मे १९४८ मध्ये अंबाला न्यायालयात नथुराम यांनी पाच तास स्वतःचा बचाव सादर केला होता, त्याची मूळ प्रतिलिपी (ट्रान्सक्रिप्ट) सुद्धा या नाटकासाठी संदर्भ म्हणून वापरण्यात आली आहे. पक्षाच्या मासिकात छापलेल्या माझ्या आजच्या भाषणाच्या प्रतीसोबत, नथुरामांच्या "मे इट प्लीज युअर

ऑनर" या नावाने बचावाच्या लेखाच्या मर्यादित प्रती पक्ष कार्यालयात उपलब्ध आहेत, त्या वाचाव्यात. त्यावरून तुमच्या लक्षात येईल की ज्या माणसाला धर्मांध ठरवण्यात आलं होतं, ते वास्तविक एक बुद्धिमान पत्रकार होते, निःस्वार्थ आणि धाडसी होते. त्यांचं वाचन प्रचंड होतं. आणि त्यांनी तर्कशास्त्र आणि संशोधनाच्या आधारे आपला युक्तिवाद मांडला होता." समीर त्याच्या हातातल्या कागदाकडे पाहात होता. प्रभाकरांनी मान हलवली; रत्नप्रभांचे डोळे पाणावले आणि इराच्या मनात पुन्हा नव्याने वादळ सुरु झालं. समीर पुढे बोलू लागला,

गैरसमज २: हरिजनांना पाठिंबा दिला म्हणून गोडसेंनी गांधीजींची हत्या केली.

पाश्चात्य जगात भारतातील जातीव्यवस्थेविषयी अनेक गैरसमज आहेत. आपल्याला माहीत आहे की जातिव्यवस्थेचा उगम हा वर्णातून (व्यवसाय) झाला आहे. त्यावरून हा भेदाभेद सुरु झाला. माझी पणजी सगुणाबाई दीक्षित हिंच्याकडून मला ही माहिती मिळाली आहे की शास्त्रांमध्ये चार जातींची तुलना शरीराच्या चार महत्त्वाच्या अवयवांशी केली आहे- ब्राह्मण (शिर), क्षत्रिय (बाहू), वैश्य (उदर) आणि शुद्र (पाय). यापैकी एक अवयव जरी नसेल तर शरीर योग्य प्रकारे काम करू शकेल का? हे वर्णभेद जास्त गडद झाले जेव्हा वडिलांचा व्यवसाय त्यांची मुले करू लागली, स्त्रियांचं शिक्षण थांबलं आणि ब्राह्मणांनी इतर जातीतील लोकांना ज्ञान मिळणार नाही अशी व्यवस्था केली. यामुळे जातिव्यवस्था समाजात अगदी घट्ट रुजली. यामुळे शुद्र आणि अस्पृश्य लोकांना याचा खूप त्रास सहन करावा लागला. आजही, इतकी शतकं उलटूनही, भारताच्या अनेक भागांत हेच चालू आहे हे बघून मला खूप वाईट वाटतं. तुम्ही, सच्च्या हिंदूंनी कधी असा विचार केला आहे का

की, भारतासारख्या प्रगत समाजाची लूट का होत राहिली, त्यांच्यावर इतकी आक्रमणं का झाली आणि आकाराने अगदी टिचभर असणाऱ्या ग्रेट ब्रिटनने भारताचा ताबा कसा घेतला? कारण स्पष्ट आहे, आज इतिहासाचं कोणतेही पुस्तक किंवा कोणतंही भारतीय वृत्तपत्र उघडून बघा- आपण समाज म्हणून कधीही एकजूट दाखवत नाही, सगळ्यांच्या भल्यासाठी आपण आपले अहंकार आणि मतभेद बाजूला सारत नाही. मला आशा आहे की याचा आपण खुल्यादिलाने विचार करू आणि खरे हिंदू म्हणून एकत्र येऊ.

१९१० साली नथुरामांचा जन्म झाला. त्याच साली, एडॉल्फ हिटलरने शाळा सोडली. त्याच वर्षी समाजसुधारक आणि गांधीजींचे मार्गदर्शक गोपाळ कृष्ण गोखले यांनी सर्व जाती-वर्गांमध्ये शिक्षणाचा प्रसार करण्याच्या उद्देशाने मुंबईत सर्व्हंट्स सोसायटी ऑफ इंडियाची स्थापना केली. हे गोखले आम्हा गोडसेंसारखेच चित्पावन ब्राह्मण होते.

शिवाजी महाराज हे अतिशय महान क्षत्रिय योद्धे होते. त्यांचे गुरु रामदास स्वामी आणि दादोजी कोंडदेव हे दोघेही ब्राह्मण होते. आज जेव्हा तुम्ही मुलांना शाळेत पाठवता, बाहेर जेवायला जाता, सिनेमा बघायला जाता, तेव्हा तुम्ही तिथे काम करणाऱ्याच्या जाती-धर्माची चौकशी करता का? चांगलं जेवण आणि उत्तम करमणुकीसाठी तुम्ही तिथे जाता. त्या काळी समाजाची रचना ज्या पद्धतीने झाली, त्यामध्ये उत्तम ज्ञान ब्राह्मणांकडे होतं, कारण फक्त त्यांना ते उपलब्ध होतं.

मग आज समाजात एवढी ब्राह्मण-विरोधी भावना का आहे? आज शिवाजी महाराजांच्या गुरूंचे पुतळे का पाडले जात आहेत, पुण्यामध्ये पुणेरी पगडीवरून वाद का उद्भवत आहेत? एका राजकीय पक्षाने पुणेरी पगडीला आक्षेप घेतला आहे; त्या काळातील ब्राह्मण, समाजसुधारक

आणि स्वातंत्र्यसैनिक अशी रेशमी पगडी परिधान करत असत. आता ती बदलून महात्मा ज्योतिबा फुले ज्या प्रकारचे शेतकरी मुंडासे बांधत असत तिला आता पुण्याची अधिकृत पगडी म्हणून मान्यता देण्यात यावी अशी मागणी होते आहे. ज्योतिबा फुले हे माळी जातीचे होते. फुले आणि त्यांच्या पत्नी सावित्रीबाई यांनी भारतासाठी भरीव योगदान दिले आहे. १८व्या शतकात, फुले दांपत्याने पुण्यातील ब्राह्मण भिडे,ह्यांच्या वाड्यात, अस्पृश्य महार वाड्यात आणि फुले दाम्पत्याला आश्रय देणाऱ्या एका मुस्लिम महिलेच्या घरी अशा तीन ठिकाणी मुलींसाठी शाळा सुरू केल्या. ब्राह्मणसमाजाशी सलगीने वागतात म्हणून त्यांच्याच जातीतल्या लोकांनी त्यांना वाळीत टाकलं होतं.

आता पुणे विद्यापीठाला विख्यात सावित्रीबाई फुलेंचं नाव दिले आहे, तर मुंबईच्या विमानतळाला आणि रेल्वे स्थानकाला शिवाजी महाराजांचं नाव दिलं आहे. त्या काळातील समाजसुधारकांनी सर्व मतभेद बाजूला ठेवून काम केल्याने आपण एवढी प्रगती करू शकलो आहोत. पण आजही आपण हिंदू प्रतीकं, पगडी, पुतळे, जाती आणि पोटजाती यांवरून भांडत आहोत.

नथुराम ह्यांचा जातिव्यवस्थेवर विश्वास नव्हता. वेगवेगळ्या जाती-धर्मांतील लोकांबरोबर ते भोजन करत असत. यावरून सिद्ध होतं की, गांधीजींनी हरिजन लोकांना पाठिंबा दिला म्हणून नथूरामांनी त्यांची हत्या केली, हा समज चुकीचा आहे!" समीरने त्याचा हात टेबलावर आपटला. इराचा ऊर अभिमानाने भरून आला होता.

गैरसमज ३ : गोडसे म्हणाले- "सर्व मुस्लिमांना मारून टाका."

ब्रिटिशांनी भारत सोडून ७१वर्षं लोटल्यावरही, गांधीजींच्या आशीर्वादाने तयार झालेला, धर्माधारित विभाजनाचा राक्षस आज खूपच अक्राळविक्राळ आणि कुरूप झाला आहे. भारताकडून ५५ कोटी रुपये उकळून जे मुस्लिम राष्ट्र तयार केले होते ते परत कधीही आपल्या मातृभूमीशी सांधलं जाणार नाही. पुन्हा एकदा अखंड भारत व्हावा आणि आपल्या अस्थि आत्ता पाकिस्तानातून वाहणाऱ्या सिंधू नदीत विसर्जित व्हाव्यात हे नथुरामांचं स्वप्न अधुरंच राहणार आहे. गांधीजींनी पाकिस्तानची निर्मिती करून सहा महिनेही झाले नव्हते, तोच पाकिस्तानने गांधीजींच्या अस्थि सिंधू नदीत विसर्जित करण्यास साफ नकार दिला. यावरून आपण काय अर्थ घ्यायचा?

गांधीजींची विचारधारा समजून घेण्यात रस नसलेल्यांनी गांधीजींची स्मृती जिवंत ठेवली आहे. वयाच्या ३८व्या वर्षी नथुरामांना फाशी दिली गेली. त्यांची डागाळलेली प्रतिमा सुधारावी, नवीन पिढ्यांना अखंड भारत ही विचारसरणी समजावी आणि गांधीजींच्या 'महात्मा' या उपाधीखाली चिरडून गेलेला अचूक इतिहास जगासमोर यावा, एवढीच माझी मागणी आहे.

परस्परविरोधी विचारसरणी बाळगणारे अजूनही इतर महापुरुष होऊन गेले आहेत, पण त्यांनी स्वतःचे मतभेद आणि अहंकार बाजूला ठेवले आणि स्वहितापेक्षा देशहिताला महत्त्व दिलं. गांधीजींनी ज्यांना "आधुनिक भारताचे निर्माते" म्हटलं होतं आणि जे काँग्रेस पक्षाचे सहसंस्थापक होते अशा बाळ गंगाधर टिळक यांच्याचं शब्दांत सांगायचे तर,

"धर्म आणि व्यावहारिक जीवन वेगळं नाही. केवळ स्वतःसाठी काम करण्यापेक्षा देशालाच कुटुंब समजून काम करणं यातच खरा अर्थ

सामावलेला आहे. यापलीकडची पायरी म्हणजे मानवतेची सेवा करणं आणि पुढची पायरी म्हणजे देवाची सेवा करणं." याच टिळकांनी आपल्या धर्माच्या प्रचारार्थ सार्वजनिक गणेशोत्सवाचा श्रीगणेशा केला. आजूबाजूच्या परिसरात साजरा केला जाणारा वार्षिक गणेश उत्सव, शैक्षणिक व सांस्कृतिक कार्यक्रमांचे सादरीकरण, गणेश आरतीचे गायन इत्यादी कार्यक्रमांची सुरुवात त्यांनी केली. जेव्हा त्यांनी दहा दिवसांच्या सार्वजनिक गणेशोत्सवाचं आवाहन जनतेला केलं, तेव्हा त्यांचा उद्देश अगदी स्पष्ट होताः अठरापगड जातींचं हिंदू दहा दिवसांसाठी रोज संध्याकाळी एकत्र येतील आणि ब्रिटीशांच्या ताब्यातून स्वतंत्र होण्यासाठी संघटित होतील. टिळक हे कट्टर हिंदू होते. याच टिळकांची बाजू अन्य कोणी नाही तर पाकिस्तानचे पहिले पंतप्रधान मोहम्मद अली जिना यांनी न्यायलयात मांडली होती. हाच तर्क लावला तर, जिना हे भारताचे स्वातंत्र्यसैनिक होते तर गोडसे आणि इतर भारतीय स्वातंत्र्यसैनिकांनी पाकिस्तानच्या स्वातंत्र्यासाठी लढा दिला. कारण १९४० पर्यंत, पाकिस्तानच्या कल्पनेचा जन्महीं झाला नव्हता.

१७ व्या शतकात यशस्वीपणे राबवलेली शिवरायांची शासनपद्धती विसाव्या शतकात चालणार नाही, असं टिळक म्हणाले होते आणि प्रत्येक धर्म आणि जात समसमान पातळीवर असतील असं सांघिक केंद्र शासित सरकार स्थापन करावं असा प्रस्ताव मांडला होता. गांधींनी "संपूर्ण अहिंसा" हे तत्त्वं सोडावे आणि "स्वराज्याचा" पुरस्कार करावा म्हणून टिळकांनी त्यांची समजूत काढण्याचा खूप प्रयत्न केला होता. गांधी, टिळकांशी याबाबतीत सहमत नसले आणि सत्याग्रहाच्या तत्वावर ठाम असले तरी त्यांनी टिळकांच्या देशसेवेचं कौतुक केलं. त्याकाळी भारतात

आणखीही अनेक महापुरुष होते, पण टिळकांच्या निधनानंतर सर्वत्र गांधींचाच उदो उदो होऊ लागला. नथुरामांच्या शब्दांत सांगायचं तर,

"गांधी स्वतःला सत्याग्रही म्हणवत होते आणि सत्याग्रही म्हणजे काय हे फक्त त्यांनाच माहीत आहे असं समजत होतं." यामुळे देशाचं कधीही न भरून येणारं नुकसान झालं.

मी नथुराम नाही. राष्ट्रपिता असणाऱ्या व्यक्तीची हत्या करताना त्यांच्या मनात काय विचार येत होते हे समजून घेण्यासाठी नथुरामांचे उपलब्ध असणारे फोटो बघा, त्यांची कागदपत्रं वाचा. भारत-पाकिस्तान फाळणीमुळे उसळलेल्या जातीय दंगली, या काळात महिलांवरील अघोरी अत्याचार आणि गेलेले सहा लाख बळी, ह्या कारणाने त्यांचं मन व्याकुळ झालं. ब्रिटिशांनी श्री. रॅडक्लिफ यांना हाताशी धरून अवघ्या काही आठवड्यात दोन देशांची फाळणी केली आणि गांधीजींनी या फाळणीला मान्यता दिली. म्हणून नथुराम गांधीजींना फाळणीसाठी जबाबदार मानतात. हे श्री. रॅडक्लिफ कधीच भारतात आले नव्हते. आणि फाळणीचे भयानक परिणाम बघून आपल्यालाही अनेक रात्र झोप आली नाही असं नंतर त्यांनी स्वतःच कबूल केलं होतं. आपण जे कृत्य करणार आहोत त्याकडे सगळं राष्ट्र एक अक्षम्य गुन्हा म्हणून पाहणार आहे याची जाणीव नथुरामांना होती. हे वाचताना, त्यातून नथुरामांची वेदना जाणवते. एक चांगलं कुटुंब आणि एक चांगला पत्रकार म्हणून असलेली त्यांची प्रतिष्ठा त्यांनी पणाला लावली होती. आयुष्याचं सर्व संचित अर्पण करून स्वतःच्या मृत्यूकडे वाटचाल करण्याच्या ध्येयाने भारावून गेल्याचं तो सांगतो.

आपल्याला स्तुती करण्यासाठी, प्रार्थना करण्यासाठी, अनुकरण करण्यासाठी कोणीतरी हवं आहे. पण आपण त्यांचं अनुकरण फक्त

वेशभूषा करूनच करतो. कपाळावर भगवा टिळा लावल्याने तुम्ही हिंदू होता किंवा गळ्यात जानवं घातल्याने तुम्ही ब्राह्मण होता असं जर तुम्हाला वाटत असेल तर, त्यात तुमचा दोष नाही. काही महिन्यांपूर्वी माझाही असाच समज होता. पण आपल्या धर्माने आपल्याला दिलेली सर्वात मोठी देणगी विशाल साहित्य, अभ्यासक, सिद्धांतकार आणि मुख्य म्हणजे हिंदू धर्माच्या जीवनपद्धतीचा आपापल्या पद्धतीने अर्थ लावण्याचे स्वातंत्र्य- यात मी स्वतःला झोकून दिलं.

आपल्याला लाभलेली संस्कृती इतकी समृद्ध आणि आपल्या हृदयात रुजलेली आहे की ती अशा बाह्य आक्रमणाने नष्ट होऊ शकत नाही. फाळणीच्या अविवेकी हिंसेप्रमाणेच आजही धर्माच्या नावाखाली जगात अनेकांना आपला जीव गमवावा लागत आहे. आपण आपली श्रद्धा, मूर्ती आणि मंदिर अशा प्रतीकांमध्ये बंदिस्त केली आहे. तसं आपण नथुरामांच्या बाबतीत करू नये. आपले विचार एकाग्र करण्यासाठी आणि थोर व्यक्तींचं स्मरण आपल्याला राहावं म्हणून पुतळे उभारले जातात. या पुतळ्यांचा वापर उच्च-नीच ठरवण्यासाठी किंवा विटंबना करण्यासाठी केला जाऊ नये.

अशा महापुरुषांना स्वतःची देवळं बांधायची होती का? त्यांच्या अनुयायांना मात्र अशी मंदिरे बांधायची आहेत. कारण आपल्या नेत्याच्या विचारसरणीकडे सोयीस्करपणे दुर्लक्ष करून त्यांना आपला स्वार्थ साधून घ्यायचा आहे. जसं आपण गांधीजी आणि इतर नेत्यांच्या बाबतीत केलं, तशाच पद्धतीने आज आपण नथुरामांना महापुरुष करणार आहोत. पण नथुराम हे स्वतःला अगदी सामान्य हिंदू नागरिक समजत होते आणि भारतात बहुसंख्य नागरिक हिंदू असल्याने त्यांना त्या प्रमाणात सर्व निर्णयांमध्ये प्रतिनिधित्व मिळालं पाहिजे या मताचे ते होते. अशा

महापुरुषांना आपण देवत्व बहाल करतो आणि त्यांच्याकडून अचूक विचार, कृती आणि श्रद्धा असण्याची अपेक्षा करतो. हा त्यांच्यावर झालेला सर्वात मोठा अन्याय आहे.

हे खूप विचित्र आहे. लहानपणी मी अनेक देव-देवतांच्या गोष्टी ऐकल्या आहेत. त्यातील प्रत्येक देवाने आपल्यामध्ये एखादातरी अवगुण आहे अशी जाहीर कबुली दिली आहे- शंकर हा तापट आहे, श्रीराम हा एक आदर्श राजा आहे पण त्याने आपल्या पत्नीला वनात धाडलं, म्हणून त्याला आदर्श पती म्हणता येणार नाही. आपण त्यांचे हे अवगुण मान्य करतो. पण महापुरुष मात्र आपल्याला परिपूर्ण असावेत असंच वाटतं. आपण त्यांचे दोष उघड करून, त्यांच्या विरोधकांना त्यांच्यावर हल्ला करण्याची संधी उपलब्ध करून देतो.

गांधीजींचे विरोधक अगदी हिरीरीने त्यांच्या विक्षिप्तपणाबद्दल आणि त्यांच्या चुकलेल्या निर्णयांबद्दल बोलत असतात. या राष्ट्रातील इतर जनतेप्रमाणे, आपला महापुरुष अगदी परिपूर्ण असावा असं नथुरामांनासुद्धा वाटत होतं. गांधीजींचा देशावर खूप मोठा प्रभाव होता आणि ब्रिटीश देश सोडून चालले होते. अशा परिस्थितीत, मनात आणलं असतं तर, उपोषण किंवा अन्य काही मार्गाने गांधीजी देशाची फाळणी रोखू शकले असते आणि अनेक निष्पाप जीवांना आपले प्राण गमवावे लागले नसते, असं नथुरामांना वाटत होतं. जर तुम्ही कधी नथुरामांनी केलेलं लिखाण वाचलं तर त्यांना गांधीजींची विचारसरणी खरोखरच समजली होती असं तुमच्या लक्षात येईल. बाकी सर्व जनतेसाठी, गांधीजी म्हणजे फक्त बँकेच्या नोटेवरचा एक चेहरा, किंवा एखाद्या रस्त्याचं नाव किंवा एखादा पुतळा, ज्यावर कबुतरं बसतात.

आपण नथुरामांची देवळं आणि पुतळं उभं करण्यासाठी धडपडतो आहोत आणि त्यांना महापुरुष करण्याचा प्रयत्न करतो आहोत. या गोष्टीला त्यांनी नेहमीच विरोध केला होता. आपण नथुरामांचा पुतळा नक्की उभारूया, पण आपण त्यांचे विचारही बारकाईने समजून घेऊया."

त्या तिघांनी तो व्हिडिओ अगदी शांतपणे पाहिला, त्यांच्या लाडक्या समीरची प्रत्येक हालचाल, त्याचा शब्दनशब्द ते टिपून घेत होते. समीरच्या या भाषणाने इरा भारावून गेली होती. परिस्थितीचं सखोल विश्लेषण करून ती वस्तुनिष्ठ पण आकर्षक पद्धतीने सादर करण्याची त्याची क्षमता पाहून ती आज दुसऱ्यांदा भारावली होती. प्रभाकरांचे हिरवट डोळे अभिमानाने चमकत होते. त्यांनी इराकडे बघून पसंतीदाखल मान हलवली. रत्नप्रभा अगदी अवाक् झाल्या होत्या. पण भानावर येऊन त्या उठल्या. स्वयंपाकघरात जाऊन त्यांनी एका वाटीत साखर घेतली आणि देवासमोर ठेवली. समीरला सुखरूप ठेवल्याबद्दल त्यांनी मनोमन देवाचे आभार मानले.

प्रकरण १९

चैतन्याच्या नावाने

शनिवार, ५ ऑक्टोबर, २०१९

हा आठवडा अगदी व्यस्ततेत जाणार होता. क्लेअरबरोबर दुपारचं जेवण, काह्याबरोबर कॉफी आणि नंतर लीलाच्या घरी इराला जायचं होतं. त्या दिवशी लीलाच्या मुलांचा वाढदिवस होता. लीलाने इराला नंतर ड्रिंक्ससाठी थांबण्याचा आग्रह केला होता. गोडश्यांच्या घरी आदल्या दिवशीची संध्याकाळ घालवून इरा ताजीतवानी झाली होती. महिन्याभरापूर्वी समीरचं भाषण पाहिल्यानंतर सगळ्यांच्या मनावरचा ताण कमी झाला होता, सगळे आनंदात होते.

आदल्या दिवशीच्या संध्याकाळी एक छोटासा कौटुंबिक सोहळा गोडश्यांच्या घरी आयोजित केला होता. रत्नप्रभांनी त्यांच्या यजमानांसाठी त्यांची आवडती साटोरी केली होती. या सोहळ्याचं कारण असं होतं की, एका ब्रिटिश संशोधकाने १९६० च्या दशकात एन एच एस मध्ये भारतीय डॉक्टरांच्या योगदानावर एक पुस्तक प्रकाशित केलं होतं. हे संशोधन ४० डॉक्टरांच्या केस स्टडीवर आधारित होतं आणि त्यात प्रभाकरांचाही समावेश होता. पुस्तकाचं प्रकाशन लंडनमधील

प्रतिष्ठित ठिकाणी छायाचित्र प्रदर्शनासह होणार होतं.

इराने यशाचं श्रेय प्रभाकरांच्या परिश्रमाला आणि रत्नप्रभांच्या खंबीर पाठिंब्याला दिलं. रत्नप्रभांनी तिचं कौतुक स्वीकारलं. मग त्यांनी श्लोक म्हणत देवघरात, देवाला साटोरीचा नैवेद्य दाखवला. देवापुढे नतमस्तक होऊन त्या हात जोडून म्हणाल्या, "ह्याला घरी परत आणल्यापासून सगळं काही चांगलं घडत आहे."

प्रभाकर हळूच इराकडे पाहून खोडकरपणे हसले.

"रत्नाबाई, आता तरी मी माझी आवडती साटोरी चाखू शकतो का? अर्थात तुमच्या गणपतीबाप्पाने खाल्ल्यानंतर मगच. तथास्तु!"

इराची सगुणाआजी असती तर म्हणाली असती की, रत्नप्रभांच्या खंबीर साथीमुळे आणि अढळ विश्वासामुळेच त्या आपल्या नवऱ्याला संकटात साथ देऊ शकल्या. प्रभाकरांनीही नेहमी त्यांच्या व्यवसायात देव पाहिला. इरानेही कधी प्रश्न विचारले नाहीत. तिनेही गणपतीबाप्पासमोर हात जोडले. त्याने नेहमीच तिच्या चेहऱ्यावर हसू असेल याची काळजी घेतली होती. साटोरी आणि तूप अशा चविष्ट मेजवानीचा तिने आनंद घेतला आणि हसत हसत आपल्या घरी गेली.

***

गेल्या काही महिन्यांपासून प्रत्येक आठवड्याच्या शेवटी ओमर तिला फोन करत असे,

"गुड मॉर्निंग, मिस!"

"गुड मॉर्निंग, सर!" इरानेही त्याला चिडवलं. भारतातील कॉन्व्हेंट शाळेत जाणारी मुलं सहज समजू शकतील असा तो

त्यांच्यातला खाजगी विनोद होता. सर्व महिला शिक्षिकांना, त्यांच्या वैवाहिक स्थितीकडे दुर्लक्ष करून, विद्यार्थी आणि इतर शिक्षक "मिस" म्हणायचे. पुरुष शिक्षकांना मात्र, ब्रिटिश राजाने त्यांना नाईटहूड प्रदान केलं नसलं तरी एक अँग्लो-इंडियन शिक्षिका, मिस लॉरेन्स, तिच्या खास ब्रिटीश शैलीत "सर"म्हणायच्या . मिस लॉरेन्सने दोन हास्यास्पद घटनांनंतर ही व्यंग्यात्मक टिप्पणी केली होती.

त्यांच्या शाळेत मराठी भाषेच्या शिक्षिका, सौ. काटकर या नवविवाहित होत्या. त्यांची ही शिक्षिका म्हणून पहिलीच नोकरी होती. त्यांनी मराठीत पदव्युत्तर शिक्षण घेतलं होतं. मात्र, उद्धट किशोरवयीन मुलांनी भरलेल्या वर्गात काम कसं करायचं त्यांना फारसा अनुभव नव्हता. त्या वर्गात आल्यावर सगळ्यांनी प्रथेनुसार, एकासुरात त्यांचं स्वागत केलं, "गुड मॉर्निंग, मिस!" संतापलेल्या शिक्षिकेने मागे वळून गळ्यातलं सोन्याचे आणि काळे मणी असलेलं मंगळसूत्र हातात धरून सगळ्या वर्गाला बजावलं होतं,

"तुम्हाला दिसत नाही का, मी मिस नसून मिसेस आहे!" सगळा वर्ग हसूनहसून बेजार झाला होता.

दुसरा प्रसंग होता शारीरिक शिक्षणाचे शिक्षक श्री. पवारांचा. मुलांचा एक गट, गरीब स्वभावाच्या, ज्यांची थट्टा करता येईल अशा श्री. पवार सरांची मजा घ्यायचा. ते जणू काही त्यांच्या गटाचं मनोरंजनाचं साधन होते. पवार सरांना ही नाईटहूडची संकल्पनाच माहित नव्हती. ते नेहमी त्यांच्या गळ्यातल्या निळ्या दोरीवर असलेल्या चमकदार गुलाबी प्लास्टिकच्या शिट्टीवर फुंकर मारत, त्यांच्या गावरान मराठी उच्चारात शाळेत आणि मैदानावर फिरत असायचे.

"लेफ्ट राईट, लेफ्ट राईट, चिनप, दाये मूड, मुलांनो, मला पवार सर म्हणायचं!"

आज खूप वर्षांनंतर, ओमर आणि इरा या आठवणींवर पुन्हा खळखळून हसले.

"इरा, मी तुला काहीतरी छान घडलं आहे, ते सांगण्यासाठी फोन केला आहे.

"नाही, समीरशी संबंधित काहीही नाहीये," ओमरला त्याचा आनंद फार काळ लपवून ठेवता आला नाही. इकडे इरा खिडकीजवळ, तिची हनुवटी तिच्या तळहातावर टेकवून बसली होती, आणि ती खेळकरपणे म्हणाली,

"तुला काय सांगायचं आहे ह्याची उत्सुकता मला आणखी रोखता येणार नाही"."बोला सिद्दिकी सर "ती मजेने म्हणाली.

ओमरने सांगितलं, मुंबईच्या एका इस्लामिक शाळेत तो प्रमुख विश्वस्त होता काही विद्यार्थी त्या शाळेत, अनाथाश्रमातून आले होते.

"मुलांचं ग्रॅज्युएशन पूर्ण झाल्यावर, आम्ही त्यांना नोकऱ्या मिळवून देण्यासाठी प्रयत्न करतो आणि योग्य जोडीदार शोधण्यासाठी लोकांपर्यंत त्यांची माहिती पोचवतो. दोन महिन्यांपूर्वी, माझ्याकडे एक असामान्य प्रस्ताव आला. विलेपार्ले येथील श्री आणि सौ घैसास मला भेटायला आले. त्यांनी आमच्या एका विद्यार्थिनीसाठी, रेश्मासाठी, त्यांच्या मुलाचं अशफाकचं स्थळ आणलं होतं. मी गोंधळून गेलो. मग त्यांनी सांगितलं की आठ वर्षांचा असताना हा मुलगा या जोडप्याला बॉम्बे सेंट्रल स्थानकावर सापडला होता. २१ वर्षांपूर्वी या मुलाने आपले आई-वडील गमावले होते आणि त्याची आजी गुजरातच्या वापीमध्ये राहून

त्याचा सांभाळ करत होती. ती निवर्तल्यावर त्याच्या काकूने त्याचा छळ करायला सुरुवात केली. तो तिकडून कसाबसा पळून इकडे आला. तीन तासांचं अंतर त्याने तिकीट चेकरपासून लपत, कधी रेल्वेच्या बाथरूममध्ये तर कधी सीटखाली बसून पूर्ण केलं.

जेव्हा घैसासांना तो सापडला तेव्हा त्यांनी त्याच्या कुटुंबाशी कसा पत्रव्यवहार केला हे ओमरने तिला सांगितलं. त्याच्या काकूला त्याला सांभाळण्यात अजिबात रस नव्हता. म्हणून मग त्यांनी अशफाकला स्वतःच्या घरी नेलं. मुंबईच्या शाळेत दाखल केलं. त्यांनी त्याला स्वतःच्या मुलांबरोबर वाढवलं.

"व्वा, किती छान गोष्ट आहे!" इरा आनंदाने उद्गारली,

"थांब इरा, आणखी ऐक," ओमरने तिला थांबवून पुढे सांगितलं,

"अशफाक आता बँकेत काम करतो. त्याने अंबरनाथमध्ये स्वतःच्या हिंमतीवर कर्ज काढून एका बेडरूमचा फ्लॅट घेतला आहे. तो तिथेच राहतो. त्याने आमच्या रेश्माला एका सामुदायिक कार्यक्रमात पाहिलं होतं" ओमरचे डोळे चमकत होते, इराने त्याला थम्ब्स अप दाखवला आणि पुढे सांगायची खूण केली.

ओमर थांबला, समोरच्या ग्लासमधून त्याने लिंबू सरबताचा एक घोट घेतला आणि तो पुढे म्हणाला,

"बरं, आम्ही आमच्या संस्थांमध्ये काही ठोस नियम तयार केले आहेत. आम्ही जन्मकुंडली जुळवून पाहत नाही. पण मुलामुलींच्या रक्तचाचण्या आणि वैद्यकीय चाचण्या व्हाव्यात असा आग्रह धरतो. रेश्मा आणि अशफाकच्या या चाचण्या आम्ही करून घेतल्या आणि गेल्या रविवारी आमच्या शाळेच्या हॉलमध्ये त्यांचा 'निकाह' संपन्न झाला.

आम्ही काही फार भव्यदिव्य सोहळा करू शकत नाही पण तो लक्षात राहण्याजोगा होईल यासाठी प्रयत्न करतो. आम्ही शाळेचा हॉल सजवतो, बुफे जेवणाची व्यवस्था करतो आणि वधूला लग्नाचा सुंदर पोशाख भेट देतो. आमच्या समाजातील इतर लोक काही देणग्या देतात. तुला तर माहितीच आहे की, पारंपरिक निकाहमध्ये, वधू आणि वर एकमेकांना पाहत नाहीत आणि काझी (पुजारी) वधूची लग्नासाठी संमती आहे की नाही हे विचारण्यासाठी जातो आणि ती "कबूल आहे" (संमत) असं उत्तर देते. आमच्याकडे हा निकाह स्टेजवर केला जातो. वधू आणि वर यांच्यामध्ये एक पडदा धरला जातो, जेणेकरून ते एकमेकांना दिसत नाहीत. जेव्हा काझी वधूला लग्नासाठी संमती विचारतो व ती 'कबूल है' म्हणते, तेव्हा जमलेले उपस्थित त्याला साक्षीदार असतात."

"ही फारच चांगली सामाजिक सुधारणा आहे ओमर. तू सरसकट सगळ्यांना मग ते कट्टरपंथी असोत किंवा पुरोगामी, एकत्र नेण्यात यशस्वी झाला आहेस. आमच्या दादरच्या रानडे रोडच्या न्यायमूर्ती रानडेंप्रमाणे, तू बहुतेक २१ व्या शतकातला सुधारक म्हणून गणला जाशील," इराने ओमरचं कौतुक केलं.

"पण थांब इरा, याहून चांगलं काहीतरी सांगायचं बाकी आहे" ओमरला बोलता बोलता दम लागला.

"काल संध्याकाळी दादरच्या एका पारंपरिक अशा कार्यालयात घैसास कुटुंबीयांनी लग्नसोहळ्याच्या मेजवानीचं आयोजन केलं होतं. त्यांचे नातेवाईक आणि मित्रमंडळी त्यांच्या महाराष्ट्रीय पोशाखात अगदी नटूनथटून आले होते. पुरुषांनी पगड्या आणि फेटे घातले होते तर स्त्रिया नऊवारी साड्या नेसून आल्या होत्या. अगदी तुझ्या एखाद्या नात्यातलं लग्न असल्यासारखंच मला वाटलं गं इरा! अशफाक कसा इतकी वर्षं

त्यांच्यातलाच एक होऊन, सगळ्या सण समारंभात सहभागी झाला होता, याबद्दल त्यांच्या काही नातेवाईकांनी छान छोटी भाषणं केली.

सौ. घैसासांनी मला स्टेजवर बोलावलं. रेश्मासाठी अशफाकचं स्थळ स्वीकारल्याबद्दल त्यांनी माझे आभार मानले. शिवाय अशफाकला घेऊन रक्षाबंधन आणि भाऊबीज या हिंदू सणांना त्यांच्या घरी येऊ देण्याची विनंती त्यांनी माझ्याकडे केली कारण, त्यांच्या मुलीने अशफाकला भाऊ मानलं होतं. मी त्यांची विनंती मान्य केल्याने त्यांना गहिवरून आलं. मग मीही त्यांना सांगितलं की रेश्मा आणि अशफाक त्यांचीच मुलं आहेत आणि नेहमी राहतील.

त्यांनी आमच्या अनाथाश्रमातील रेश्माच्या मैत्रिणी, कर्मचारी, स्वयंपाकी आणि सफाई कामगार या सगळ्यांना मेजवानीसाठी बोलावलं होतं. ते सगळे ईदच्या दिवशी नटतात तसे नटून सजून आले होते. आम्ही महाराष्ट्रीय पद्धतीच्या पंगतीला बसलो. तिथल्या वाढप्यांनी आम्हाला वाढलं. श्री आणि सौ घैसास, अशफाक आणि रेश्मा आम्हाला आग्रहाने जिलबी वाढत होते. आणि तुला खरं सांगतो, ती जिलबी मला त्या दिवशी अमृतापेक्षा गोड लागली!" ओमरने डोळ्यांवरचा चष्मा बाजूला केला आणि डोळे पुसले. इराच्याही डोळ्यात आनंदाश्रू आले.

"जे कोणी करू शकलं नाही, ते तुझ्या अनेक मुलींपैकी एक असलेल्या रेश्माने केलं. तिने तुला रडवलं ओमर!"

ओमरची हृद्य गोष्ट ऐकून, तो चष्मा पुसत असताना, इराला आठवलं.

"ओमर मला जावं लागेल. माझा वाचनाचा चष्मा मला शोधायचा आहे. आमच्या घरातल्या छोट्या मुलाने घराचं फुटबॉलचं मैदान केलं

आहे. साईड टेबलवर असलेल्या सगळ्या वस्तू जवळजवळ त्याने फोडल्या आहेत. लीला त्याच्यावर फार चिडली होती. मग शिक्षा म्हणून तिने त्याला एका कोपऱ्यात उभं केलं. मला पण त्याचे इतके फाजील लाड केल्याबद्दल बोलणी खावी लागली .आमच्या पॅट्रिशियाने आधीच चष्म्याची ऑर्डर चष्मवाल्याकडे दिली आहे." इराने आपले हात लांब केले आणि खांदे उडवले. ओमरला नवल वाटलं नाही. इराच्या आयुष्यात नव्याने आलेल्या सदस्यांबद्दल त्याने खूप काही ऐकलं होतं, त्यामुळे वेगवेगळ्या परिस्थितीत त्यांच्या कृतीचा अंदाज तो लावू शकत होता.

"पॅट्रिशिया कितीही कार्यक्षम असली तरी, ती माझा नवीन चष्मा मिळण्याचा वेळ काही कमी करू शकणार नाही. तेव्हा मला आता जाऊ दे. मी तो ज्यादाचा चष्मा कुठे ठेवलाय हे काही मला आठवत नाही. बाय" असं म्हणून इरा जागेवरून उठली.

"इरा, तू प्लीज स्वयंपाकघरातल्या खणाजवळ जाऊ शकशील?" ओमर अधिकारवाणीने म्हणाला.

"तुला जे काही सांगायचं आहे, ते प्लीज नंतर कधीतरी सांग. मला निघायला हवं!" इरा अधीर झाली होती.

"इरा, तू प्लीज खालून दुसरा खण उघडशील का? आपण बोलत असताना तू तुझा ज्यादाचा चष्मा तिथे ठेवला होतास. नेहमीप्रमाणे तू वैतागून काहीतरी तक्रार करत असताना तू तो तिथे ठेवलास. तुझं तुलाही कळलं नाही." एवढं बोलून ओमरने उसासा सोडला.

"ओमर, इतक्या लांबून माझ्यावर तू जी नजर ठेवतो आहेस ना, ते बंद कर!" इरा लटक्या रागाने म्हणाली. कप्प्यातून तिने चष्म्याचं घर घेतल.

आणि मग ओमर काही विचारण्यासाठी थांबला. इराने तिच्या हँडबॅगमधलं सामान पुन्हा एकदा तपासून घेतलं आणि कोपऱ्यात असलेल्या हुकमधून घराच्या किल्ल्या घेतल्या.

"बोल ओमर? काय झालं? बोल!" ती उद्गारली.

ओमरने त्याच्या फोनकडे जाणीवपूर्वक पाहिलं आणि हळुवारपणे म्हणाला,

"इरा पुन्हा एकदा विचारतो, तुला भारतात कधी यायला जमेल? का मी लंडनला येऊ??"

इराचं उत्तर अजूनही तेच होतं.

"बघूया ओमर. मला आता वीस मिनिटात क्लेअरला भेटायचं आहे. जावं लागेल."

***

इरा क्लेअरच्या आवडत्या ईस्ट लंडन रेस्टॉरंटमध्ये गेली. क्लेअर एका कोपऱ्यातील टेबलावर बसली होती, तिने एका पाकिस्तानी वेटरला त्यांची नेहमीची ऑर्डर दिली. तिचे उच्चार समजून घेणं त्या वेटरला अवघड जात होतं पण तिच्या ज्ञानाने तिने त्याला प्रभावित केलं होतं. वेटर ऑर्डर घेऊन निघून गेला तसा तिने इराला हात करून बोलावलं

"मसाला ताक येईलच इतक्यात. मी त्याला कांद्याच्या भज्यांमधलं जास्तीचं तेल टिश्यू पेपरने टिपून घ्यायला सांगितलं आहे. माझ्यासाठी गार्लिक बुलेट नान, तुझ्यासाठी तंदुरी रोटी, चिकन कोरमा, सगळ्यात तेल कमी पण मसाले जास्त शिवाय, पुदिना रायतासुद्धा सांगितलेला आहे.

तिच्या या सगळ्या बोलण्यावर प्रतिक्रिया म्हणून इराने डोळे फिरवले. पण क्लेअरने त्याकडे दुर्लक्ष केलं आणि ती हसली.

"इरा, तू जेव्हा रेस्टॉरंटमध्ये आलीस तेव्हा मला खूप दिवसांनी तुझ्या चालण्यात एक डौल जाणवला, आत्मविश्वास जाणवला. समीरला त्याच्या आवडत्या विद्यापिठात प्रवेश मिळाल्यावर आपण तो दिवस साजरा केला होता ना, त्यानंतर पहिल्यांदाच! कन्फेशनसहित मला सगळं सांग. या प्रार्थनागृहात तुझं स्वागत आहे!" म्हणत, क्लेअरने तिच्या बटर कापायच्या सुरीने हवेतच क्रॉस काढला. इराने तिच्या आनंदाची कारणं सांगितली ; समीरचा व्हिडिओ, प्रभाकरांचा झालेला सत्कार आणि ओमरने आज सकाळी सांगितलेली गोष्ट.

"तुला माहितीये क्लेअर, ओमरच्या म्हणण्याप्रमाणे त्याच्या समाजाने आज कृतज्ञतेने अशफाकच्या दत्तक पालकांचे आभार मानले कारण त्यांनी त्याला मुस्लिम म्हणून वाढवलं होतं. आम्ही लहान असताना सर्व जमातीतलं नातं हे असंच होतं. ओमरचे उच्चार, संगीताबद्दलचा कल आणि तीक्ष्ण स्मरणशक्ती पाहता, तो आमच्या घरी आरती म्हणायला यायचा. आरती म्हणण्यात त्याचा पुढाकार असायचा." इराच्या डोळ्यात पाणी तरळलं. ते दिसू नये म्हणून तिने एक कांद्याचा भजं उचललं. ती जुन्या दिवसात इतकी हरवून गेली होती की, त्या भजीतून तेल निथळत आहे हेही तिला समजलं नाही.

"क्लेअर, हे विचित्र आहे. ओमर आणि स्वाती वेगवेगळ्या देशांमध्ये वाढले आहेत. ती उत्तर इंग्लंडमध्ये, ती पाकिस्तानी वंशाच्या मुस्लिम समाजासाठी काम करते. ओमर मुंबईत, मुस्लिम आणि हिंदू समुदायांमध्ये काम करतो. दोघांनीही मला तेच सांगितलं. आपण अशा

सभ्य लोकांमध्ये राहतो ज्यांनी शांत राहणं निवडलं आहे. आपण प्रयत्न करत राहायला हवं. आपल्यापैकी एक, मोहम्मद महमूद, इमाम (इस्लामिक धार्मिक नेता) यांनी आपल्या समुदायाला सूड घेऊ नका असं आवाहन केलं. जेव्हा कट्टर ऑस्बोर्नने, मँचेस्टर अरेना बॉम्बिंगचा सूड घेण्यासाठी फिन्सबरी पार्क मशिदीबाहेर असलेल्या उपासकांवर व्हॅन घातली होती तेव्हा इमामच्या सांगण्यावरून समाज शांत राहिला होता. ज्यांना फितवलं जातंय त्यांना समजावून सांगितलं तर त्यांना त्यामागचं कारण, एक ना एक दिवस नक्की समजेल." इरा तिच्या विचारात गुंगून गेली होती. पण त्या गंभीर मनस्थितीमध्येही एक आशा पल्लवित होत होती. क्लेअरने तेवढ्यात घसा खाकरला.

"हा ओमर सुपरस्टार दिसतोय. केव्हा भेट घडवून आणते आहेस त्याची आणि माझी?"

"अगं मीच त्याला २६ वर्षांपासून भेटले नाही, त्यामुळे आताही इतक्यात ते शक्य नाही. तुला निराश केलं मी, माफ कर." असं इरा क्लेअरकडे न पाहता, वाटीतल्या कुल्फीकडे पाहत म्हणाली.

"इरा, 'का भेटणार नाहीस' हा मुद्दा आहे. तुम्ही दोघंही रटाळ आर्टफिल्मसारखे आहात. हे २०१९ आहे, १९९३ नाही, तुमची गाडी पुन्हा रुळावर आणा" क्लेअरने डाव्या हाताची मूठ जोरात टेबलावर आपटली आणि गाजर हलव्याच्या वाटीवर तिचा चमचा आपटून निषेध नोंदवला.

"तो विचारत होता की मी भारतात केव्हा येणार आहे किंवा त्याने इथे यावं का...इथे माझे सासू-सासरे आहेत, भारतात माझे आई-वडील आणि समीर आहे. त्यांची प्रतिक्रिया काय असेल ते मला माहीत

नाही..."... बिलाचे पैसे देण्यासाठी इराने तिच्या हँडबॅगमध्ये हात घातला. क्लेअरने तिचा हात तिच्या मनगटावर ठेवला.

"आज बिल भरायची पाळी माझी आहे, इरा लक्षात ठेव बरं. काही वर्षांपूर्वी, आपण दोघी दोन गोष्टींवर सहमत झालो होतो. पहिली सूचना तुझी होती आणि मी ती मान्य केली. आपण वैयक्तिक मागवलेल्या डिशेससाठी बिल समान विभाजित करणार नाही. इंग्लंडमध्ये हीच पद्धत प्रचलित आहे. आपण एकमेकींना रेस्टॉरंट्स मध्ये भेटू, रेस्टॉरंटमध्ये ऑर्डर करतो ते सगळं वाटून खाऊ, म्हणजे आपल्यापैकी एक जण त्या दिवसाचं बिल भरेल आणि दुसरी पुढच्या वेळी भेटू तेव्हा बिल भरेल. पुन्हा भेटण्याचं हे एक कारण असेल.

दुसरी सूचना माझी होती आणि तू ती इतकी वर्षं तंतोतंत पाळली आहेस. जेव्हा आपल्यापैकी एखादी मूर्ख, भावनिक, तर्कहीन किंवा स्वतःचं नुकसान करून घेणारी कोणतीही गोष्ट करेल, तेव्हा दुसरीने तिला तिच्या चुका दाखवायच्या. तिला नेमकं काय वाटतं हे तिला सांगायचं. मग ते कितीही उद्धट वाटलं तरी चालेल. आपण दोघींनीही हे बऱ्याचदा केलं आहे. समीरच्या भल्यासाठी गोडश्यांच्या घरातून त्याला घेऊन बाहेर पडायचा निर्णय तू उशिरा का होईना पण घेतलास. मँचेस्टर अरेनाची घटना घडण्यापूर्वी तू घटस्फोटासाठी अर्जसुद्धा करणार होतीस, पण तू तो केला नाहीस. तुझ्याजागी मी असते तर मी माघार घेतली नसती. पण मी समजू शकते." इरा मुकाट्याने मान हलवत होती. क्लेअर आणखी काही बोलायच्या आधीच इराने बिल क्लेअर पुढे ठेवलं.

क्लेअर म्हणाली, "हे फक्त बिलाबद्दल नाही! मला आता सभ्यपणे बोलायचं नाहीये आणि तुला हे निक्षून सांगायचं आहे की तू अतिशय मुर्खासारखा विचार करत आहेस. जर माझ्यासाठी डेटिंग ॲपच्या मदतीने

मला कुणी माणूस आवडला तर तो माणूस, माझ्या आईला, माझ्या आधीच्या नवऱ्याला, सासूला आवडला पाहिजे असं नाही. जर कुणाचं म्हणणं मला महत्त्वाचं वाटत असेल तर ते फक्त जॉर्जचं, माझ्या कुत्र्याचं. मी जिथे राहीन तिथेच तो राहिल, मग ते माझ्या मित्राला पटो अथवा न पटो. ओमरबरोबरच्या ज्या नात्याचं तू वर्णन केलंस, की तो तुला समजून घेतो, तुझी काळजी घेतो, त्याच्याशी कुठल्याही विषयावर बोलणं सोपं आहे, वगैरे वगैरे ते फार मौल्यवान आहे इरा! माझ्या माहितीतली अशी खूप कमी जोडपी आहेत ज्यांची मनं अशी जुळलेली आहेत. त्यातील काही समलैंगिक आहेत तर काही विषमलिंगी आहेत. त्यामुळे आता तू पुढे जा! स्वतःला थांबवू नकोस." उपदेश दिल्याचं समाधान क्लेअरला मिळालं. तिने कार्ड स्वाइप केलं आणि वेटरला टीप दिली, त्याच्याकडे पाहून छान हसली. इरा सगळं ऐकत होती पण तिने काहीही प्रतिक्रिया न देणं पसंत केलं. ती तिचं जॅकेट घेण्यासाठी उठली तेव्हा क्लेअरने असं काहीतरी केलं जे इराच्या कायमस्वरूपी लक्षात राहणार होतं.

"इरा थांब. हे आपण पाहिलेल्या सर्वात मनोरंजक चित्रपटातलं आहे. त्यात एक गाणं आहे जे स्वित्झर्लंडमधील इंटरलाखेन आणि माऊंट टिटलिसमध्ये चित्रित केलं आहे. जिथे ही मुलगी सिमरन असते, तिच्या जुन्या विचाराच्या वडिलांनी तिचं लग्न गावातल्या मुलाशी ठरवलेलं असतं. त्या सिमरनचा प्रियकर ट्रेनमध्ये तिची वाट पाहत उभा असतो." क्लेअरने तिचे तळवे एकमेकांवर चोळले. इरा हसली .

"ओह, तुला डीडीएलजे म्हणायचं आहे का? दिलवाले दुल्हनियाँ ले जायेंगे.." आता त्याचं काय? मला निघायचं आहे गं. काह्या माझी वाट पाहत असेल." तिने तिची हँडबॅग खांद्यावर धरली. तितक्यात क्लेअर जवळजवळ ओरडलीच,

"होय, अगदी बरोबर! आठवतंय ना...मग ते जुन्या विचारांचे वडील एकदाचं त्यांच्या मुलीला तिचं आयुष्य तिच्या मर्जीने जगण्याची परवानगी देतात. आणि ती सिमरन आपला घागरा हातात धरून पळत पळत प्लॅटफॉर्मवरून निघालेल्या ट्रेनकडे जाते. तिचा प्रियकर, हात पुढे करून, तिची वाट पाहत ट्रेनच्या दारातच उभा असतो! देवा! काय तो अभिनय, काय मज्जा! फारच मनोरंजक! मी तुझ्याकरता त्याचा सरावही केला आहे.

"जा सिमरन... सॉरी सॉरी जा इरा, जी ले अपनी जिंदगी!"

अविश्वासाने तिचं डोकं हलवत आणि क्लेअरच्या प्रयत्नांना दाद देत इराने क्लेअरला प्रेमाने मिठी मारली. आणि लंडनच्या कडाक्याच्या थंडीत रेस्टॉरंटच्या बाहेर पडली.

प्रकरण २०

शांततेच्या नावाने

इरा काह्याला कॉफीसाठी भेटली. त्यांची ही भेट अगदी झटपट उरकली. काह्याने व्हिजिटर व्हिसासाठी अर्ज केला होता. ट्रॅव्हल एजंटच्या मार्फत, उत्तर आणि ईशान्य भारतातील महत्त्वाच्या स्थळांना भेट देऊन "बौद्ध तीर्थयात्रा" करावी अशी तिची योजना होती. काह्याने मुंबईत आपल्या आई-वडिलांकडे राहावं असं इराने तिला सुचवून पाहिलं. पण समीरची गाठ घेऊन काह्या दिल्लीतूनच परतीचा विमानप्रवास करणार होती. एका अर्थाने हे बरंच होतं. आपल्या आई-वडिलांनी अगदी मनापासून काह्याचं स्वागत केलं असते हे इरा जाणून होती. पूर्वी प्रियंवदाच्या दिखाऊपणाला सगुणाचा धाक होता, तसंच इरासुद्धा विशेष लक्ष देत नसे. आता मात्र प्रियंवदाला समीरची प्रेयसी म्हणून काह्याला सगळ्यांसमोर मिरवण्यात मजा आली असती. सध्या परिस्थिती थोडीशी सुधारली होती, पण अजून म्हणावी तेवढी नाही. काह्याच समीरला परत आणू शकेल असा विश्वास सगळ्यांना वाटत होता. इराने फिकट निळ्या कागदात गुंडाळलेले आणि लाल दोऱ्याने बांधलेलं एक छोटंसं पाकिट काह्याच्या हातात दिलं आणि म्हणाली,

"बिलेटेड हॅपी बर्थडे, काह्या. मला माहिती आहे की तुला फिकट रंग आवडतात आणि हे भारतात तू कुठेही फिरताना वापरू शकतेस." काह्याने मंदपणे हसत तो लाल दोरा सोडवून ते पाकीट उघडलं. त्यात एक लिंबोणी रंगाचा कुर्ता आणि फिकट निळ्या रंगाचा बांधणीचा रुमाल होता.

"किती छान आहे, तुम्ही उगाच त्रास घेतलात.." काह्याने तिचे अगदी मनापासून आभार मानले.

एला आणि लिऑनच्या वाढदिवसाला अगदी धमाल आली. त्याच्या वाढदिवसासाठी त्याच्या शाळेतले तीन मित्र आणि दोन मैत्रिणी आल्या होत्या. मागच्या अंगणात ठेवलेल्या ट्रॅंपोलिनवर त्या सगळ्यांनी धुडगूस घातला होता. आकाशी रंगाचा सूट, त्याला गुलाबी झालर आणि लाल रंगाची टोपी अशा वेशात एक जादुगार जादूचे खेळ दाखवायला आला होता. त्याने फोल्डिंगचं टेबल, रंगीबेरंगी पिसं आणि खेळायचे पत्ते असं सगळं सामान आणलं होतं. त्याने त्याचा शो पाऊण तासातच उरकला आणि तो सगळं सामान गुंडाळून, पैसे घेऊन निघून गेला. आता त्या सगळ्या दंगेखोर मुलांची जबाबदारी लीला आणि जेम्सवर येऊन पडली.

जेम्स या आधी मुलांना न्यायला आला होता तेव्हा त्याची आणि इराची अगदी ओझरती गाठ पडली होती. आपल्या मुलांना ती सांभाळते आहे म्हणून तो तिचे आभार मानत असे आणि तिलाही आपल्या घरी येण्याचे आमंत्रण देत असे. ओव्हनमधून चिकन नगेट्स आणि पोटॅटो स्मायलीज बाहेर काढायला इरा लीलाला मदत करत होती. बाहेरून मागवलेले पिझ्झा आले होते, आणि जेम्सने मुलांना खाता येतील अशा पद्धतीने त्याचे तुकडे केले होते. त्या दोन जुळ्या भावंडांचं कोणता केक

मागवायचा यावर काही एकमत होत नव्हतं. म्हणून, दोन केक आणले होते. एका खोक्यात सुंदर जांभळ्या रंगाचा पुस्तकाच्या आकाराचा केक होता, त्यावर फिकट गुलाबी रंगाच्या क्रिमने 'एला' असं लिहिलं होतं. दुसऱ्या खोक्यात एक रागीट असा काळ्या रंगाचे हूड घातलेल्या राक्षसाच्या आकाराचा केक होता. त्याच्या छातीवर चमकदार पिवळ्या अक्षरांतं 'लिऑन' असं लिहिलं होतं.

मागच्या बागेतून पुन्हा एकदा मुलांच्या आरोळ्यांचा, किंचाळण्याचा आवाज आल्यावर, लीलाने जेम्सकडे पाहिले. जेम्स बागेत जाणार तेवढ्यात दारावरची बेल वाजली. त्याने लीलाकडे पाहून खांदे उडवले आणि तो दार उघडायला गेला.

"तू मुलांच्या खाण्याची व्यवस्था बघ. मी मुलांकडे बघते." असे म्हणून इरा बागेत गेली. लीलाने अगदी कृतज्ञतेने मान हलवली. वीस मिनिटांनी लीला बाहेर बागेत आली आणि तिने बागेतल्या लाकडी टेबलावर दोन केक ठेवले. जेम्स सुद्धा टाळ्या वाजवत बागेत आला,

"चला चला, लिऑन, एला. हात धुवून या. केक कापायचा आहे ना!" सगळी मुलं इराभोवती कोंडाळं करून बसली होती आणि इरा त्यांच्याबरोबर "गोष्ट पूर्ण करा" हा खेळ खेळत होती. इराला खरं तर तो खेळ पूर्ण करायचा मोह होत होता. पण लीलाच्या आणि जेम्सच्या चेहऱ्यावरचे भाव आणि अजून एक वयस्कर जोडपे कंटाळलेलं बघून तिने तो खेळ आवरता घेतला.

"ते कुत्र्याचं पिल्लू मांजराच्या पिल्लाला म्हणालं," अरे थांब! मला माझा खाऊ संपवायचा आहे. आणि मग माझे दातही स्वच्छ करायचे आहेत. आपण पुन्हा भेटू! मुलांनो, ते कुत्र्याचे पिल्लू आता दात घासायला गेलं आहे. आता ते परत येईल, तोपर्यंत आपण केक कापूया. चला,

आता सगळ्यांनी हात धुवून या!" इरा टाळ्या वाजवत उठून उभी राहिली. मुलेही पटापट हात धुवून आली आणि केकभोवती गोल करून उभी राहिली.

"हॅलो, मी जॉर्ज!" एका सद्गृहस्थाने इराशी हस्तांदोलन करण्यासाठी हात पुढे केला.

"हॅलो, मी इरा." तिने त्याच्याशी हस्तांदोलन केलं.

"ही माझी पत्नी, जेम्सची आई, आणि या दोन जुळ्या मुलांची आजी, फिओना. वाटत नाही ना की तिला नातवंडं आहेत म्हणून!" जॉर्जच्या डोळ्यांत खट्याळपणा दिसत होता. फिओनाने लटक्या रागाने जॉर्जकडे पाहिलं आणि नम्रपणे हसून इराला म्हणाली,

"तुमचं मुलांशी अगदी छान जमतंय बरं का. मी एक दिवससुद्धा एकट्या लिऑनला सांभाळू शकत नाही. एला, लिऑन आणि एवढी सगळी मुले एकत्र तर मला जमणारच नाही. आम्ही आलो तेव्हा बागेतून मुलांच्या दंग्याचा खूप आवाज येत होता, पण आता मात्र सगळं शांत आहे. तुम्ही या कामाचे किती पैसे घेता? माझ्या मुलीच्या मुलाचा पुढच्या आठवड्यात वाढदिवस आहे..." तिचा प्रश्न ऐकून इराचे डोळे विस्फारले. जॉर्ज, फिओनाला तिची चूक दाखवण्याचा प्रयत्न करत होता. पण फिओनाचं त्याच्याकडे लक्षच नव्हतं.

"मला वाटतंय की इरा ही लीलाची बहीण आहे." जॉर्जने तिची चूक सुधारण्याचा प्रयत्न केला.

"लीलाची नातेवाईक? पण ती तर..." फिओनाने तिचं वाक्य पूर्ण केलं नाही, पण तिला काय म्हणायचं आहे ते त्या खोलीतल्या सगळ्यांना अगदी व्यवस्थित समजलं.

"इरा ही माझी अगदी जवळची नातलग आहे. ती माझी मामी आहे. माझ्या मामाचं दोन वर्षांपूर्वी निधन झालं; जेम्सने हे तुम्हाला सांगितले असेलच. आणि हो, तीसुद्धा भारतीय आहे." लीलाने तिच्या सासूच्या मनात आलेल्या सर्व प्रश्नांची उत्तरं दिली. फिओनाच्या भुवया उंचावल्या. कितीही टाळायचं असं फिओनाने ठरवलं तरी तिची आणि स्वातीची अनेकदा गाठ पडत असे. स्वातीचे यॉर्कशायरमधल्या कमी शिकलेल्या लोकांसारखे उच्चार ऐकून फिओना दोन पावलं लांबच राहात असे. बरेच वर्षांपूर्वी, जेम्सच्या लग्नाच्या वेळी हिजाब घातलेल्या स्त्रियांना आमंत्रित केलेले पाहून तिला चक्करच यायची बाकी राहिली होती.

"सॉरी, तुमचं इंग्रजी अगदी अस्खलित आहे. तुम्ही लंडनच्या कोणत्या भागात राहता? मला वाटलं की तुम्ही जादुगारच आहात. तुमचा ड्रेस तर एकदम छान आहे! एम ऍंड एस मधून घेतला का?" फिओनाला काय बोलावं तेच सुचत नव्हतं.

"मला मुलं खूप आवडतात. मी भारतात जन्मले आणि वाढले आहे. आणि लग्न झाल्यावर इंग्लंडला कायमची राहायला आले." इरा अगदी शांतपणे बोलत होती. पण लीला मात्र एक जोरदार प्रत्युत्तर द्यायच्या तयारीत होती.

"मम , इरा एन एच एस मध्ये डॉक्टर म्हणून काम करते" जेम्स म्हणाला. लीलाच्या चेहऱ्यावर मधाळ हसू पसरले,

"होय,तुमचं म्हणणे अगदी बरोबर आहे. एला आणि लिऑनसाठी ती एक जादूगारच आहे!"

"चला, आता सगळ्यांनी इकडे या. आपण केक कापूया." जेम्सने सगळ्या मुलांना गोळा केलं आणि लिऑनच्या खांद्यावर हात टाकून त्यालाही सोबत घेतलं.

केक कापून झाला, सगळ्यांना भेटवस्तू पण देऊन झाल्या, आणि सगळ्या मुलांना त्यांचे पालक घरी घेऊन गेले. जेम्स मुलांना त्यांच्या खोलीत झोपायला घेऊन गेला. लीला आणि इरा मागचा सगळा पसारा आवरत होत्या. केक कापल्यानंतर थोड्याच वेळात जॉर्ज आणि फिओनाही निघून गेले होते. जॉर्जने थोडासा पिझ्झा खाल्ला होता तर फिओनाने संत्र्याचा रस घेतला होता. फिओना म्हणाली की ती गेले दोन आठवडे अगदी काटेकोरपणे डाएटिंग करत आहे.

जेम्सने इराच्या हातात एक रेड वाईनचा ग्लास दिला आणि लीलाकडे जाऊन तिलाही एक ग्लास दिला. त्याने हळूच लीलाच्या गालावर ओठ टेकवले आणि ते दोघे फायरप्लेसजवळ जाऊन बसले.

"मला माहिती आहे, लीला. हे सोपं नाहीये." त्याने लीलाच्या दोन्ही खांद्यांवर त्याचे तळवे ठेवले आणि अगदी हळुवारपणे तिची मान आणि खांदे चोळले.

"बरं वाटतंय का?" लीलाने होकारात्मक मान हलवली. ती त्याच्याकडे पाहून मृदुपणे हसली. जेम्सने वाईनचा एक घोट घेतला आणि म्हणाला,

"तासनतास वाचन, समित्या, परिषदा, शोधनिबंधाचं काम आणि आता वाढदिवसाची पार्टी. मलाही कामानिमित्त खूप प्रवास करावा लागतो. यामुळे लीलाचं मानेचं दुखणं कमीच होत नाहीये. मीही जरा कमी दगदगीची नोकरी शोधायचा विचार करतो आहे. निदान एवढा

प्रवास करावा लागणार नाही अशी एखादी नोकरी मिळाली पाहिजे. बघू, कसं काय जमतंय ते. आणि हो इरा, तू तर अगदी देवासारखी धावून आली आहेस. धन्यवाद!" जेम्सने इराकडे बघून त्याचा ग्लास उंचावला.

"त्यात काय एवढं! या दोघांबरोबर मला नेहमीच मजा येते. समीर लहान असताना थोडा शांत होता आणि मी पण विशीत होते. तेव्हा माझ्याकडे भरपूर ताकदही होती!" इरा हसली आणि गडद तपकिरी रंगाच्या सोफ्याकडे चालत गेली.

"इरा, माझ्या आईच्या वागण्याबद्दल मी तुझी माफी मागतो. पण तू अगदी समजुतदारणे वागलीस. २०१९ सालातही उघडपणे किंवा छुप्या पद्धतीने वर्णद्वेषी वर्तन केलं जातं, तेसुद्धा अनेक संस्कृती सामावलेल्या लंडनमध्ये! याचं समर्थन होऊच शकत नाही. माझ्या आईला हे समजतच नाही. आमचं लग्न होईपर्यंत दुकानांत काम करणारी एखादी कृष्णवर्णीय स्त्री सोडल्यास माझ्या आईचा कधीही कृष्णवर्णीय लोकांशी संपर्क आला नव्हता. आतासुद्धा ते कोणाच्यातरी लग्नाच्या ५०व्या वाढदिवसानिमित्त ठेवलेल्या एका औपचारिक कार्यक्रमाला गेले आहेत. तिथे सगळेजण श्वेतवर्णीय असतील, ते तिथे हवापाण्याच्या गप्पा मारतील, कोण कोण कुठल्या कुठल्या इंग्लिश प्रवासी कंपनीसोबत कुठे कुठे युरोपमध्ये फिरून आले याची चौकशी करतील आणि अगदी इंग्लिश पद्धतीने केलेले पदार्थ खातील." जेम्सने त्याचा ग्लास उंचावला आणि खेदाने मान हलवली.

जेम्सला इतक्या मनमोकळेपणाने बोलताना पाहून इरा नम्रपणे म्हणाली,

"काही हरकत नाही..." जेम्स पुढे बोलू लागला,

"जग आता जवळ आलं आहे. आज लंडनमध्ये कामानिमित्त जगातील विविध वंशाची अनेक माणसे राहतात. पण माझ्या आईला याची गंधवार्ताही नाहीये. पण काय करणार? शेवटी ती माझी आई आहे. मी पुन्हा एकदा माफी मागतो." जेम्सने आपले ओठ दुमडले, आणि इराकडे बघून ग्लास उंचावला. त्याला इतकं लाजिरवाणं झालेलं बघून त्याची समजूत काढण्यासाठी इराने त्याला आपला दृष्टीकोन समजावून सांगितला.

"जेम्स, असे विशेष अधिकार किंवा प्रिव्हिलेज यांचे अनेक प्रकार असतात. "व्हाईट प्रिव्हिलेज" आणि भारतीय जातीव्यवस्था यांमध्ये खूप साम्य आहे असं मला वाटतं. सवर्णीयांनी केलेल्या भेदभावामुळे अनेक हिंदूंनी इस्लाम, ख्रिश्चन किंवा बौद्ध धर्म स्वीकारला. १९५६ साली, ५,००,००० "अस्पृश्य" समजल्या जाणाऱ्या लोकांनी आपले नेते डॉ.बाबासाहेब आंबेडकर यांच्या नेतृत्वाखाली बौद्ध धर्म स्वीकारला. पण आज, डॉ. आंबेडकरांचं लिखाण कोणीच वाचत नाही आणि संधी मिळताच त्यांचे अनुयायी हिंसाचाराचा मार्ग अवलंबतात. जातीनिहाय आरक्षणामुळे आता उलटा भेदभाव चालू झाला आहे. मी दोन्ही प्रकारांचा अनुभव घेतला आहे, पण मला जो जन्मामुळे विशेष दर्जा मिळाला आहे त्याबद्दल मी स्वतःला सुदैवी समजते." इराने सांगितलं. ते ऐकून लीला उसळली,

"तू ब्राह्मणांना विशेष दर्जा मिळतो असं म्हणालीस, पण आम्हाला मात्र त्याचा अनुभव कधीच आला नाही. आज कायद्याने कोणताही भेदभाव केला जात नाही. ५० वर्षांपूर्वी, इनॉक पॉवेलने त्याच्या 'रिव्हर्स ऑफ ब्लड' या भाषणातून गोऱ्या ब्रिटिशांना मोठ्या प्रमाणावर होणाऱ्या

स्थलांतराच्या धोक्यांबद्दल सावध केले होते. पण तरीही आज समाजात सगळीकडे वांशिक उतरंड फोफावली आहे. या उतरंडीच्या सर्वात तळाशी आम्ही कृष्णवर्णीय आहोत. आम्हाला सगळ्यांकडून, म्हणजे अगदी आशियाई लोकांकडूनही वंशभेदाचा सामना करावा लागतो. आणि आम्हाला सगळ्यांशी जुळवून घ्यावं लागतं पण आम्हाला श्वेतवर्णीय लोकांचा दर्जा मात्र कधीच मिळत नाही. आता मी एक कृष्णवर्णीय आहे, स्त्री आहे आणि एक वकीलही आहे. अशा परिस्थितीत मी आयुष्यभर फक्त झगडणं आणि सामावून जाण्याचा प्रयत्न करणं एवढंच करू शकते... हे कधीच थांबणार नाही."

जेम्सने पुढे झुकून लीलाच्या गुडघ्यांना स्पर्श केला,

"ज्यांना तुझी पर्वा नाही, त्यांची पर्वा तू करू नकोस. आणि ज्यांना तुझी पर्वा आहे, त्यांना तू संघर्ष करावास किंवा सामावून जाण्याचा प्रयत्न करावास असं वाटत नाही. आणि आणखी तीन आठवड्यांनी तर आम्हाला तुझा जास्तच अभिमान वाटणार आहे- तुझा पदवीदान समारंभ- डॉ. लीला मारिया गोडसे क्लार्क! आता माझंही आडनाव त्यात लाव, म्हणजे तुझे नाव अगदी भारदस्त वाटेल. डॉ. लीला मारिया गोडसे क्लार्क मूर. म्हणजे तुझ्या सासूचीपण कॉलर जरा ताठ होईल. आता तर तुझ्यावरच एखादा प्रबंध लिहिता येईल, लीला." असं म्हणून एक छोटीशी सिल्कची उशी त्याने तिच्या दिशेने खोडकरपणे भिरकावली. तिनेही त्याला वेडावून दाखवलं आणि एक उसासा सोडला,

"आई येणार आहे. लीला म्हणाली आई फक्त एका कार्यक्रमाला येऊ शकणार होती. मुलांचा वाढदिवस किंवा माझा पदवीदान समारंभ.

आता पदवीदान समारंभ माझ्या आयुष्यात फक्त एकदाच होणार आहे, म्हणून मी तिला त्या कार्यक्रमाला यायला सांगितलं." इराने विचारले,

"लीला, त्या कार्यक्रमासाठी एखादं जास्तीचं तिकीट मिळेल का?"

"ओह, किती छान. तू आलीस तर आईलाही खूप आनंद होईल. मी पॅट्रिशियाशी बोलते आणि तिला तीन तिकिटांची व्यवस्था करायला सांगते. जेम्सला मात्र त्या कार्यक्रमातून जरा लवकरच बाहेर पडावं लागेल. कारण मुलांना डे-केअरमधून आणायचं आहे. डे-केअरमध्ये वेळ अगदी काटेकोर पाळतात!" लीला जरा कुरकुरत म्हणाली, पण तिच्या कार्यक्रमासाठी सगळे येणार आहेत हे ऐकून ती खुश झाली होती.

"मी जरा त्रास देते आहे तुला. पण पॅट्रिशियाला तिकीट, डॉ. गोडसे आणि शाकाहारी असं घ्यायला सांगशील का? माझा त्यादिवशी उपवास आहे, म्हणून मी मांसाहार करणार नाही. चला, आता मी निघते. जेम्स, मला जरा मदत करतोस का? गाड्या इतक्या दाटीवाटीने पार्क केलेल्या असतात की मला माझी गाडी बाहेर काढताच येणार नाही." असं म्हणून इरा बाहेर पडली.

ऑक्टोबर २७ : लीलाच्या ऐतिहासिक लंडन युनिव्हर्सिटीमध्ये पदवीदान समारंभासाठी इरा नाही तर प्रभाकर आले होते. त्यांनी अंगात थ्री-पीस सूट घातला होता. रिटायर झाल्यानंतर आज तो सूट कपाटातून बाहेर निघाला होता. त्यांनी आपली काठी हातात घट्ट धरली होती. त्यांच्या मुलीपासून एक सीट सोडून ते बसले होते. त्या दोघांच्या मध्ये जेम्स बसला होता. झुळझुळीत गाऊन घालून सगळ्यांना वाकून अभिवादन करणाऱ्या लीलाचे तो भराभर फोटो काढत होता. त्या तिघांच्या डोळ्यांतले आनंदाश्रू थांबतच नव्हते.

त्या कार्यक्रमासाठी खास, विद्यापिठाचं लॉन खुलं करण्यात आलं होतं. तिथे नातेवाईकांना बसण्यासाठी लाकडी बाकांची व्यवस्था करण्यात आली होती. त्यातल्या एका बाकावर गडद हिरवी आणि गुलाबी गर्भरेशमी साडी नेसून रत्नप्रभा गोडसे बसल्या होत्या. आज बरेच वर्षांनी ही साडी त्या नेसल्या होत्या. नेहमीप्रमाणे गळ्यात काळे मणी आणि सोन्याचे मणी ओवलेले मंगळसूत्र होते आणि कपाळावर लाल रंगाची टिकली होती. त्यांनी थोडासा ढगळ वाटेल असा हिवाळी कोट अंगात घातला होता. त्या अगदी बेचैन होऊन वाट बघत होत्या. काल रात्री त्यांनी नारळाची बर्फी केली होती. ती बर्फी एका स्टीलच्या गोल चपट्या डब्यातून त्यांनी आणली होती. त्यांनी तो डबा हातात अगदी घट्ट धरून ठेवला होता.

इरा त्यांच्याकडे चालत आली. तिच्या अंगात, गुडघ्यापर्यंत येईल असा गडद निळ्या रंगाचा आणि गुलाबी फुलं असणारा ड्रेस होता. लिऑन आणि एला दोघांनीही तिच्या ड्रेसला धरलं होतं.

“लिऑन, एला, ही आहे तुमची पणजी. तुमच्या आईच्या आईची आई. तिला हॅलो म्हणा...” हे ऐकताच लिऑन तिथून पळून गेला, इराने त्याला धावत जाऊन परत पकडून आणला. एला मात्र तिथेच ठामपणे उभी राहिली आणि ही कोण नवीन व्यक्ती आहे हे उत्सुकतेने पाहू लागली. तिच्या मनात उभे राहिलेले अनेक प्रश्न तिने विचारले.

“तुझ्या कपाळावर ते काय लावलं आहे? मला पण एक देशील का? आणि तो नेकलेस पण देशील? तू किती वर्षांची आहेस?” एक तासाने, जेम्स त्याच्या डॉक्टरेट मिळवलेल्या पत्नीला, त्याच्या सासूला आणि नुकतीच ओळख झालेल्या आजेसासऱ्यांना घेऊन बाकाजवळ

आला. एला एखाद्या प्रौढ माणसाच्या आविर्भावात लिऑनला समजावून सांगत होती,

"लिऑन, काही काही जण आपल्या आजीसारखे म्हातारे असतात." असे म्हणून तिने सावकाश चालत येणाऱ्या स्वातीकडे बोट दाखवलं.

"आणि काही लोक त्याहून जास्त म्हातारे असतात, जशी की ही पणजी, आपल्या आजीची आई. आणि आपल्या आजीचे बाबा पण आले आहेत. इराने सांगितलं आहे की त्यांच्या अंगावर आपण उड्या मारायच्या नाहीत. कारण ते दोघं खूप म्हातारे आहेत आणि ह्याचा त्यांना त्रास होईल. ही जी पणजी आहे ना ती पुढच्या वेळी येताना माझ्यासाठी टिकल्या आणि बांगड्या घेऊन येणार आहे. आता तू दंगा केला नाहीस ना तर ती तुला पण काहीतरी छान छान गोष्टी देईल. तिने या डब्यातून काहीतरी मस्त खाऊ आणला आहे. आपल्या आजीच्या आवडीचा..."

जेम्सने मोठ्याने विचारलं, "कोणाला आईसक्रीम हवंय का?"

इराने अंगठा उंचावून होकार दिला.

जेम्स आणि इरा गेले अनेक आठवडे कोणालाही कळू न देता या सगळ्यांना एकत्र आणायची तयारी करत होते. आता गोडसे आणि क्लार्क कुटुंबाला इतक्या वर्षांच्या साचलेल्या भावनांना वाट करून देण्यासाठी त्यांना एकमेकांबरोबर एकटं सोडणं आवश्यक होतं. म्हणून इरा आणि जेम्सने दोन्ही मुलांना घेऊन आपला मोर्चा आईसक्रीमच्या गाडीकडे वळवला.

प्रकरण २१

राजकारणाच्या नावाने

१५ नोव्हेंबर २०१९.

फोनवर येणाऱ्या सततच्या नोटिफिकेशन्समुळे समीरला जाग आली. त्याने खिडकीबाहेरच्या केशरी पिवळ्या उजेडाकडे टक लावून पाहिलं. इंग्लंडमध्ये हा प्रकाश क्षितिजावर रेंगाळायचा पण इथे तो उंच भरारी मारण्यास सरसावल्यासारखा वाटत होता, अगदी समीरच्या मनस्थितीसारखाच.

श्रीरामच्या मृत्यूला दोन वर्षं उलटून गेली होती. भारताला आठ भेटी दिल्यानंतर समीर २०१८ मध्ये भारतात राहण्यासाठी आला, त्याला एक वर्ष झालं होतं. पुढील काही तासांत घडणाऱ्या घटनांचा उत्साहाने विचार करत, समीरने आंघोळ केली आणि ताडपत्रीने झाकलेल्या बाल्कनीत येऊन उभा राहिला. गंगाधर; पक्ष विश्राम गृहातील आचारी आणि स्वच्छता कर्मचारी, त्याच्यासाठी वाफाळत्या कॉफीचा कप आणि बटर लावून भाजलेला टोस्ट घेऊन उभा होता.

"गुड मॉर्निंग, समीर बाबू! राघवसाहेबांच्या सेक्रेटरीचा फोन आला होता. अर्ध्या तासात तुमच्यासाठी गाडी येईल. राघवसाहेब तुम्हाला थेट

कार्यक्रमाच्या ठिकाणी भेटतील. त्यांचं विमान अजून आलेलं नाही. गाडी तुम्हाला साध्वीजींच्या रथयात्रेत सामील होण्यासाठी घेऊन जाईल आणि मग तिथून मिरवणूक सभास्थळाकडे निघेल." समीरने गंगाधरचे आभार मानले आणि आपल्या फोनवरचे नोटिफिकेशन्स तो पाहू लागला. त्याच्या आजी-आजोबांकडून त्याला वाढदिवसाच्या शुभेच्छांचा मेसेज आला होता. दामोदरांनी त्याला वाढदिवसाची भेट म्हणून काही पैसे ऑनलाइन पाठवले होते. त्या पैशातून त्याने स्वतःसाठी काहीतरी छान वस्तू घ्यावी असंही त्यांनी सुचवलं होतं.

याव्यतिरिक्त इराच्या असंख्य मेसेजमध्ये आणखी एका मेसेजची भर पडली होती. त्याने तिचे सगळे मेसेजेस वाचले होते पण त्याला कधीच उत्तरं दिली नव्हती. मात्र यावेळी तिने त्याच्या लहानपणीच्या एका वाढदिवसाचा फोटो त्याला पाठवला होता. त्यात त्याच्याबरोबर रत्नप्रभा आणि प्रभाकर होते. तिने त्यात लिहिलं होतं की त्याचे आजी आजोबा त्याची खूप आठवण काढतात आणि त्यांनी त्याला भरपूर आशीर्वाद दिले आहेत. त्याच्या आजीने त्याच्या वाढदिवसासाठी त्याचे आवडते बेसनाचे लाडू केले आहेत. ते चाखण्यासाठी तरी तो लवकरात लवकर घरी येईल, अशी तिला आशा वाटते आहे. प्रभाकर किंवा रत्नप्रभा दोघेही टेक्नोसॅव्ही नव्हते त्यामुळे त्याला हा मेसेज इराच्या फोनवरून आला होता. काह्याचा काहीच मेसेज नव्हता. तो अधूनमधून काह्याच्या मेसेजेसना प्रतिसाद देत असे. विशेषतः तिने एका मेसेजमध्ये नथुरामांच्या आठवणींना सन्मान दिल्याचं सांगितलं होतं. त्यानंतर मात्र तिचा काहीच मेसेज नव्हता. समीरच्या मनात शंकेची पाल चुकचुकली, त्याच्या चेहऱ्यावर दुःखाची छटा उमटली. काह्या त्याचा वाढदिवस विसरली होती का? बहुधा यूकेमध्ये

अजूनही पहाट असल्यामुळे ती उठली नसावी, असं त्याला वाटून गेलं. गंगाधर त्याच्या न्याहारीची ताटली न्यायला आला. येताना त्याने कॉफी टेबलवर एक जाड, रुंद तपकिरी लिफाफा ठेवला.

"हे कालच आलं होतं पण आज तुमचा हॅप्पी बड्डे असल्यामुळे ते तुम्हाला आज द्यायला सांगितलं होतं."

समीरने त्याचे आभार मानले. लिफाफ्यावर पाठवणाऱ्याचं नाव नव्हतं, कुरिअर किंवा टपालाचा शिक्का नव्हता. समीरने उत्सुकतेने, लोणी कापायच्या सुरीने लिफाफा फोडला आणि त्यातील वस्तू कॉफी टेबलवर मांडून ठेवल्या. तो काही छायाचित्रांचा संग्रह होता. गोंधळलेल्या समीरने भराभर ती छायाचित्रे पहिली. त्यात काही मुलं असणारं एक कृष्णधवल चित्र होतं ज्यामध्ये ते एक प्रहसन करत होते. काही छायाचित्रं वर्गातल्या मुलांची होती. त्यामध्ये त्यांचे वर्गशिक्षक मध्यभागी बसले होते. उंच मुलं मागे उभी होती. कमी उंचीची मुलं समोर गुडघ्यावर बसली होती. गणवेशातील मुलांची काही धुरकटलेली कृष्ण-धवल छायाचित्रं होती तर काही माध्यमिक शाळेतल्या मुलांची रंगीत छायाचित्रं होती. एका छायाचित्रात मंचावर गात असलेली मुलं होती तर दुसऱ्यात हातात चषक घेतलेली किशोरवयीन मुलं होती.

समीरने त्यातल्या त्यात चांगल्या दर्जाचं, फ्रेम केलेलं एक छायाचित्रं उचललं. ते एका लग्नाच्या स्वागतसमारंभाचं होतं. त्याने त्यातल्या वधूवरांना काही ओळखलं नाही. वधूचा चेहरा लाल आणि सोनेरी घुंघटने झाकला होता, वराच्या चेहऱ्यावरचा सेहरा त्याने चेहरा दिसावा म्हणून बाजूला केला. हे काय आहे, असं त्याच्या मनात आलं. समीर, ते पार्सल बहुधा दुसऱ्या कोणासाठी आहे असा विचार करून बाजूला ठेवणार होता. तितक्यात त्याची नजर फोटोतल्या एका कोपऱ्यात उभ्या

असलेल्या दोन व्यक्तींकडे गेली. चमकदार केशरी आणि क्रीम रंगाची साडी आणि स्लीव्हलेस ब्लाउज घातलेली ती सुंदर महिला होती. तिने केसांचा उंच अंबाडा बांधला होता आणि गडद रंगाची लिपस्टिक लावली होती. ती सुरेख दिसणारी महिला दुसरी तिसरी कुणी नसून त्याची आजी प्रियंवदा होती. मग त्याचं लक्ष, आजीशेजारी उभ्या असलेल्या, गडद रंगाचा कोट परिधान केलेल्या आणि पिळदार मिशा असलेल्या माणसाकडे गेलं. समीरने दामोदरांना कधीही मिशी आणि डोक्यावर केस असलेल्या अवतारात पाहिलेलं नव्हतं. पण त्याने ओळखलं की हा त्याच्या आजोबांचा तरुणपणातला फोटो आहे.

त्यांच्या शेजारी जांभळ्या आणि पिवळ्या रंगाची साडी नेसलेली त्याची आई होती. समीरची नजर तिच्यावरून हटत नव्हती. फक्त साडीच नव्हे तर तिने ल्यालेले दागिने आणि केसात माळलेल्या मोगऱ्याच्या गजऱ्यामुळे ती फारच मोहक दिसत होती. जरी ती सहसा वीकेंडला फॉर्मल कपडे किंवा जीन्स घालत असली, तरीही समीरने श्रीराम आणि इराच्या लग्नाची छायाचित्रं पाहिली होती. लग्नाच्यावेळीच्या छायाचित्रातही इरा आत्ता समीरच्या हातात असलेल्या छायाचित्रात दिसत होती, तितकीच तरुण आणि मोहक दिसत होती. या छायाचित्रात तिचे डोळे आनंदाने चमकत होते. तिच्या हसण्यात एक प्रकारची बेफिकिरी होती. पण तरीही ते हसू निरागस होतं. त्याने यापूर्वी आपल्या आईला कधीच असं पाहिलेलं नव्हतं. काहीही झालं तरी समीरसाठी ती नेहमी हसतमुख असायची. पण ते हसू कधीच तिच्या डोळ्यांना स्पर्श करत नसे. याची जाणीव अचानक समीरला झाली. त्याला क्षणभर हा लिफाफा दामोदर ह्यांनी पाठवला आहे की काय असं वाटलं. पण दामोदरांना त्याचा पत्ता कसा कळला, अशीही शंका त्याच्या मनात आली. तेवढ्यात समीरला त्या छायाचित्राबरोबर जोडलेलं चार पानी दीर्घ पत्र दिसलं.

"प्रिय समीर..."

समीरने पटकन स्वाक्षरी केलेलं शेवटचं पान बघितलं.

"जरी तू मला तुझा पिता म्हणून स्वीकारलंस किंवा नाहीस तरीही- तुझाच प्रेमळ पिता, ओमर." ओमरच्या या धाडसाने रागावलेला समीर पत्राचा कागद चुरगळत होता, पण तेवढ्यात गंगाधर तिथे आला. त्याच्याबरोबर साध्वीचे दोन विश्वासू कार्यकर्ते होते. त्यांपैकी एकाच्या हातात मोतीचुराच्या लाडूंचा बॉक्स होता. दुसऱ्याच्या हातात झेंडूचा हार! त्या दोघांनीही भगवे शर्ट घातले होते आणि डोळ्यावर गॉगल लावले होते .

"चलो समीर भाई. निघूया. आणि हो, हॅप्पी बड्डे!" असं म्हणत बबलूने समीरच्या गळ्यात तो हार घातला. दलीपने त्याच्या तोंडात मोतीचुराचा लाडू कोंबला. दोघांनी त्याला कडकडून मिठी मारली. लंडनमध्ये आपल्याला नोकरी मिळवून देण्यासाठी समीर शिफारस करेल या आशेवर नेहमीप्रमाणे पुढे पुढे करणारा मुन्शी त्याची लॅपटॉप बॅग उचलायला धावला. समीरने घाईघाईने लिफाफा आणि त्यातली छायाचित्रं त्याच्या लॅपटॉप बॅगमध्ये भरली आणि सगळा लवाजमा गाडीच्या दिशेने निघाला.

समीरची आणि साध्वीची गाठभेट व्हायला एक तास लागला. भगव्या फिती, गंडे दोरे, पगडी आणि झेंडे घेतलेल्या समर्थकांच्या ट्रॅफिकमधून कार कशीबशी बाहेर पडली. एक जोडपं कारच्या खिडक्यांमधून गार्यींशी निगडीत अनेक वस्तू विकत होतं. बरेच रिकामटेकडे लोक रथाच्या मागून येणाऱ्या ट्रकमध्ये लावलेल्या लाऊडस्पीकरवर वाजणाऱ्या विचित्र गाण्यांवर बेभान होऊन नाचत होते.

साध्वीचा "रथ" म्हणजे एका छप्पर नसलेल्या मोटारीला पुढे पांढऱ्या घोड्यांची चित्रे लावलेलं वाहन होतं. रथाच्या मधोमध असलेल्या सिंहासनावर साध्वी बसलेली होती. तिच्या दोन्ही बाजूला तिचे विश्वासू कार्यकर्ते होते. काही कार्यकर्ते रथावर चढून तिला हार घालत होते. साध्वी लोकांकडे पाहून हात हलवत होती, आपल्या गळ्यातले हार बघ्यांच्या दिशेने फेकत होती. दलीप आणि बबलूने समीरला तिच्यापर्यंत नेलं. साध्वी त्याच्याकडे पाहून मनापासून हसली. तिच्या एका कार्यकर्त्याने लगेचच तिच्यासमोर कुंकवाचं तबक धरलं. तिने उजव्या हाताचा अंगठा कुंकवात बुडवला आणि ते बोट समीरच्या कपाळावर टेकवून उभा टिळा लावला.

दोन कार्यकर्ते नथुराम गोडसेंचा पांढऱ्या कापडाने झाकलेला अर्धपुतळा हातात धरून उभे होते. तेवढ्यात वाऱ्याच्या झुळकीने त्या पुतळ्यावरचं पांढरं कापड उडून गेलं. साध्वीने टाळी वाजवून जोरात हाक मारली,

"कुणी आहे का तिकडे?" एक भगवं वस्त्र त्या पुतळ्याभोवती गुंडाळून ठेवण्यात आलं. समीरच्या लक्षात आलं की तो अर्धपुतळा एका स्थानिक शिल्पकाराने बनवला आहे. तो साध्वीकडे वळला आणि म्हणाला,

"दीदी, मी माझ्या अभ्यासासाठी नथुराम गोडसेंची काही छायाचित्रं आणि कागदपत्रांचं संशोधन केलं आहे. त्यांचा बांधा मध्यम होता, चेहरा गंभीर आणि करारी होता, बारीक आणि व्यवस्थित कापलेले केस होते. ते नेहमी शर्ट घालायचे. त्यांनी कधी पगडी, गळ्यात शाल, शेला किंवा तत्सम काहीही घातलं नाही. पण हा पुतळा मात्र हसतमुख आहे, त्याच्या

डोक्यावर पगडी आहे, आणि गळ्यात रुद्राक्षाची माळ आहे. हा पुतळा त्यांच्या वर्णनाशी अजिबात मिळताजुळता नाही, नाही का? समीरच्या या प्रामाणिक प्रश्नामुळे साध्वी अस्वस्थ झाली. तिचा चेहरा लालबुंद झाला आणि छाती रागाने फुलली. पण तरीही रथाच्या बाजूला उभ्या असलेल्या लोकांकडे पाहत तिने चेहऱ्यावरचं हास्य ढळू दिलं नाही. तिचे काळे रागीट डोळे, समीरच्या घाऱ्या डोळ्यांवर स्थिरावले.

"बबुआ, मला 'दीदी' म्हणण्याचा बहुमान मी तुला दिला. मी जगाचा त्याग करून भगवी वस्त्रं धारण केल्यामुळे सगळी नाती तोडून टाकली आहेत. तुम्ही वैवाहिक संबंध देखील तोडून टाकू शकता पण भावाबहिणीच्या नात्याचे बंध चिरंतन असतात. तुझी मोठी बहीण जे काही सांगेल ते तुला ऐकावंच लागेल, कारण तिला जास्त माहिती आहे. पंधरा वर्षं राजकारणात राहिल्यानंतर आज अखेरीस मला संधी मिळाली आहे. ठीक आहे, की तू पक्षासाठी काही निधी दिलास, दक्षिणा दिलीस. तुझ्यासारख्या परदेशातून आलेल्या लोकांसाठी ही अगदीच क्षुल्लक गोष्ट आहे. तू इथे भारतात फेऱ्या मारल्यास, तुझी नोकरी सोडलीस आणि इथे देशाची सेवा करायला आलास. पण जेवढा त्याग आम्ही केलाय त्यापुढे हे काहीच नाही. आपल्याला ज्या लोकांनी मत दिलं आहे, त्यांच्या मनात नथुरामांची जशी प्रतिमा आहे, तसेच ते दिसणार. या प्रदेशात खाते-पीते, धट्टे-कट्टे नेते लागतात. शेवटी काय आहे, गांधींची हत्या त्यांनी केली. त्यामुळे ते असेच दिसायला हवेत! त्यांनी कधी खऱ्या हिंदूंसारखी पगडी, रुद्राक्षाची माळ घातली नसेल, तरीही आपण ती त्यांना घालू. आणि हो बच्चा! मला प्रश्न विचारू नकोस. हे तुझ्या राजकीय भविष्यासाठी चांगलं नाही." असं म्हणून समीरच्या उत्तराची वाटही न पाहता साध्वीने पुन्हा एकदा लोकांच्या दिशेने तिच्या गळ्यातले हार फेकायला सुरुवात केली. एव्हाना रथ कार्यक्रमस्थळी पोहोचला होता.

परंपरेनुसार जशी युद्धाची सुरुवात किंवा समाप्ती शंखनादाने होते तशी सभेची सुरुवात होण्यापूर्वी शंखनाद करण्यात आला. मग साध्वी व्यासपीठावर आली. साध्वी आणि समीर दोघेही भडकपणे सजवलेल्या व्यासपीठावर बसले होते. तिच्या काही कार्यकर्त्यांनी तिच्या सन्मानार्थ भाषणं करून तिची स्तुती केली. अर्थात या सगळ्यामागे साध्वीचा राजकीय फायद्यासाठी शिडी म्हणून कसा वापर करून घेता येईल, एवढाच त्यांचा उद्देश होता. या सगळ्यामुळे आधीच दोन तास उशीर झाला होता. एव्हाना समीरचं भाषण संपायला हवं होतं. पण राघव स्वामीचा अजूनही पत्ता नव्हता. त्यांचं विमान अजूनही पोहोचलं नसल्याचा मेसेज त्यांना मिळाला. त्यानंतर विमान चुकल्याचा आणि मग पुढच्या विमानात बसल्याचा मेसेज आला. त्यानंतर मात्र मेसेज येणं बंद झालं.

"निर्वाणाच्या अगदी जवळ पोहोचलेला, आणि स्वयंभू असल्याचा दावा करणारा हा भगव्या वस्त्रातला, स्वतःला फकीर म्हणवणारा माणूस! याला साधं विमानातून जमिनीवर येता येत नाही?" असा विचार करून समीर स्वतःशीच हसला. त्याच्यातली उत्स्फूर्त विनोदबुद्धी तेव्हाच संपली होती जेव्हा चार वर्षांपूर्वी वेम्बली स्टेडियममध्ये राघव स्वामी त्याच्याशी बोलायला आला होता. राघवचा पाठपुरावा आणि मार्गदर्शन यामुळे समीरने स्वतःच्या करियर आणि नोकरीची माती केली होती. आता त्याच्या आयुष्यातलं पहिलंवहिलं भाषण तो आज राष्ट्रीय दूरचित्रवाणीच्या माध्यमातून करणार होता.

समीरने एकदा त्याचा फोन तपासला. अजूनही काव्याकडून त्याला वाढदिवसाच्या शुभेच्छा मिळाल्या नव्हत्या.

"त्याने तिलासुद्धा गमावलं होतं का? त्याला आजच तिचं मेसेज न पाठवणं इतकं का डाचत होतं?" सगळ्यांची भाषणं करून झाली होती.

मधला वेळ भरून काढण्यासाठी सिनेअभिनेत्यांची नक्कल करणाऱ्या कलाकाराला मंचावर बोलवण्यात आलं होतं. मग त्याने चित्रविचित्र विमान हवेत उडल्याचा, आगगाडी जाण्याचा आणि घोड्यांच्या टापांचा आवाज काढून लोकांचं मनोरंजन करायला सुरुवात केली.

जेव्हा इतरांकडून अपेक्षा पूर्ण झाल्या नाहीत, तेव्हा साध्वीने प्रकरण स्वतःच्या हातात घेतलं आणि चमचमणारी नारंगी साडी आणि लाल लिपस्टिक लावलेल्या निवेदिकेला व्यासपीठावर बोलावलं. साध्वी कानात काय सांगते हे ऐकण्यासाठी ती खाली वाकली. तिचे रत्नजडित कानातले चमकले. तिने दिलेल्या सूचनांमुळे निवेदिकेला अचानक महत्त्व मिळालं. तिने भाव खात त्या नकलाकाराच्या हातातून मायक्रोफोन काढून घेतला.

साध्वीच्या महाविद्यालयीन पदव्या सगळ्यांना जाहीरपणे सांगितल्यावर आणि गायी, पुतळे आणि मंदिरांसारख्या विषयावर तिच्या अमूल्य योगदानाची प्रशंसा केल्यावर निवेदिकेने जाहीर केलं,

"आता, हिंदू राष्ट्राची सेविका, एकमेवाद्वितीय साध्वीजी, आपल्याला चार शहाणपणाचे शब्द सांगतील, मार्गदर्शन करतील आणि आपल्या नवोदित नेत्याची ओळख करून देतील. आपले उदयोन्मुख नेते आपल्याला त्यांचे महान पूर्वज असलेल्या नथुराम गोडसेंच्या काही आठवणी सांगतील." निवेदिकेने विस्मरणात गेलेल्या त्या, पांढऱ्या मळक्या कपड्यात गुंडाळलेल्या अर्धपुतळ्याकडे बोट दाखवत म्हटलं.

साध्वीने पुन्हा तिच्या कर्तृत्वाची पुनरावृत्ती केली. तिने सांगितलं की तिने, देव, संत, गायी यांची मनोभावे प्रार्थना केली. अनेक अनुष्ठानं केली. ह्याचाच परिणाम म्हणून हिंदूंच्या हिसकावून घेतलेल्या जमिनी

त्यांना परत मिळवून देण्याची स्वप्नं तिला पडत होती. जवळपास अर्धा तास झाल्यावर ती समीरकडे पाहून म्हणाली,

"आणि आता माझ्या हिंदू बंधू आणि भगिनींनो, मी तुम्हाला माझ्या प्रिय आणि मानलेल्या धाकट्या भावाचा परिचय करून देते...जो स्वतः श्री. नथुरामजी गोडसे यांचा पुनर्जन्म आहे...श्री समीर श्रीराम गोडसे.

पुढची दहा मिनिटं साध्वीने समीरच्या जन्माचा, त्याच्या वडिलांच्या दहशतवादी हल्ल्यात झालेल्या मृत्यूचा आणि नथुरामांच्या पुण्यतिथीचा एकमेकांशी कसा संबंध आहे हे सांगण्यात घालवली.

"आपला समीर हा त्यांचाच पुनर्जन्म आहे, हे दाखवून देण्यासाठी आणखी कुठले पुरावे हवे आहेत? त्यांनीच आपल्या भारताला विरोधकांच्या कपटीपणापासून आणि हिंदू राष्ट्राला कलुषित होण्यापासून वाचवण्यासाठी समीरला इथे पाठवलं आहे." साध्वी गर्जना करत सांगत होती. आपले आदरणीय गुरू, संसदेचे सदस्य राघव स्वामी हे आज नथुरामजींच्या देवळाची पायाभरणी करण्यासाठी येणार होते, पण त्यांना दिल्लीत काही महत्त्वाच्या कामानिमित्त थांबावं लागलं. त्यामुळे त्यांची आज्ञाधारक शिष्या म्हणून आता हे काम मी माझ्या हाती घेत आहे. कदाचित प्रभू श्रीरामाच्या कृपेने, ते आपल्या उपस्थितीने किंवा व्हिडिओ कॉन्फरन्सद्वारे आपल्याला आशीर्वाद देतील!" असं म्हणून तिने

स्टेजच्या दोन्ही बाजूला उभारलेल्या सहा फूट उंच पांढऱ्या पडद्याकडे सगळ्यांचं लक्ष वेधलं. त्यावर तिचीच प्रतिमा झळकत होती. तिने स्टेजच्या अगदी खाली बसलेल्या तिच्या सक्षम ऑडिओ-व्हिज्युअल टेक्निशियनकडे पाहत मान हलवली. त्याने केसांभोवती लपेटलेल्या भगव्या रुमालावर हेडफोन्स अडकवले होते. तिच्याकडे पाहून त्याने

होकारार्थी मान हलवली आणि अंगठा दाखवला. तिने आपला डावा हात पुढे करून पुन्हा भरभरून बोलायला सुरुवात केली.

"आता श्री. समीर गोडसे आपल्या पूर्वजांच्या आयुष्यावर आणि कालखंडावर बोलण्यासाठी आपल्यासमोर येत आहेत." समीर व्यासपीठावर गेला. साध्वीचे तीन कार्यकर्ते त्याच्या शेजारीच साध्वीची खुशामत करत होते. मुन्शी बाजूच्या कोपऱ्यात उभा होता. त्याने त्याच्या हातात समीरची लॅपटॉप बॅग घट्ट धरून ठेवली होती. समीरने या संधीची गेली दोन वर्षं वाट पाहिली होती. मजकूर मांडण्याची तयारी तो साधारण गेल्या वर्षभरापासून करत होता आणि हिंदीत लिहिण्याचा आणि भाषण करण्याचा सराव त्याने दोन महिने आधी सुरू केला होता.

समीरसाठी नथुरामांचा त्याच्याशी संबंध होता की नाही, हा प्रश्न आता समर्पक राहिला नव्हता. समीरने नथुराम ह्यांच्या जीवनाचं मर्म, त्यांची विचारधारा आत्मसात केली होती. त्याने अतिशय मुद्देसूद भाषण करून आपले मुद्दे मांडले. आता त्याचे हिंदी उच्चारदेखील अतिशय सुधारलेले होते. हिंदी साहित्य विद्यापीठातील प्राध्यापकांच्या मनापासूनच्या प्रयत्नांमुळे त्याला त्याच्या भाषणाचा उत्तम अनुवाद आणि सराव करता आला.

त्याने "नमस्कार!" म्हणून अभिवादन करताच जमलेल्या लोकांनी टाळ्यांचा कडकडाट केला. समीरने आपल्या भाषणातून नथुरामांची जन्मकहाणी सांगितली. १९१० साली जन्मलेल्या नथुरामांचं खरं नाव रामचंद्र होतं. त्या काळात बालमृत्यूंचं प्रमाण अधिक होतं. ते आईवडिलांचे एकटे पुत्र होते. या मुलाला निरोगी आयुष्य मिळावं म्हणून काही वर्षं त्यांच्या आईवडिलांनी त्यांना मुलगी म्हणून वाढवलं. त्यांच्या नाकात मुलीसारखी नथ घातली. नथुरामच्या धाकट्या भावाच्या

जन्मानंतर, तो निरोगी असल्याचे समजल्यावर त्यांना पुन्हा एकदा मुलासारखं वाढवण्यात आलं. पण नथुराम (नथ घातलेला राम) हे नाव त्यांच्या मागे कायमचं चिकटलं. आत्ता २०१९ मध्येसुद्धा असे लोक आहेत ज्यांना मुलींपेक्षा अधिक मुलाच्या जन्माचं कौतुक आहे. या राज्यात लिंगभेदविरोधी, स्त्रीभ्रूणहत्या कायदा असूनही लिंग गुणोत्तरात अजूनही मुलगे वरचढ आहेत." या जमलेल्या लोकांना मात्र नथीची गोष्टच जास्त आवडली आणि त्यांना आणखी ऐकायची उत्सुकता वाटू लागली.

समीरने मग नथुरामचा जीवनप्रवास लोकांसमोर उलगडून दाखवला. महात्मा गांधींनी देशातील तरुणांना पाश्चिमात्य शैक्षणिक संस्थांवर बहिष्कार टाकण्याचं आवाहन केल्यानंतर त्यांनी शिक्षण कसं सोडलं आणि काही वर्षं शिंप्याचं काम केलं, हे त्याने लोकांना सांगितलं.

"ते अतिशय अभ्यासू, उत्साही वाचक, आणि जगाची जाण असलेले होते. नथुराम आणि त्यांचे व्यावसायिक भागीदार नारायण आपटे यांनी दोन वृत्तपत्रं चालवली होती. आपटे यांनी लग्न केलं आणि त्यांचा एक मुलगा लहानपणीच गेला, परंतु नथुराम आजन्म अविवाहित राहिले. गांधी हत्येतील आरोपींपैकी आपटे आणि गोडसे यांना या आजच्याच दिवशी सकाळी नऊ वाजता अंबाला तुरुंगात फाशी देण्यात आली. नथुरामांचे भाऊ गोपाळ गोडसे, परचुरे आणि विष्णू करकरे यांना आजन्म जन्मठेपेची शिक्षा झाली. त्यांचे गुरु आदरणीय वीर सावरकर निर्दोष सुटले." समीर तत्कालीन तपासाविषयी, साक्षीदारांविषयी बोलत होता - मुंबईचा एक टॅक्सी ड्रायव्हर ज्याने आपटे आणि गोडसे यांना सावरकरांच्या दादरच्या घरी नेलं होतं, बहुधा त्यांचे आशीर्वाद घेण्यासाठी...त्याने त्याविषयी सांगितलं. आणखी एक साक्षीदार होती एअर इंडियाची एअर होस्टेस. मुंबईमधून दिल्लीला चाललेल्या विमानात आपट्यांनी ज्यादाचं चॉकलेट मागितल्याने ते लक्षात राहिले असं तिने

सांगितलं. आपल्या भाषणात समीरने सांगितलं की, "जी बंदूक वापरली गेली ती आज ज्या ठिकाणी भाषण होत आहे, त्याच्या जवळपासच्या भागातून मिळवली होती. गांधीजींचा वध केल्यावर नथुराम तिथेच उभे राहिले, ते पळून गेले नाही आणि त्यांनी दुसऱ्या कोणाला इजाही केली नाही, याचं ज्वलंत चित्र, समीरने लोकांसमोर मांडलं.

"माझ्या हिंदू बांधवांनो, नथुरामच्या नावाने दहशतवाद भडकावू नका. अतिरेकी, सूड उगवण्याच्या नावाखाली निर्दोष लोकांवर बॉम्बहल्ले करतात, त्यांच्यावर गोळीबार करतात. मी पुन्हा एकदा सांगतो, नथुराम दहशतवादी नव्हते."

आत्तापर्यंत लोक रमले होते, एखादं कथानक त्यांच्यासमोर रोमांचक चित्रपटासारखं उलगडत होतं. कोड्यांची उत्तरं तुकड्यातुकड्यात मिळत जावीत असं त्यांच्या प्रतिक्रियांवरून जाणवत होतं. आणि मग समीरने गांधीवधाची कारणं सर्वांना सांगितली. त्याच्या या वक्तव्यामुळे जमलेले लोक अस्वस्थ होऊन चुळबूळ करू लागले. त्यांच्या मनावर आजपर्यंत गांधी कसे वाईट होते, सर्व मुस्लिम दहशतवादी असतात आणि भगवी वस्त्रं परिधान करणारे सर्व हिंदू देशभक्त असतात अशा धारणा बिंबवल्या गेल्या होत्या. समीरच्या भाषणाने लोकांची चलबिचल होऊ लागली. या तरुणाने गांधींचा निषेध करत काहीतरी घोषणा द्याव्यात, साध्वीसारखं एखादं आक्रस्ताळं कृत्य करावं असं लोकांना वाटत होतं.

बनावट बंदुकीच्या नाटकासारखं आजही काहीतरी घडेल या अपेक्षेने आलेले लोक आणि राघव स्वामींची प्रचार यंत्रणा आणि लोकसंग्रह ह्यामुळे तिथे जमलेल्या लोकात अनेक वृत्तपत्राचे आणि टीव्हीवरचे पत्रकार उपस्थित होते. हे भाषण, माहितीपर आणि प्रबोधनपर होत असल्याचं आयोजकांच्या लक्षात आलं. एका कार्यकर्त्याने एका सामोसेवाल्याकडून

सामोसा आणि चहा घेतला. आणखी काही कार्यकर्त्यांनीही तेच केलं. समीरने मात्र आपलं भाषण सुरू ठेवलं. गांधींनी स्वातंत्र्यसैनिक सुभाषचंद्र बोस यांच्याशी केलेल्या वाईट वागणुकीबद्दल समीर सांगू लागला. इकडे जमलेल्या लोकांना चहा आणि समोसा वाटपाचं काम सुरू होतं. १४ जानेवारी १९४८ रोजी सुरू असलेल्या जातीय दंगलीच्या विरोधात गांधींनी उपोषण सुरू केल्यानंतर,नथुराम यांनी शेवटचा उपाय म्हणून या वधाकडे पाहिलं, हे समीर सांगत होता. तितक्यात काही मोबाईल फोन वाजू लागले.

"टीव्ही! टीव्ही राघव स्वामी टीव्हीवर आहेत," कुणीतरी साध्वीला सांगितलं. तिने तिच्या विश्वासू तंत्रज्ञाकडे पाहून खूण केली. समीरला त्याचं भाषण आटोपण्याची संधीही न देता, व्यासपीठाच्या बाजूला असलेल्या स्क्रीनवरून बातम्यांचं प्रक्षेपण सुरू करण्यात आलं.

राघव स्वामीने साध्वीच्या मतदारसंघातील सामोसे खाणाऱ्या लोकांना संबोधित करावं अशी तिची अपेक्षा होती. विशाल पडद्यावरील दृश्यांनी साध्वीच्या भ्रमाचा भोपळा फुटला. पुढच्या निवडणुकीनंतर मंत्रिपदाचं आश्वासन मिळाल्याने राघवने विरोधी पक्षात प्रवेश केला होता. निःसंशयपणे, रोख रक्कम आणि अन्य भेटवस्तू आभाराच्या स्वरूपात, राघवच्या परिवारापर्यंत पोहोचल्या होत्या.

आता त्याने अंगावर भगव्या कपड्यांऐवजी निळ्या रंगाची शेरवानी घातली होती. त्यांच्या कुर्त्याच्या खिशात गुलाबाची कळी होती. तो टीव्हीवर भारताचं धर्मनिरपेक्ष भूमी म्हणून कौतुक करत होता.

तेवढ्यात साध्वीने समीरचा मायक्रोफोन हिसकावून घेतला आणि ती उन्मादाने ओरडली,

"हे विरोधकांचं षडयंत्र आहे. आम्ही याचा बदला घेऊ!"

उत्साही समर्थकांनी उभारलेल्या अडथळ्यांवर चढून, लाकडी खांबावरचं कापड फाडलं, खांब उपटले, ते उन्मादाने व्यासपीठावर चढले. व्यासपीठावर असलेले बॅनर, फ्लेक्स टराटर फाडले. राघव स्वामीचा हसरा फोटो असलेल्या बॅनरवर छिद्र पाडली. तो आता लोकांचा 'राघव स्वामी' राहिला नव्हता. जे लोक कमी ताकदवान पण दृढनिश्चयी होते त्यांनी तो कपडा ओढून काढला. व्यासपीठाचा मागचा भाग जिथे राघव स्वामीचा बॅनर होता, तो उघडा पडला. घसा फोडत, किंचाळत, समीरकडे लक्षही न देता साध्वी तिथून निघून गेली.

मुन्शी एका कोपऱ्यात उभा राहून, लटलट कापत होता. तो अजूनही कर्तव्यदक्षपणे समीरची लॅपटॉप बॅग धरून उभा होता. समीर गुपचूप त्याच्याजवळ गेला. कृश अंगकाठीच्या मुकादमाच्या अगदी काही अंतरावर, गुडघ्यापर्यंत पिवळ्या रंगाचा सुती कुर्ता आणि निळ्या रंगाची जीन्स घातलेली काव्या उभी होती.

नथुराम गोडसेंचा अर्धपुतळा तसाच एका कोपऱ्यात उभा होता. नोव्हेंबरच्या थंड वाऱ्यामुळे त्या पुतळ्यावरचं, सुतळीने कसंबसं बांधलेलं, पांढरं कापड फडफडत होतं.

समीर गुपचूप पुतळ्याजवळ आला. त्याने आदराने नतमस्तक होऊन त्यांना नमस्कार केला. त्याच्या आजूबाजूला चाललेल्या मारामारीदरम्यान देखील त्याच्या तोंडातून शब्द उमटले,

"मी तुमचे विचार आणि अखंड भारताचं स्वप्न या लोकांपर्यंत पोहोचवू शकलो नाही. या गोष्टीचा मला खेद आहे, मला माफ करा." एवढं बोलून समीरने आपल्या भाषणाचा कागद गुंडाळून खिशात ठेवला आणि तिथून निघून गेला.

प्रकरण २२

कर्तव्याच्या नावाने

उजव्या विचारसरणीच्या राघवने एका धर्मनिरपेक्ष राजकीय पक्षात प्रवेश केला आहे ही बातमी सर्व हिंदी वृत्तवाहिन्या सतत प्रसारित करत होत्या. पण या गोष्टीचा कोणालाच धक्का बसला नव्हता. कान्हाने इराला आणि ओमरच्या खबऱ्याने ओमरला सभेमध्ये काय घडलं याची सगळी वित्तंबातमी दिली होती. राष्ट्रवादाने प्रेरित असल्याचा दावा करून चतुराईने मतदारांची दिशाभूल करणाऱ्या लोकांमुळे समीर उद्ध्वस्त झाला होता, निराश झाला होता. आपला वापर करून घेणाऱ्या लोकांचाच नाही, तर समीरला स्वतःचाही राग येत होता, कारण तो स्वतःच्याच कुटुंबियांशी खूप असंवेदनशीलपणे वागला होता, असं कान्हाने सांगितलं. त्याला आपल्या आईसमोर जाण्याचीही लाज वाटत होती. आता त्याने इराच्या मेसेजेसना उत्तर द्यायला सुरुवात केली होती आणि इंग्लंडला परतण्याआधी, कान्हाबरोबर तो तिच्या तीर्थयात्रेत सामील होईल, आणि ताजमहालही बघायला जाईल असं त्याने कबूल केलं होतं.

६ डिसेंबर, २०१९

२७ वर्षांपूर्वी मुंबईपासून ९०० किलोमीटरवर असणाऱ्या एका वादग्रस्त मंदिराच्या जागेमुळे त्यांच्या आयुष्याची दिशाच बदलून गेली होती. आज इरा आणि ओमरने २७ वर्षांनी पुन्हा एकदा भेटायचं ठरवलं होतं. ते दोघे मुंबई, लंडन किंवा कोणत्याही छानशा बेटावर भेटणार नव्हते. ते दोघे औशविट्झ, पोलंड येथे भेटणार होते. मोठे होत असताना त्या दोघांचा ज्यू धर्माशी अगदी क्वचित संबंध आला होता. भारतात ज्यू धर्मीय लोकांची संख्या फारशी नसल्याने, त्यांच्या वर्गातही कोणी ज्यू-धर्मीय नव्हते. पण त्यांना "लेखन आणि हस्तकला" शिकवायला मिस इझेकिल असं नाव असलेल्या शिक्षिका होत्या. ("जणू काही हे विषय शिकवण्याची काही गरज होती!"). त्या शिकवत असताना हे दोघं नेहमी आपलं हसू दाबून ठेवायचे. त्यांच्या बोलण्यात शिक्षणामुळे आलेलं सफाईदार इंग्रजी आणि आजूबाजूच्या वातावरणाचा प्रभाव म्हणून तोडकं-मोडकं हिंदी आणि मराठी यांचं एक अजब मिश्रण होतं. (मुंबईत राहून भाजीवाल्यांशी घासाघीस करावी लागत असल्याने त्यांना मराठी आणि हिंदी भाषा अगदी जुजबी येत होत्या). अशा धेडगुजरी उच्चारांमध्ये त्या सगळ्यांना इस्रायलची कीर्ती सांगत असत.

एकदा असंच वर्गात बोलताना, मिस इझेकिल इस्त्रायलचा गुणगौरव करत होत्या,

"आता मुंबईत किती खेटून खेटून इमारती बांधतात. इस्त्रायलमध्ये तर, अश्या बांधकामांना परवानगीच मिळणार नाही. मुलांना खेळायला जागा कुठे आहे असा प्रश्न तेथील लोक विचारतील!" आपलं हसू दाबत, अगदी प्रौढपणाचा आव आणून ओमरने या युक्तिवादाला सगळ्या वर्गासमोर प्रतिवाद केला होता,

"मिस इझेकिल, पण इस्रायलची लोकसंख्या फक्त अंधेरीएवढी (मुंबईचे एक उपनगर) आहे, तर मग अशी तुलना कशी होऊ शकते?" ओमर अगदी मधाळ स्वरात बोलत असे, त्यामुळे समोरच्याला त्याच्याशी हुज्जत घालताच येत नसे.

हे ऐकून त्या गप्प झाल्या. बिचाऱ्या मिस इझेकिल, त्यांचं कुटंब अजूनही इस्रायलमध्ये राहात होतं, आणि त्याही मनाने तिथेच होत्या. स्थानिक सिनेगॉगमध्ये जाऊन साप्ताहिक प्रार्थना करताना आता इस्रायलला स्थलांतरित झालं पाहिजे अशी इच्छा त्या बोलून दाखवत असत. आता त्या शांतपणे मुलांना हस्तकलेचा पुढचा प्रकार दाखवू लागल्या.

ओमर आणि इरा जेव्हा वादविवाद स्पर्धेत त्यांच्या शाळेचे प्रतिनिधित्व करत, तेव्हा त्यांना इस्रायल-पॅलेस्टाईन प्रश्नावरील त्यांच्या दृष्टीकोनावर चर्चा करण्यासाठी मिस इझेकिलच्या एका बेडरूमच्या छोट्याशा घरात आमंत्रित करण्यात आलं होतं. त्या घराचा दिवाणखाना बघून इथे कोणत्याही धर्माचे लोक किंवा अगदी नास्तिक कुटुंब राहात असावं असं वाटत होतं! आयुष्यभर कुमारिका राहिलेल्या मिस इझेकिल आणि त्यांच्या वृद्ध वडिलांनी स्वतःच्या भावना चेहऱ्यावर दिसू दिल्या नाहीत. विशेषतः ओमरसमोर. कारण ओमरचा धर्म हा त्यांच्या विनाशाचं कारण होता. मिस इझेकिलने जवळच्याच बेकरीतून आणलेला प्लम केक आपल्या विद्यार्थ्यांना खायला दिला. त्यांनी सद्दाम हुसेनने पसरवलेल्या दहशतीवर अगदी मोकळेपणाने भाष्य केलं. पण मुंबईत एकत्र नांदत असलेल्या कोणत्याही धर्माविषयी कटुता त्यांच्या बोलण्यात नव्हती. ज्यू-धर्माच्या इतिहासाचा शोध घेत असताना, या सगळ्या ठिकाणांना एकत्र भेट द्यायचे मनसुबे इरा आणि ओमर यांनी रचले होते. त्यांच्या स्वप्नातील

देशांमध्ये, ठिकाणांमध्ये लंडन आणि स्कॉटलंडचा समावेश होता (जिथे त्यांच्या अनेक आवडत्या लेखकांचा जन्म झाला), तसंच त्यात व्हेनिस, इस्रायल आणि पोलंड हेही समाविष्ट होते.

त्यामुळे, २०१९ साली, जेव्हा भेटण्याचं ठिकाण म्हणून ओमरने वॉरसॉचं नाव सुचवलं, तेव्हा इराला अजिबात आश्चर्य वाटलं नाही. समीर शाळेत असताना इतिहासाचा अभ्यास करे, तेव्हा त्या दोघांनी अनेक डॉक्युमेंटरीज एकत्र बसून बघितल्या होत्या. त्यावेळी हिटलर आणि त्याच्या नाझी पक्षाने साठ लाख ज्यूंचा जो नरसंहार केला त्याविषयी इराने खूप वाचलं आणि बघितलं होतं. पण इतकं वाचन करून आणि इतक्या डॉक्युमेंटरीज बघूनही, डिसेंबरमधल्या सकाळी तिथे पोचल्यावर जो अनुभव इराला आला तो हेलावून टाकणारा होता.

ओमरने या भेटीची योजना आणि व्यवस्था केली होती आणि इराने ती मान्य केली. त्यांच्या नात्यात असंच होत आलं होतं. क्राकोव, हे दोन्ही छळछावण्यांच्या ठिकाणांच्या जवळ होतं, परंतु ओमरने त्यांना औशविट्झ आणि बिर्केनाऊ येथे जाण्यासाठी वॉरसॉमध्ये एका हॉटेलचे बुकिंग केले होते, तसेच कारही बुक केली होती.

छळछावणीचा परिसर अगदी स्वच्छ आणि नीटनेटका होता. पर्यटकांच्या सोयीसाठी तिथे एक छोटा कॅफेटेरियासुद्धा होता. त्यांची गाईड, एस्थर, त्यांना प्रवेशद्वारावरील कमानीतून आत घेऊन गेली. त्या कमानीवर अगदी उपरोधिक पद्धतीने जर्मन भाषेतून "आर्बाईट माख्त फ्राई" (काम केल्याने आपण मुक्त होतो) असं लिहिलं होतं. तिथे ज्यू लोकांना कामांना जुंपण्यासाठी रेल्वेतून आणले जात असे आणि ते जेव्हा काही काम करू शकत नसत, तेव्हा त्यांना मारून टाकलं जाई. गॅस चेंबरमध्ये मारली गेलेली ज्यू लोकांची पहिली "तुकडी" दोन दिवस

विषारी वायुमुळे त्या बंदिस्त चेंबरमध्येच तडफडत होती. त्यानंतर झिक्लॉन बी या विषारी वायूचे प्रमाण निश्चित करण्यात आले, जेणेकरून तातडीने मृत्यू येई. हे सगळं. एस्थरने वर्णन करून सांगितले.

हे सगळं बघून आणि ऐकून इराच्या अंगाला कंप सुटला. त्या छावणीच्या इमारतीच्या कुंपणालगत असलेलं छोटंसं घर आणि स्ट्रॉबेरीच्या बागा बघून तिला आश्चर्य वाटलं. एस्थरने सांगितलं की, त्या बागा इतक्या जवळ होत्या की गॅस चेंबरमधून उडणारी धूळ अनेकदा या स्ट्रॉबेरीवर बसत असे. अशा छावण्यांचे लष्करी प्रमुख अधिकारी आपल्या बायका-मुलाबाळांसह अगदी आलिशान पद्धतीने तिथे राहात असत. त्यांच्या दिमतीला आचारी, माळी, दाया असे अनेक नोकरचाकर असत. त्यातले काही तिथले कैदी असत. ज्या लोकांना मारण्यात येई त्यांच्याकडून अनेक वस्तू हिसकावून घेण्यात येत असत. त्याच वस्तू वापरून हे अधिकारी आपली घरे सजवीत. या घरातील मुलांना आपल्या घराशेजारी जो संहार चालू आहे त्याची पुसटशीसुद्धा कल्पना येत नसे. नंतरच्या सुनावणीदरम्यान, या मुलांच्या वडिलांनी असं सांगितलं की ज्यू लोकांना तिथे मारलं जात आहे याची त्यांना कल्पना नव्हती, ते फक्त ज्यू धर्मीय लोकांना ट्रेनमधून आणण्याच्या आदेशांचं पालन करीत होते!

जिथे एवढा नरसंहार चालू होता त्याच्याच शेजारी अगदी "निर्विघ्न आयुष्य" जगणाऱ्या कुटुंबांबद्दल ऐकून इरा आणि ओमर अगदी उद्विग्न झाले होते. त्यानंतर एस्थर त्यांना घेऊन एका जागेकडे गेली. तिथे एप्रिल १९४७ मध्ये, औशवित्झचा एक कमांडर, रुडॉल्फ होस याला १०० जणांच्या साक्षीने फासावर चढवण्यात आलं होतं.

"मी असं वाचलं आहे की बरेचदा ही फाशीची शिक्षा सार्वजनिकरीत्या दिली जात असे" ओमरने विचारलं.

“जनतेचा क्षोभ इतका तीव्र होता, की या गुन्ह्यांतील गुन्हेगारांना आपल्या डोळ्यांदेखत फासावर लटकवलं जावं, असे जनतेला वाटू लागलं. नंतर सापडलेल्या कागदपत्रांनुसार १९४६ मध्ये आर्थर ग्रायझरला फाशी देण्यात आली तेव्हा लहान मुलांसह सुमारे १५,००० प्रत्यक्षदर्शी होते. फाशीच्या ठिकाणी आईस्क्रीम विक्रेते आले, आलेले प्रेक्षक स्मृतिचिन्ह म्हणून फाशीच्या दोरीच्या तुकड्यावरून भांडत असल्याचे दिसले. जणू ते सहलीला आले होते. याबद्दल धार्मिक समुदाय आणि बुद्धिजीवींनी चिंता व्यक्त केली. त्यामुळे १९४७ सालच्या सुरुवातीला अशा पद्धतीने सार्वजनिक फाशीवर बंदी घातली गेली. होसला इथे फाशीवर चढवण्यात आले.” एस्थरने सांगितले.

एस्थर त्यांना त्या जागेच्या दुसऱ्या बाजूकडे नेऊ लागली. इरा तिच्या मागोमाग जाऊ लागली. ओमर इराबरोबर चालत होता. त्याच्याकडच्या निळ्या रंगाच्या कापडी बांधणीचे वेष्टन असलेल्या वहीत तो काही टिपणं काढत होता.

“एस्थर, १९४२ ते १९४९ या वर्षांमध्ये अनेक लोकांच्या आयुष्यात उलथापालथ घडवणाऱ्या कित्येक घटना घडल्या आहेत. हिंदू धर्मामध्ये, साडेसाती नावाची एक कल्पना मांडली आहे. असं म्हटलं जातं की प्रत्येक व्यक्तीला आयुष्यात साडेसात वर्षे अनेक खडतर गोष्टींचा सामना करावा लागतो. दुसरं महायुद्ध, ज्यू धर्मीय लोकांचं शिरकाण, भारताची फाळणी आणि अशा अनेक घटना आहेत...असं वाटतं की, त्या काळात लोकांनी अनेक यातना सहन केल्या आणि मरणाला सामोरे गेले. मागे राहिलेल्यांना मात्र आपल्या जखमा बऱ्या करत आयुष्य जगण्याचा मार्ग शोधावा लागला.” इरा अगदी उदास स्वरात बोलत होती. एस्थर इराकडे वळून म्हणाली,

"तुला काय म्हणायचं आहे ते कळतंय मला. माझ्या वडिलांचे भाऊ, माझे काका याच छळछावणीत मारले गेले. त्यांची साधी कबरसुद्धा इथे बांधलेली नाही त्यामुळे आम्ही कुटुंबीय त्यांच्या कबरीवर साधी फुलेही वाहू शकत नाही. मी इथे गाईड म्हणून काम करते त्यामागचा उद्देश हाच आहे की, जे मागे शिल्लक राहिले आहेत त्यांच्यापर्यंत हा इतिहास पोचावा आणि त्या दुःखातून सावरावं."

आता ते एस्थरबरोबर पुढे पुढे जात होते. बर्फासारख्या थंडगार झोपण्याच्या कोठड्या, संडास म्हणून फक्त जमिनीत केलेले खड्डे, अंधाऱ्या आणि कोंदट अशा "शिक्षेच्या" कोठड्या, तिथे केलेल्या "वैद्यकीय प्रयोगांची" भिंतीवर लिहिलेली वर्णने.. हान्स ॲस्पर्गरच्या नुसत्या आठवणीनेसुद्धा इराच्या अंगावर काटा आला. जर श्रीराम त्याच्या जन्माच्या वीस वर्षं आधी युरोपमध्ये जन्मला असता तर, त्याच्यावरही "ऑटिस्टिक सायकोपॅथ" असा शिक्का बसला असता. कुटुंबियांसाठी तो एक ओझं आहे असं मानून त्याची रवानगी व्हिएन्ना इथल्या ॲम स्पिगलग्रंड येथील "दयामरण क्लिनिक" मध्ये केली गेली असती. श्रीरामच्या आजाराचं निदान तिच्यापासून लपवून ठेवले गेलं, ह्याचा तिने, ओमरपाशी संताप व्यक्त केला. भिंतींवर चिकटवलेली, विकृती असलेल्या लोकांची छायाचित्रं पाहताना ती व्यथित आणि पाणावलेल्या डोळ्यांनी ओमरकडे पाहत होती. तिने भिंतीवर चिकटवलेल्या चित्राकडे बोट दाखवलं,

"हे बघ, ओमर. एखादी व्यक्ती "पुरेशी आर्य वांशिक" आहे की नाही हे तपासण्यासाठी ते त्यांच्या त्वचेची, केसांची, डोळ्यांच्या रंगाची आणि "शरीराच्या १२ वैशिष्ट्यांची आर्य वंश चाचणी" करत असत. त्यावरून कोणाला मारायचं हे ठरवलं जायचे. एखादी अपंग

किंवा विकलांग व्यक्ती हे समाजावर असलेले ओझं आहे असं त्यांनी ठरवलं होतं. आणि अशा लोकांना ॲक्टिअन T४ या कार्यक्रमाअंतर्गत व्हिएन्नाला मरण्यासाठी पाठवलं जाई. तिथे विषारी वायूचा वापर करून आणि उपाशी ठेवून या लोकांना मारले जाई आणि त्यांचा मृत्यू न्यूमोनियामुळे झाला अशी नोंद करण्यात येत असे. १९४०च्या दशकात या जगात काय चाललं होतं!" ओमरने मान हलवली आणि हळुवारपणे तिच्या लोकरी जॅकेटच्या कोपराला स्पर्श केला आणि तिला एस्थरच्या दिशेने नेलं.

पुढच्या भागात एक काचेचं कपाट, या संहाराची एक मूक आठवण म्हणून जतन करून ठेवण्यात आलं होतं - त्यात असलेले काळे-तपकिरी रंगाचे केसांचे पुंजके आणि छोट्या मुलांचे बूट बघून ओमरलाही अश्रू आवरले नाहीत. इतर पर्यटक तेथे फोटो काढत होते. पण ओमर आणि इरा ते सगळं अनुभवून खूप अस्वस्थ झाले होते. त्यांनी एस्थरचे अगदी मनापासून आभार मानले,

"एस्थर, मी भारतातून माझ्या इतिहासाच्या विद्यार्थ्यांना घेऊन इथे नक्की येईन तेव्हा तू तुझे अनुभव त्यांना सांग. आता हे सगळं कसं जमवायचं ते मी बघतो. पण त्याआधी तू जर कधी भारतात आलीस तर आमच्या शाळेत तुला बोलवायला आम्हाला नक्की आवडेल." ओमरने एस्थरला एक पांढरं कार्ड दिलं आणि त्याच्या निळ्या वहीत तिचा इमेलचा पत्ता लिहून घेतला.

"चहा घेऊया का, इरा?" तिच्या उत्तराची वाट न बघता तो तिला घेऊन कॅफेटेरियाकडे गेला. मागच्या दोन तासांत जे अनुभवलं होतं, त्यामुळे इराचं डोकं दुखत असणार याची ओमरला जाणीव होती.

एका लाकडी बाकावर बसून, ते दोघं मूकपणे चहा पीत होते. इरा दुःखी स्वरात म्हणाली,

“मी जे वाचलं होतं त्यापेक्षा इथे आलेला अनुभव अगदी भयाण आहे. तिरस्काराचा परिणाम असाच होतो! दंगलीनंतर मुंबईची पण अवस्था अशीच झाली असती. मी अयोध्या खटल्याचा निकाल आणि मंदिर बांधायच्या योजनेबद्दल ऐकलं आहे. पण तुमची मोहल्ला कमिटी, मुस्लीम आणि हिंदू तरुणांसोबत तुम्ही केलेल्या कामामुळे जातीय तणाव निवळले आहेत. मला खरंच तुमच्या टीमच्या कार्याची दाद द्यावीशी वाटते, ओमर!”

ओमरने मान हलवली,

“तुझ्या मनातील मुंबई आता इतिहासजमा झाली आहे. आपल्या वेळी शाळांमध्ये खुलेआम ख्रिश्चन मिशनरी धर्माचा प्रचार करत असत, तसं आता होणं शक्य नाही. धार्मिक बाबींवरून कोणत्याही पालकाला अपमानित करण्याची जोखीम, आता शाळा उचलू शकत नाहीत. आपण बायबल वाचत असू, ख्रिस्ती धर्माच्या प्रार्थना म्हणत असू, पण आपण कधीही ख्रिस्ती धर्म स्वीकारावा असं आपल्याला वाटलं नाही. अगदी खरं सांगायचं तर, माझ्या दिवंगत वडिलांना माझ्या शाळेत काय चालू आहे याचा पत्तासुद्धा नसे. पण शाळेत गेल्याने मी अस्खलित इंग्रजी बोलू शकतो याबद्दल मात्र त्यांना खूप आनंद वाटत असं. मी त्यांना जाणवणारा भाषेचा अडथळा दूर करेन आणि आमचा व्यवसाय वाढीस लागेल असे त्यांना वाटायचं. मला घरातून बाहेर काढेपर्यंत हेच त्यांचं स्वप्न होतं. गेले २७ वर्षं तुझ्या आयुष्यात जे काही घडलं ते तू मला गेल्या काही महिन्यांत सांगितलंस. ती गुणी मुलगी काह्या आणि तुझं संगोपन यांमुळे, आपला समीर आता लवकरच परत येईल. पण

मला अजून तुला खूप काही सांगायचं आहे. खरं तर, मी समीरलाही पत्र लिहून माझ्या मनातील गोष्टी सांगितल्या आहेत, पण अजून तुला मात्र सांगायच्या आहेत."

इराचा चहाचा घोट घशातच अडकला, ती आश्चर्याने ओमरकडे बघत होती,

"तू त्याला पत्र लिहिलंस आणि मला सांगितलंसुद्धा नाहीस! असं का?" ओमरच्या चेहऱ्यावर उदास हसू होतं. त्याने इराला एक टिश्यूपेपर दिला, तेव्हा त्याच्या बोटांचा पुसटसा स्पर्श तिच्या हाताला झाला. त्याच्या डोळ्यांत राग नव्हता, तर खोलवर दुखावले गेल्याची भावना तरळत होती. त्याच्या आयुष्यात काय उलथापालथ झाली याची कर्मकहाणी त्याने तिला सांगायला सुरुवात केली.

तो इराला भूतकाळात घेऊन गेला. ५ डिसेंबर, १९९२ ला ओमरच्या बहिणीचं, रझियाचं लग्न होतं. मुंबईतल्या एका सगळ्यात जुन्या पंचतारांकित हॉटेलच्या गच्चीमध्ये हा लग्नसोहळा मोठ्या धुमधडाक्यात चालू होता. महाराष्ट्रीय ब्राह्मण पद्धतीचं लग्न म्हणजे जरीच्या रेशमी साड्या, अस्सल सोन्याचे दागिने, शुभमुहूर्त साधायची धांदल, संस्कृत मंत्रपठण ,लग्नविधी आणि लग्नमंडपात चालू असणाऱ्या शाकाहारी पण स्वादिष्ट भोजनाच्या पंगती हे दृश्य ठरलेलं असायचं.

किंबहुना, ८0च्या दशकात, काही महाराष्ट्रीय लग्न समारंभात बुफे डिनर दिलं जाऊ लागलं. अनेक जाती-धर्मांच्या मिश्रणामुळे निर्माण झालेल्या भपकेबाजपणाचे ते एक द्योतक होते. इराला आठवलं की ती लहान असताना एकदा तिच्या आई-बाबांसोबत दादरमधल्या वनिता समाज सभागृहात एका लग्नाच्या स्वागत समारंभाला गेली होती. तिथे स्टेजवर जाऊन त्यांनी नवदाम्पत्याचं अभिनंदन केलं आणि एका

छोट्याश्या ताटलीतून आईसक्रीम खाऊन ते घरी आले. आणि मग घरी येऊन ते जेवले. (स्वागत समारंभाचा सर्व खर्च नवरीच्या घरच्यांना करावा लागत असे) जर नवरीच्या आई-वडिलांची आर्थिक परिस्थिती चांगली असेल, तर स्वागत समारंभाला आलेल्या पाहुण्यांना थोडासा खाऊ दिला जाई. (एका कागदी ताटलीत एक सामोसा, नारळाची किंवा बेसनाची बर्फी आणि बटाट्याचे चिप्स). हे असे सगळे अनुभव घेतल्यावर, रझियाचा दिमाखदार निकाह आणि पंचतारांकित हॉटेलमध्ये त्याचा होणारा स्वागत समारंभ याची खूप अपूर्वाई वाटत होती.

शाळेत जायला लागल्यापासून पहिल्यांदाच ओमर आणि इरा यांची पाच आठवडे भेट झाली नव्हती. त्याआधी ओमर दिवाळीसाठी घरी आला होता, कुटुंबप्रमुख म्हणून दामोदर ह्यांना त्याने लग्नाची पत्रिका दिली आणि सर्वांनी लग्नाला उपस्थित रहावं असं आग्रहाचं निमंत्रण दिलं होतं. साहजिकच, नवरीचा एकुलता एक भाऊ या नात्याने ओमर लग्नाच्या तयारीत अगदी बुडून गेला होता. त्यांचं फोनवरही अगदी क्वचितच बोलणं होत असे. पण ओमरने अगदी वेळात वेळ काढून इराने लग्नासाठी कोणती साडी नेसावी हे ठरवायला फोन केला होता. त्याची शेरवानी आणि तिची साडी एकमेकांशी मिळतीजुळती असावी का यावर त्यांनी बराच वेळ काथ्याकूट केला. (कारण त्यावेळच्या एका लोकप्रिय सिनेमामध्ये हिरो-हिरोईनने असेच एकमेकांना साजेसे कपडे घातले होते). शेवटी त्यांनी असा विचार केला,

"आपण आपल्या लग्नात मॅचिंग कपडे घालूया का? सध्या तरी तू तुझ्या आईची सोनेरी काठ असलेली गडद जांभळी पैठणी नेस. मग इराबाई, आता एकदम छान नटूनथटून या!" असं ओमरने जाहीर केलं. त्याने फोन खाली ठेवला आणि नवऱ्यामुलाकडच्या पाहुण्यांशी

बोलायला गेला. सिद्दिकी कुटुंबात नुकत्याच काही नाट्यमय घटना घडल्या होत्या, पण त्याने अजून इराला त्याबाबतीत काहीच सांगितलं नव्हतं. हे लग्नकार्य उरकेपर्यंत तो तिला काहीही सांगणार नव्हता.

शनिवारी संध्याकाळी, इरा आरशासमोर उभी होती. तिच्या आईने तिला जांभळ्या रंगाची साडी नेसवून दिली आणि त्याचा पदर खांद्यावर पिन लावून छान बसवून दिला होता. ओमर, आपल्याला साडीमध्ये पाहून किती खुश होईल या विचाराने इरा मनोमन लाजली. आईने साडीच्या निऱ्या करून तिला परकरात खोचून दिल्या. तिने अंगात कोपरापर्यंत बाह्या असणारा सोनेरी रंगाचा ब्लाऊज घातला होता. तिने तिच्या गडद तपकिरी केसांचा मानेवर घट्टसर असा अंबाडा घातला. तिने अब्दुल चाचाकडून मोगऱ्याचा गजरा आणला होता, तो अंबाड्यावर माळला. ओमरला मोगऱ्याचा सुवास खूप आवडत असे. आता कपाळावर जांभळी टिकली लावावी का नको असा तिचा विचार चालू होता. एखाद्या महाराष्ट्रीय लग्नात टिकली न लावता गेले तर लगेच सगळ्या भोचक बायका कुजबुजायला लागतात. पण हे एक मुस्लिम लग्न होतं. ओमरच्या काही भावंडांना या दोघांच्या नात्याविषयी कुणकुण लागली होती, त्यामुळे त्यांचंही इराकडे बारीक लक्ष असणार होतं.

आलिशान असा लग्नमंडप निशिगंधाच्या फुलांनी सजवला होता. सगळीकडे अत्तराचा घमघमाट होता. इरा आणि तिचे आई-बाबा नवविवाहितांचं अभिनंदन करण्यासाठी निघाले. पण स्टेजवर ओमरच्या वडिलांशेजारी ओमरच्या आईऐवजी कोणीतरी दुसरीच स्त्री उभी असलेली पाहून त्यांना धक्काच बसला. तिने टिकल्या-टिकल्यांचा गडद हिरव्या रंगाचा सलवार कमीझ घातला होता आणि डोक्यावरून चमचमणारी लाल रंगाची ओढणी घेतली होती.

ओमरची आई फिकट क्रीम आणि सोनेरी रंगाची साडी नेसून काही अंतरावर स्टेजच्या खाली उभी होती. सकीनाबीने हळुवारपणे इराच्या डोक्यावर हात ठेवला आणि म्हणाली,

"जा बेटी, त्यांना भेटून ये. आज तू अगदी ईदचा चाँद दिसते आहेस. माशाल्लाह!" इराने त्यांचे आभार मानले. स्टेजवरचं दृश्य आणि अशी एकाकी उभी असलेली वधूची आई पाहून स्तब्ध झालेली इरा आपल्या आई-वडिलांकडे वळली. दीक्षित दाम्पत्याने सौ.सिद्दीकींकडे पाहून मान डोलावली. तिनेही उदास चेहऱ्यावर हसू आणून त्यांना आदाब केला.

इराची नजर ओमरला शोधत होती, आपल्या बहिणीची सासरी पाठवणी करण्यापूर्वी तो तिची हरतऱ्हेने काळजी घेत होता. सासरी गेल्यावर तिने सासरच्या लोकांची काळजी घेणं अपेक्षित होतं. गेल्या काही आठवड्यांतील घटनांमुळे, ओमरच्या मनात राग खदखदत असला तरी, या सगळ्या लग्नाच्या झगमगाटाआड तो लपून गेला होता. ओमरने अगदी हसून दिक्षित कुटुंबियांचं स्वागत केलं,

"हॅलो, नमस्ते!" त्याने त्याच्या चुलत बहिणीला, झैनबला बोलावलं आणि इरा आणि तिच्या आईला जेवणासाठी स्त्रियांच्या कक्षात नेण्यास सांगितलं. स्त्रिया आणि पुरुषांसाठी जेवणाची स्वतंत्र व्यवस्था केलेली होती. ओमरने अजून एका चुलतभावाला, अब्बासला बोलावून श्री. दिक्षितांना जेवणासाठी नेण्यास सांगितले.

व्यावसायिक फोटोग्राफरकडून त्यांनी वधू-वरांबरोबर फोटो काढून घेतला. सगळ्यांच्या चेहऱ्यावर प्रसन्न हसू फुललेलं दिसत होतं, विशेषतः इराच्या चेहऱ्यावर. रझिया आपाला शुभेच्छा देताना ओमरची कौतुकाने भरलेली नजर आपल्यावरच खिळलेली आहे हे इराला जाणवत होतं.

इराने लालचुटुक रंगाचं नेलपॉलिश लावलं होतं. मधूनच ती आपला गजरा चाचपून बघत होती आणि केसांची एक चुकार बट हळूच कानामागे सारत होती. तिची नजर भिरभिर करून ओमरला शोधत होती आणि शेवटी तो तिला दिसलाच- त्याच्या चेहऱ्यावर तिला कौतुकाचे भाव दिसले. त्याची कौतुकाची नजर झेलतच इरा कॅमेराकडे बघून हलकेच हसली.

इरा झैनबच्या पाठोपाठ स्टेजच्या पायऱ्या उतरून खाली येत असताना ओमरकडे वळली. आपल्या वडिलांनी केलेलं दुसरं लग्न, सकीनाबीला दिलेली अपमानास्पद वागणूक आणि तिची वेदना पाहून ओमरला नक्कीच खूप मानसिक त्रास झाला असणार, तो कमी करावा या उद्देशाने ती त्याच्याशी बोलायला गेली. ओमरने मागे वळून पाहिलं. त्याची नजर भेदक होती. "नंतर बोलूया" एवढंच तो म्हणाला.

आणि तो "नंतर" आज उगवला- २७ वर्षांनी.

"खूप मोठी कहाणी आहे ती, इरा. आता आपण वॉरसॉला परत जाऊया." ओमरने त्यांचे पेपरकप कचऱ्यात टाकले आणि बाहेर जायच्या गेटपाशी तो इराची वाट बघत थांबला. इरा आपला कोट घेऊन निघालीच होती.

त्यांचा परतीचा प्रवास बऱ्यापैकी शांततेतच पार पडला. त्यांचा पोलिश ड्रायव्हर, पीटर त्यांच्याशी छान गप्पा मारत होता. हे दोघं बरेच वर्षं एकत्र राहात असावेत असाच त्याचा समज झाला होता. २०१९ साली जगाच्या या भागात, वैवाहिक स्थितीविषयींचे जाचक नियम, कायदेशीर बंधने आणि मुख्य म्हणजे त्यांची भिन्न धार्मिक पार्श्वभूमी यांना फारसं महत्त्व नव्हतं.

प्रकरण २३

दुहेरी हेलिक्सच्या नावाने

ते ओस्वीसिम (औशविट्झचे पोलिश नाव) आणि वॉरसॉदरम्यान असलेल्या एका सर्व्हिस स्टेशन कॅफेमध्ये थांबले. ओमर एका ट्रेमधून दोन बीन रॅप्स, एक सॅलड आणि संत्र्याचा रस घेऊन आला. आपण काहीतरी खाण्यासाठी थांबूया असा त्याने आग्रह धरला होता. संपूर्ण प्रवासात इराचं डोकं ठणकत होतं, म्हणून ती अगदी गप्प गप्प होती. तिने अगदी कृतज्ञतेने एक घास घेतला. रॅपवरती हिरव्या रंगाचं चिन्ह पाहून तिनं विचारलं,

"ओमर, तू कधीपासून शाकाहारी झालास?" मुंबईत असताना ते दोघं बांद्र्यातील त्यांच्या आवडत्या रेस्टॉरंटमध्ये जाऊन बटर चिकनवर ताव मारत असत. आणि रमजानच्या महिन्यात सगळ्या मित्र-मैत्रिणींबरोबर मध्यरात्री मोहम्मद अली रोडवर जाऊन झाडून सगळे मांसाहारी पदार्थ अगदी आवडीने चाखत असत. त्या आठवणीने इराच्या चेहऱ्यावर हसू उमटलं.

ओमर हसून म्हणाला, "गेली बरीच वर्षं मी शाकाहारी आहे." आणि तो सॅलड खाऊ लागला.

“तू आणि शाकाहारी? का? काही तब्येतीचं कारण आहे का?” इरा उद्गारली.

“ती एक खूप मोठी कहाणी आहे, इरा. परत कधीतरी सांगेन. थोडक्यात सांगायचं तर, मुस्लिम त्यांच्या उपजीविकेसाठी गोमांस विकण्यावरून आणि हिंदू त्यांच्या पवित्र प्राण्यांच्या - गायींच्या - संरक्षणावरून हिंसक होत असल्याबद्दल सतत संघर्ष होत आहेत. मुसलमानांना डुक्कर हा प्राणी निषिद्ध आहे. याशिवाय, मुस्लिमांनी प्राण्यांची कत्तल करण्यासाठी हलाल पद्धती वापरावी का नाही हासुद्धा एक वादाचा मुद्दा आहे. आणि इथे, ज्यू लोकांमध्ये कोशर पद्धती पाळली जाते.” ओमरने निराशेने काटा चमचा उचलला,

“इरा, खाण्याच्या गोष्टींवर वाद घालत बसणं योग्य नाही. माझ्या कामाच्या निमित्ताने, मी अनेक जातीधर्माच्या लोकांबरोबर आणि त्यांच्या नेत्यांबरोबर जेवतो. मला कुणाचंही मन दुखवायचं नाहीये. म्हणून, मग मी शाकाहार घेतो. आता माझ्या शाकाहारामुळे जोपर्यंत कोणी दुखावलं जात नाही, तोपर्यंत ठीक आहे...” ओमर त्याच्या नेहमीच्या लाघवी पद्धतीने हसला.

“मग आता रमजानचे रोजे टाळण्याचं आयतंच कारण मिळालं की!” इरा हसून म्हणाली.

“मी रमजानचे रोजे पाळतो. तुझ्या सगुणा आजीची साबुदाण्याची खिचडी मला किती आवडायची तुला माहीतच आहे. मी महाशिवरात्रीला उपवास करतो आणि ज्युईश योम किप्पूर पाळतो. लेंटच्या वेळी पण मी एखादी गोष्ट वर्ज्य करतो. थोडा संयम बाळगलेला चांगलाच आहे!” ओमर आपल्या पोटावरून हात फिरवत खट्याळपणे म्हणाला.

"इरा, तुझ्या आजीच्या अभ्यासिकेत माझा गोंधळ उडालेला तुला आठवतोय का? तुझ्या त्या ऐतिहासिक घरात इतके महान पूर्वज होऊन गेलेत की तू भविष्यात डॉक्टर होणार हे जवळजवळ निश्चित होतं." ओमर इराकडे बारकाईने पाहत होता, तरीही बोलण्यास संकोच करत होता.

"होय", गोपाळ आगरकरांच्या अस्पृश्यतेविरुद्धच्या मोहिमेबद्दल आणि विधवा पुनर्विवाहाला पाठिंबा देण्याबद्दल सगुणाबरोबर झालेल्या संभाषणाची आठवण होऊन इरा हसली.

आपल्या वंशात कोणीही प्रसिद्ध पूर्वज नाही याचे ओमरला वाईट वाटे. तो म्हणे की," मी स्वतःचाच नवीन वंश सुरु करणार, तेही "भारतातील एका स्त्री डॉक्टर- इराबरोबर". भारतातील पहिल्या महिला डॉक्टरचा मुलबाळ होण्यापूर्वीच मृत्यू झाला मात्र हे दोघं मिळून आपल्या मुलांची एक पलटणच सांभाळणार होते." इरा लाजली. तिच्याच बोलण्याचा धागा पकडून ओमर पुढे म्हणाला,

"तू तर डॉक्टर झालीस, इरा. आणि समीरला पण मुलं हवीच असतील अशी मला आशा वाटते. पण भारतीय महिला डॉक्टरने मुलांची पलटण जन्माला घालणं... हे जरा अतिच होतंय, नाही का, इरा?" ओमर खोडकरपणे म्हणाला. इरा लाजून लाल झाली.

ओमरने खोल श्वास घेतला आणि त्याने बोलण्यासाठी धैर्य गोळा केलं.

"मला माहिती आहे की, माझी गोष्ट सांगण्याची मी खूप टाळाटाळ करतो आहे. पण मी कुठून आलो आहे हे जाणून घेण्याचा तुला पूर्ण अधिकार आहे. मग आपलं संभाषण जिथे थांबलं तिथून सुरुवात करूया-

माझ्या वडिलांनी दुसरे लग्न का केलं? मी त्यांचा एकुलता एक लाडका मुलगा होतो, त्यांच्या संपत्तीचा एकच वारसदार होतो, असं असूनही त्यांनी मला एका रात्रीत घरातून का हाकलून दिलं?

त्याने त्याच्या मनात उमटलेली खळबळ चेहऱ्यावर दिसू दिली नाही, आणि त्याने त्याची कहाणी सांगितली- ओमरची फिकट गुलाबी कांती आणि त्याचे हिरवे डोळे यांवर मुश्ताक नेहमीच संशय घेत असे. भित्र्या आणि लाजाळू सकीनाबीने आपल्याला फसवले असेल का असं त्याला राहून राहून वाटत असे. सकीनाबीची आई मेहरुन्निसा हिने बाळ जन्मल्यावर ते अगदी तिच्या अफगाणी पठाण आजोबांसारखं दिसतं आहे असं जाहीर केलं होतं. मेहरुन्निसाचे आजोबाच काय, तिच्या वडिलांनाही कुणी पाहिलं नव्हतं. पण भारतात आपल्या घरात एक उजळ वर्णाचा मुलगा जन्माला आला हीच एक मोठी आनंदाची गोष्ट होती.

ओमरने सांगितलं की मुश्ताकची पाताळयंत्री बहीण, फरझाना आणि तिचा नवरा तौफिक शेख यांनी सतत कान फुंकल्याने मुश्ताकचा संशय बळावतच गेला. तौफिक हा मूळचा जुन्नर या छोट्याश्या गावाचा रहिवासी होता. आता तो, फरझाना आणि त्यांची तीन मुले, मुस्लिमबहुल वस्ती असलेल्या मुंब्रा या उपनगरात एका तीन खोल्यांच्या छोट्याश्या घरात राहात होते. तौफिकचा हॉस्पिटल्सना वस्तू पुरवण्याचा छोटासा व्यवसाय होता, पण तोही व्यवसाय अडचणीत आला होता. त्याच्या बहिणीच्या लग्नासाठी आणि मुलांच्या पालनपोषणासाठी सिद्दीकी कुटुंबाकडून बरेचदा शेख कुटुंबाला रोख रक्कम आणि वस्तूंच्या स्वरूपात भेटवस्तू दिल्या जात असत.

तौफिक व्यवसायाचं व्यवस्थापन नीट करत नसे, तो अतिशय निष्क्रिय होता आणि त्याने अनेक कर्जेही घेऊन ठेवली होती. यामुळे

त्याचा व्यवसाय डबघाईला आला होता. त्याच्या आर्थिक अडचणी दूर करण्याचा एक उपाय म्हणजे तौफिकने स्वतः दुसरं लग्न करणं. (पण त्याची अवस्था बघता त्याला कोणी मुलगी देईल अशी शक्यता कमीच होती) त्यापेक्षा आपल्या सध्याच्या बायकोच्या कुटुंबाकडून जेवढा जमेल तेवढा पैसा उकळणं हे त्याला जास्त सोपं वाटत होतं- त्याचा मेव्हणा मुश्ताक हा यशस्वी व्यावसायिक होता आणि त्याचा व्यवसाय अगदी भरभराटीला आलेला होता. त्यांच्या आधीच खुराड्यासारख्या असलेल्या घरात जुन्नरहून तौफिकची बहीण मुमताज आणि तिची मुलगी फिझा राहायला आल्यावर तर परिस्थिती अजूनच बिघडली. फिझाचा सावळा वर्ण, वेडेवाकडे दात आणि तिच्या चष्म्यामुळे फिझाचं लग्न कुठे जमत नव्हतं. त्यातच फिझाचे वडीलही तिच्या लग्नासाठी काहीच प्रयत्न करत नव्हते. यामुळे फिझाचं “लग्नाचं वय” उलटून चाललं आहे, अशी काळजी मुमताजला वाटत होती.

तौफिकने एक योजना आखली. ती यशस्वी झाली तर त्याचे हात थेट मुश्ताकच्या तिजोरीपर्यंत पोहोचणार होते. ऑगस्ट १९९२ मध्ये एका दुपारी पावसाळी हवा होती. तौफिक आणि फरझाना यांनी मुश्ताकची आवडती बीट घातलेली चिकन करी आणि काही स्वस्त भेटवस्तू घेतल्या आणि त्यांनी दादरला जाणारी लोकल ट्रेन पकडली. मुश्ताककडे बैठकीच्या खोलीत नवं झुंबर बसवलं होतं. तिथे तो व्यावसायिक सहकाऱ्यांबरोबर भेटीगाठी करत असे. त्या खोलीत कोणत्याही स्त्रीला प्रवेश नसे. पण फरझानाने ते झुंबर बघण्याचा हट्ट धरला. आणि बहिणीच्या प्रेमाखातर मुश्ताकने तो पुरवला. सकीनाबी आसपास नाही असं पाहून आधीच संशयाने पछाडलेल्या मुश्ताकच्या मनात तिने अजूनच विष कालवलं. त्यावर तौफिकने उपाय सुचवला- तौफिकच्या अखत्यारीत, गुप्तता

बाळगून विश्वासार्ह अशी पितृत्व चाचणी करणं. मुश्ताक या गोष्टीसाठी तयार झाला. आता तर तौफिकच्या बाजूने फासे पडू लागले होते. त्यानंतर काही आठवड्यांनी, ओमर तापाने फणफणला. तशा अवस्थेत त्याची आई आणि बहिणी ओमरला दवाखान्यात घेऊन गेल्या. तिथे त्याला मलेरिया झाला आहे असं निदान करण्यात आलं आणि दवाखान्यात दाखल केलं. आई-बहिणींची शुश्रुषा आणि औषधोपचार यांमुळे थोड्याच दिवसांत ओमर घरी परतला. दरम्यानच्या काळात तौफिकने शिताफीने ओमरच्या रक्ताचे नमुने आणि त्याच्या गालाच्या आतील भागाचा स्वॅब मिळवला. ओमरच्या आजारपणात एवढी धावपळ चालू होती की त्याच्या रक्ताचे नमुने गोळा केलेले कोणाच्या लक्षातही आले नाही. आजारपणातून उठल्यावर ओमर परत लग्नाच्या तयारीला लागला. हिरव्या आणि सोनेरी रंगात पत्रिका छापलेल्या होत्या आणि त्या सोनेरी रंगाच्या मिनाराच्या आकाराच्या पाकिटात घातलेल्या होत्या. पत्रिका आणि मिठाईचे बॉक्स घेऊन ओमर आपल्या वडिलांचे व्यावसायिक सहकारी आणि काही मातब्बर व्यक्ती यांना लग्नाचं आमंत्रण द्यायला सकाळीच बाहेर पडत असे.

अशाच काही कामानिमित्त ओमर घराबाहेर गेला होता. त्याच वेळी पितृत्व चाचणीचा निकाल घेऊन तौफिक घरी आला. मुश्ताक आणि ओमर यांच्यात कोणतंही जैविक नातं नाही असं चाचणीत ठामपणे म्हटलं होते. ते वाचून तर धरणीकंपच झाला. सकीनाबीने तिच्या आईकडे अलिबागला निघून जावं असे मुश्ताकने फर्मान काढलं. त्याला तिचं किंवा ओमरचं तोंडही बघायची इच्छा नव्हती.

आता फरझानाने तिचा फास आणखी आवळला. तिला तिच्या भावाच्या "कौटुंबिक प्रतिष्ठेची" काळजी वाटते आहे असं तिने भासवलं. तिच्या भावाने "विवेकाने" वागावं असं सुचवलं. नवरदेवाकडचे सगळे

पाहुणे त्यांच्या घरी येणार होते. मग त्या वेळी नवरीची आई म्हणून कोण उभे राहील? फरझानाने सगळी मदत करायची तयारी दाखवली, "पण मी तरी किती दिवस भावाकडे राहणार... ते बरं दिसेल का?" ती अगदी नाटकीपणाने म्हणाली.

अगदी दोन तासांत, २९ वर्षांची फिझा आणि ४५ वर्षांचा मुश्ताक यांचं लग्न पक्कं झालं. फिझाला तर कोणी तिचं मत विचारलं सुद्धा नाही. सकीनाबीने खूप विनवण्या केल्या, तिने कधीही मुश्ताकची फसवणूक केली नाही असं कळवळून सांगितलं, पण त्याचा काहीही उपयोग झाला नाही. सकीनाबी साक्षर असती, डीएनए म्हणजे काय हे तिला माहीत असतं, पितृत्व चाचणी कशी करतात हे आणि ओमरच्या जन्माची कहाणी तिला माहिती असती, तर तिचं आयुष्य वेगळंच असतं. आज, तिच्याच घरात तिला राहायची परवानगी दिल्याबद्दल सकीनाबी, मुश्ताकची ऋणी होती. बहिणीच्या लग्नात काही विघ्न येऊ नये, म्हणून आपल्या वडिलांशी काहीही बोलाचाली करू नकोस असं तिने ओमरला विनवलं.

१२ नोव्हेंबरला माहीममधील दर्ग्यात एका काझीने मुश्ताक आणि फिझाचा निकाह लावून दिला. त्यावेळी तिथे फरझाना आणि तौफिक हजर होते. नववधूने हवेलीत पहिल्यांदा पाऊल ठेवलं. तिच्या आगमनासाठी जी मेजवानी ठेवली होती त्यासाठी सकीनाबी आणि नोकरचाकर राबत होते आणि ओमरच्या बहिणी नव-विवाहित जोडप्याला काय हवं-नको ते पाहत होत्या. आपल्या कुटुंबाची बेअब्रू होऊ नये म्हणून मुश्ताकने फक्त एक गोष्ट केली. त्याने आपल्या मुलीचं लग्न पार पडेपर्यंत वाट बघितली आणि त्यानंतर लगेच ६ डिसेंबरला ओमरला घरातून हाकलून लावलं. त्याच दिवशी, अयोध्येत रामजन्मभूमी परत मिळवण्यासाठी सर्व भक्त जमा झाले होते.

इरा हे सगळं अवाक होऊन ऐकत होती.

"ओमर, मार्चमध्ये माझं लग्न व्हायच्या आधीपण आपण अगदी क्वचित एकमेकांना भेटलो होतो, तेव्हा हे सगळं तू मला का नाही सांगितलस? हे सगळं तू एकट्यानं कसं सोसलंस?"

तिने अगदी दुःखाने तिचा हात त्याच्या घट्ट मुठीवर ठेवला. पण अजूनही, ओमर पाणावलेल्या डोळ्यांनी टेबलाकडेच बघत होता, त्याच्या डोळ्यासमोर अजूनही तोच दिवस तरळत होता.

"मला खूप शरमल्यासारखं वाटत होतं, इरा. मी सतत त्याच ओझ्याखाली होतो. माझ्या आईचा सन्मान पणाला लागला होता. मी माझ्या वडिलांच्या दुसऱ्या लग्नाला विरोध केला म्हणून, मला घराबाहेर काढलं अशी अफवा त्यांनी सगळीकडे पसरवली. माझ्या अजून तीन बहिणींची लग्नं व्हायची होती. म्हणून सगळ्यांनी सोयीस्करपणे या अफवेवर विश्वास ठेवला. माझी आत्या, फरझाना हिने जाहीर केलं की पहिली पत्नी जिवंत असताना दुसरं लग्न करणं याला धर्माने मान्यता दिली आहे. आजही भारतात मुस्लिम पुरुषाला चार बायका करण्याची कायद्याने परवानगी आहे. मात्र स्त्रीने अनौरस मुलाला जन्म दिल्यास धार्मिक आणि सामाजिक स्तरावर त्याला मान्यता दिली जात नाही. तेव्हापासून आजपर्यंत, मुश्ताक सिद्दीकीचा दुरावलेला मुलगा अशीच माझी ओळख निर्माण झाली आहे. माझी आई त्यानंतर मरेपर्यंत नोकरांच्या खोल्यांमध्ये कुढत राहिली. फिझाला एक मुलगा झाला-झाकीर. हा झाकीर त्याच्या आईसारखाच सावळ्या वर्णाचा आणि वडिलांसारखा निस्तेज, काळ्या डोळ्यांचा मुलगा होता, आणि त्याला शिकण्याची समस्या (लर्निंग डिसेबीलिटी) होती." ओमरने नजर उचलून इराकडे पाहिलं, आणि त्याचे हात टेबलावर ठेवले. तिने त्याच्या

मनातील विचार ओळखला, कोणत्यातरी अदृश्य शक्तीचा यामागे हात असावा असंच तिला वाटलं.

ओमर खिडकीतून बाहेर बघत पुढे बोलू लागला,

"मेहरुन्निसाने विनंती केल्याने, माझा मामू (सकीनाबीचा चुलत भाऊ) मला त्याच्या घरी माहीमला घेऊन गेला. त्याचं घर म्हणजे सायकलच्या दुकानावर असलेल्या जुन्या-पुराण्या दोन खोल्या होत्या. पण निदान काही काळासाठी माझ्या डोक्यावर छप्पर आहे या विचाराने मला हायसं वाटलं होतं." ओमरचा स्वर आता उदास वाटू लागला,

"मला अटक झाल्यावर माझे काय हाल झाले हे मी तुला सांगत बसत नाही. माझ्याकडून कबुलीजबाब घेण्यासाठी किती अत्याचार केले हेही मी तुला सांगणार नाही. मी तुला हेसुद्धा सांगणार नाही की, मी अनेक रात्री रेल्वेस्टेशनच्या बाकावर घालवल्या, डिलिव्हरी बॉय आणि शिपाई म्हणून काम केलं. एका कॉल सेंटरमध्ये सुद्धा मी कामाला होतो. या सगळ्या कामांच्या जोरावर मी माझं शिक्षण पूर्ण करू शकलो. माझी ही कहाणी ऐकून तुला खूप वेदना होत आहेत हे मला दिसतंय." इराला आता हुंदके आवरत नव्हते. ओमर उठला, आणि काही वेळात हातात चहाचे कप आणि टिश्यूपेपर घेऊन परत आला.

"आता आपण माझ्या गोष्टीच्या खळबळजनक भागाकडे वळणार आहोत." ओमरने त्याचे डोळे कोरडे केले आणि त्याच्या चेहऱ्यावर फिकट, उदास हसू पसरले.

प्रकरण २४

पवित्र ग्रंथांच्या नावाने

"अलिबागला ४ फेब्रुवारीला सागरी मार्गाने पाकिस्तानातून स्फोटकं, तस्करी करून आणण्यात आली आणि १२ मार्चच्या स्फोटात सामील असलेल्या सगळ्या व्यक्तींची तिथे एक बैठकही झाली. त्यावेळी मी अलिबागमध्ये काय करत होतो याचं समाधानकारक स्पष्टीकरण मी देऊ शकलो नाही, म्हणून मला बराच काळ तुरुंगात राहावं लागलं. मी माझ्या आजीला भेटायला आलो होतो हे कारण पोलिसांना पुरेसे नव्हते. पण तेच सत्य होते. अनेक आठवडे माझा छळ करूनही कोणताच पुरावा सापडला नाही. मी वस्तीत राहणारा मुस्लिम आणि स्फोटाच्या ठिकाणी आसपास फिरताना सापडलो एवढे कारण मला तुरुंगात टाकण्यासाठी पुरेसं होतं. शेवटी "संशयास्पद परिस्थितीत" पकडण्यात आलेल्या इतर अनेक जणांबरोबर मलाही सोडण्यात आलं. पण तोवर तू लंडनला गेली होतीस आणि मला तुझ्या आनंदात मिठाचा खडा टाकायचा नव्हता. तेव्हा तुला देण्यासारखं माझ्याकडे काहीच नव्हतं. तेव्हा मी म्हशींच्या गोठ्यातल्या एका खोलीत झोपत होतो आणि सार्वजनिक संडास वापरत होतो. पण तरीही मी स्वतःला भाग्यवान समजत होतो, कारण माझ्या वस्तीतल्या

इतर मुलांकडे ज्या गोष्टी नव्हत्या त्या माझ्या वडिलांनी मला दिल्या होत्या- उत्कृष्ट शिक्षण, वेगवेगळ्या प्रकारचं वाङ्मय, अस्खलित इंग्रजी बोलण्याची कला आणि आत्मविश्वास, त्या सगळ्यांच्या जोरावर आजही भारतातील मुलांना नोकरी मिळू शकते." ओमरने छताकडे नजर टाकली आणि त्याला मदत करणाऱ्या अलौकिक शक्तींचे आभार मानले. "भाग्यवान" इरा त्याच्याकडे पाहून हसली आणि तिच्या मनात विचार आला, आम्ही दोघं इतके आशावादी आहोत म्हणूनच पुन्हा पुन्हा भेटण्याचा योग आला का? ओमर पुढे म्हणाला,

"माझे जन्मदाते वडील कोण आहेत, हे मला माहीत नाही. मी या गोष्टीचा शोध घेण्याचा खूप प्रयत्न केला पण तो निष्फळ ठरला. जेव्हा मी माझ्या आजीला (आईच्या आईला) भेटलो, तेव्हा ती म्हणाली की, एक गुपित तिने खूप आधीच सांगायला हवं होतं म्हणजे तिच्या निरागस मुलीला आयुष्यभर अपमानित जीवन जगावं लागलं नसतं."

१९७४ सालच्या पावसाळ्यात अगदी अशक्त झालेल्या सकीनाबीने अलिबागच्या एका नर्सिंग होममध्ये एका सुईणीच्या मदतीने पाचव्या मुलीला जन्म दिला. त्यानंतर काहीच तासांत, मेहरुन्निसाची शेजारीण यमु मासळी बाजारातून परत येत असताना, तिला सिनेगॉगच्या पायऱ्यांवर एका राखाडी रंगाच्या शालीत गुंडाळलेले बाळ दिसलं. तो मुलगा होता. तिला आजूबाजूला कोणीच दिसेना म्हणून तिने सिनेगॉगशेजारी राहणाऱ्या मेहरुन्निसाच्या घराकडे धाव घेतली. तिला मेहरुन्निसा दिसली. ती घाईघाईने दरवाजाला कुलूप लावून दवाखान्यात चालली होती आणि रागावून आक्रंदत होती,

"अल्लाह, माझ्या सकीनाला आता तरी एक मुलगा दिला असतास तर तिचा संसार वाचला असता. मुलगा होईल या आशेने

याच्या आधीच्या चार मुली नकोशा असल्या, तरी आम्ही सांभाळतोच आहे ना?"

आपल्या हातातली वेताची टोपली सांभाळत यमु ही बातमी सांगायला मेहरुन्निसाकडे धावली. "आपा, जल्दी, माझ्याबरोबर चल..." धावल्याने यमुला धाप लागली होती. पण ती मोठमोठ्या आवाजात त्या गोऱ्या आणि घाऱ्या डोळ्यांच्या बाळाविषयी मेहरुन्निसाला सांगत होती. त्या रडणाऱ्या बाळाला कोणीतरी पायरीवर सोडून गेलं होतं. मेहरुन्निसाचे डोळे विस्फारले. जणू काही, अल्लाहने तिची प्रार्थना ऐकली होती. एका क्षणात तिच्या तक्रारींचं रुपांतर कृतज्ञतेत झालं. तिने झटकन दाराची कडी उघडली आणि यमुला अक्षरशः आत ढकलले. दिवाणाखाली ठेवलेल्या ॲल्युमिनियमच्या छोट्याश्या डब्यातून तिने शंभराच्या चार नोटा काढल्या आणि यमुच्या हातात कोंबल्या.

"घरी जा, यमु. आणि ही बातमी कोणालाही कळता कामा नये. मी त्या बाळाकडे बघते. जा आता."

यमु गोंधळून गेली. तिने निषेधाच्या सुरात काही बोलण्याचा प्रयत्न केला,

"पण आपा, कुणाचं बाळ... आता काय होईल?"

मेहरुन्निसाच्या दंडावर सोन्याचे नाणे गुंफलेला एक तावीज होता. तो तिने सोडवला आणि यमुच्या हातात दिला, तिला तोंड बंद ठेवायची धमकीच दिली आणि बळेबळेच तिला घरातून बाहेर काढले!

लगेचच घरातली एक निळसर रंगाची धुवट चादर घेऊन मेहरुन्निसा सिनेगॉगजवळ पोचली. तिने आजूबाजूला कोणी नाही याची खात्री करून घेतली आणि झटकन त्या रडणाऱ्या तान्ह्या बाळाला तिने

चादरीत गुंडाळलं आणि घट्ट छातीशी धरलं. तसंच त्या बाळाला घेऊन ती सकीनाच्या दवाखान्यातील खोलीत शिरली. सकीना अजून अर्धवट गुंगीत होती. तिच्या बेडशेजारच्या लोखंडी पाळण्यात तिने ते बाळ ठेवलं. कसलाही विचार ना करता, तिने कॉटशेजारी झोपलेल्या तिच्या अशक्त मुलीला उचललं आणि चादरीत गुंडाळलं. तिला घेऊन ती परत सिनेगॉगजवळ आली आणि तिने त्या मुलीला पायऱ्यांवर ठेवून दिलं."

ओमर बोलताबोलता थांबला, त्याने चुटकी वाजवली आणि इराकडे बघून तो उदासपणे हसला,

"एका चुटकीसरशी!"

"ओमर!" इरा अविश्वसाने उद्गारली. ज्याला ती आयुष्यभर ओळखत होती, तोच तिला आता पूर्ण अनोळखी वाटत होता. या नाट्यमय कथेवर अजून तिचा पुरता विश्वासच बसत नव्हता, तिने कुतूहलाने विचारलं,

"मग तुला तुझ्या जन्मदात्या आई-वडिलांची काही माहिती मिळाली का?" विषण्ण होऊन ओमरने मान डोलावली,

"खूप वर्षांनी मला माझ्या आईची माहिती मिळाली. अलिबागच्या बेने इस्रायल समुदायातील, ती एक गरीब ज्यू मुलगी होती. तिच्यावर अलिबाग समुद्रकिनाऱ्यावर मद्यधुंद पर्यटकाने क्रूरपणे बलात्कार केला होता. मला जन्म देतानाच ती मरण पावली आणि तिच्या बलात्काऱ्याची ओळख कधीच पटली नाही- तो कोणीतरी जर्मन किंवा ऑस्ट्रियाचा नागरिक होता असं नंतर समजलं.

इराने तोंडावर दुःखाने हात ठेवला आणि ती हळहळली.

ओमर तशाच थंड, दुःखी स्वरात पुढे बोलू लागला,

"खरं पाहता, मी कुठून आलो हेच मला माहिती नाही. माझे घारे डोळ्यांचे वडील माझ्या तपकिरी डोळ्यांच्या आईकडे फक्त वासनापूर्ती करण्यासाठी आले होते. त्यांनी माझा कधीच विचार केला नाही. गुन्हेगारांच्या विकृत मानसिकतेनुसार, ती आणि तिच्या समुदायातील लोक या जगात राहण्याच्या लायकीचे नव्हते. पण तिच्यावर बलात्कार करताना त्यांनी मागेपुढे पाहिलं नाही. माझी पीडित आई मात्र मला कधीच भेटू शकली नाही. परमेश्वर तिच्या आत्म्याला शांती देवो.

माझ्या आजीने आपल्या मुलीचा संसार वाचावा म्हणून तिच्या बुद्धीला पटेल अशा पद्धतीने मला जगवलं. सकीनाबीची अशक्त आणि काळसर मुलगी मात्र सिनेगॉगच्या पायऱ्यांवरच राहिली. त्या सिनेगॉगमध्ये अगदी छान मराठी लहेजामध्ये हिब्रू प्रार्थना म्हणल्या जात होत्या."

हे धक्कादायक खुलासे मेहरुन्निसाने कसे दबावाखाली येऊन केले याचं वर्णन ओमरनं केलं. त्याने आग्रह केल्याने, मेहरुन्निसाने सकीनाबीला फोन केला आणि सगळ्या गोष्टींची कबुली दिली. सकीनाबी असहाय्यपणे सगळं ऐकत होती आणि आपल्या नशिबाला दोष देत होती. स्वतःची तब्येत बरी नसतानाही, मेहरुन्निसा मुंबईला आली आणि तिने प्रत्यक्ष भेटून मुश्ताकला सगळी परिस्थिती समजावून सांगण्याचा प्रयत्न केला. पण आता मुश्ताकचा मेहरुन्निसाच्या कोणत्याच गोष्टीवर विश्वास बसत नव्हता. ती पठाण वंशाची आहे आणि तिच्या वंशात अनेकांचे घारे डोळे आहेत, एवढ्या माहितीच्या जोरावर ओमर १८ वर्षं अगदी ऐषारामात आयुष्य जगला होता. आता फक्त आपल्या मुलीचा संसार वाचावा म्हणून मेहरुन्निसा काहीतरी बतावणी करते आहे असंच सगळ्यांना वाटलं होतं. पण सकीनाबीची मातृत्व चाचणी करून घ्यावी असे कुणाच्याही लक्षात

आलं नाही. ती चाचणी करून घेतली असती तर ओमरला तिने जन्म दिलेला नाही ही बाब अगदी स्पष्ट झाली असती.

ओमरने पश्चात्तापाने मान हलवली.

"तुरुंगातून बाहेर पडल्यावर, मी कसाबसा माझा उदरनिर्वाह करत होतो. जे मिळेल ते काम करत होतो. काहीही करून मला माझं पदवीचं शिक्षण पूर्ण करायचं होतं. माझे आई-वडील कोण, हे शोधणं खूप खर्चिक काम होतं आणि त्यातून होणारा मनस्ताप मला नको होता. माझ्या मुस्लिम समाजात मी ओमर भाई म्हणून वावरत होतो तर माझ्यावर प्रेम करणाऱ्या हिंदू समुदायासाठी मी ओमर भाऊ होतो. त्यावेळेस मुंबई हळूहळू बॉम्बहल्ल्यातून सावरत होती. त्यानंतर बरेच दिवसांनी, मी पदव्युत्तर शिक्षण घेत असताना, मी ज्यू समाजात वाढलो असतो तर माझं आयुष्य कसं असतं याचा शोध घेतला." ओमरने त्याच्या कोटाच्या खिशात हात घातला आणि वर्तमानपत्रात आलेलं एक कात्रण इराला वाचायला दिलं.

तिने मोठ्याने वाचायला सुरुवात केली, तो उठला आणि तिच्याशेजारी जाऊन बसला.

"अरबी भाषिक बगदादी ज्यू समुदाय १८व्या शतकात भारतात स्थलांतरित झाला असावा असं मानलं जातं. या समुदायातील सर्वात प्रसिद्ध व्यक्ती म्हणजे डेव्हिड ससून. हे खूप मोठे व्यापारी होते आणि अतिशय परोपकारी होते. (हे एकेकाळी बगदादचे खजिनदार होते). ते १८३३ मध्ये भारतात आले. त्याच वर्षी इंग्लंडमध्ये गुलामगिरी संपुष्टात आली. त्यांना इंग्रजी बोलता येत नसे, पण १८५३ साली त्यांना ब्रिटीश

नागरिकत्व बहाल करण्यात आले. त्यांचा एक मुलगा, अल्बर्ट, हा उमराव झाला आणि त्याने रॉथचाइल्ड कुटुंबातील एका मुलीशी लग्न केले."

शाळेत असताना देखील परीक्षेच्या वेळी ते दोघे एका बाकावर बसून अभ्यास करत असत आणि एकाआड एक परिच्छेद वाचत असत. आत्ताही ते तसंच करत होते. इराने तिची हनुवटी ओमारकडे बघून किंचित झुकवली. ओमर पुढे वाचू लागला,

"मुंबईचं ससून डॉक्स आणि मसिना हॉस्पिटल स्थापन करणारे हेच ते डेव्हिड ससून. यासाठी त्यांनी आपल्या कुटुंबाच्या मालकीची हवेली दान केली होती. तसेच त्यांनी पुण्यात ससून हॉस्पिटल स्थापन केलं. आशियातील सर्वात मोठ्या सिनेगॉगपैकी एक असणारं, ओहेल डेव्हिड सिनेगॉगसुद्धा त्यांनीच उभारलं. याला पुण्यामध्ये "रेड टेम्पल" (लाल मंदिर) म्हणूनही ओळखलं जातं." ओमरने तो कागद बाजूला ठेवला आणि म्हणाला,

"भारतातील हे ज्यू धर्मीय लोक इराणी वंशाचे आहेत. माझ्या जन्मदात्या आईचं नाव अमिता सागावकर होतं आणि ती बेने इस्त्रायली ज्यू कुटुंबातील होती. संस्कृतमध्ये अमिताचा अर्थ अमर्याद असा होतो आणि हिब्रूमध्ये अमिताचा अर्थ सत्य असा होतो. बेने इस्त्रायल समुदायातील लोक असं मानतात की ते हजारो वर्षांपूर्वी युरोपहून आलेल्या जहाजाच्या दुर्घटनेतून वाचलेल्या सात पुरुष आणि सात महिलांचे वंशज आहेत. आणि ते ज्या गावांमध्ये राहिले तिथली हिंदू संस्कृती त्यांनी आपलीशी केली. नऊवारी साडी, योम किप्पुरच्या सणाला पुरणपोळी आणि करंजी आणि अगदी हिंदू आडनावं सुद्धा त्यांनी स्वीकारली. मग जे लोक नायगावमध्ये स्थायिक झाले त्यांनी नायगावकर आडनाव स्वीकारलं, जे सागावमध्ये

राहिले ते सागावकर झाले...” आपली गोष्ट सांगतासांगताच ओमरने इराला ही माहिती दिली. तो पुढे वाचू लागला,

“एका ज्यू धर्मीय जमीनदारावरुन - अलिवरून अलिबाग हे नाव पडलं आहे. बेने इस्रायल इंडियन्स, हिब्रूमध्ये प्रार्थना करतात, त्यांच्या घराबाहेर डेव्हिडचा तारा ठेवतात आणि रोश हशनाह आणि पुरीम हे सण साजरे करतात. इथे अगदी सुरुवातीच्या काळात स्थायिक झालेल्या लोकांनी तेल गाळायचा उद्योग सुरु केला. हे लोक शनिवारी काम करत नसत. त्यावरून त्यांना शनिवार तेली हे नाव पडलं.

१९४८ साली भारतात अंदाजे ३०००० ज्यू लोक राहात होते, आता अंदाजे ५००० राहतात. बाकीचे बरेचसे लोक आता इस्रायलला स्थायिक झाले आहेत. आज इस्रायलमध्ये अंदाजे ८०००० भारतीय वंशाचे ज्यू लोक राहतात. ते आपल्या अनोख्या परंपरांचं तिथेही पालन करत आहेत.” तो थांबला आणि त्याने वळून इराकडे पाहिले. इरा पुढे वाचू लागली,

“दिमोना आणि अश्दोद या इस्रायलमधील शहरांना “लिटिल इंडिया” असं म्हणलं जातं. या शहरांतील अनेक घरांमध्ये हिंदी आणि मराठी भाषा बोलली जाते. दिमोनाच्या मध्यवर्ती नगरपालिका ग्रंथालयात भारतीय भाषेतील पुस्तकांचा एक विशेष विभाग देखील आहे.” इराने कुतूहलाने ओमरकडे पाहिलं आणि विचारलं,

“इस्रायलमध्ये मराठी? कसं काय?” इस्रायलमध्ये एक “घरवापसी कायदा” आहे. त्यानुसार प्रत्येक ज्यू व्यक्तीला इस्रायलमध्ये राहण्याचा आणि नागरिकत्व मिळवण्याचा अधिकार आहे. हे ओमरने

तिला समजावून सांगितलं. त्यानं ऐकलं होतं की इस्रायलमध्येही गोरे आणि काळे ज्यू लोक यांमध्ये भेदभाव केला जातो.

"बेने इस्रायली लोक भारतीयांसारखे दिसतात आणि १९६० पर्यंत त्यांनाही "अस्सल ज्यू" असा दर्जा मिळवण्यासाठी संघर्ष करावा लागला. माझी आई अमिता, अशाच काही दुर्दैवी लोकांपैकी एक होती. तिला इस्रायलपेक्षा भारतात राहायला जास्त आवडत असे. म्हणून ती अलिबागला परत आली होती... आणि इथेच तिचा मृत्यू झाला." ओमर गप्प झाला.

ओमरने भेटण्यासाठी औशविट्झ का निवडलं हे आता इराला समजू लागलं. इराने त्याला हळुवारपणे विचारलं,

"तू तुझ्या जन्मदात्या वडिलांचा पण शोध घेतलास का?" ओमरने नजर चुकवली. तिने त्याच्या हातावर हात ठेवला आणि आश्वासक नजरेने त्याच्याकडे पाहिलं. ही गोष्ट ओमरच्या मनाला कुरतडत होती. ओमरने इराकडे पाहिलं. त्याने एक खोल श्वास घेतला आणि तो थंड स्वरात बोलू लागला. त्याचे डोळे रागाने लाल दिसत होते,

"आपल्याला माहीत आहे की, गांधीजींच्या हत्येनंतर अनेक आडनावे बदनाम झाली होती. त्या कटातील सह-आरोपींचं आडनाव आपटे होतं. म्हणून गोडसे, आपटे ही आडनावं बदनाम झाली. त्याचप्रमाणे, १९४५ नंतर काही जर्मन आडनावे बद्‍द झाली होती. ही आडनावं ऐकताच नाझी जर्मनीतील आठवणी जाग्या होत असत. त्यांमध्ये हिमलर, गोरिंग, ग्योथ, हिटलर आणि होस अशी काही आडनावे होती. जसं श्रीरामच्या वडिलांना गोडसं आडनावाशी जोडणारा कोणताही धागा नको होता, तसंच मलाही माझ्याबाबतीत वाटतं. मला आत्ता जी माहिती मिळाली आहे ती पुरेशी आहे, मला अजून त्याच्या खोलात शिरायचं नाहीये.

माझ्या आईच्या कुटुंबीयांनी माझा शोध घेण्याचीही तसदी घेतली नाही, पोलिसांत कोणतीही तक्रार दाखल केली नाही किंवा एखादं मूल हरवलं आहे असंही पोलिसांत जाऊन सांगितले नाही. माझ्या आईला तिच्या पापाची शिक्षा म्हणून वाळीत टाकण्यात आले. आणि जो कोणी माझा बाप होता तो मात्र या सगळ्यातून सहज निसटला. सकीनाबी आणि मुश्ताकच्या अशक्त, सावळ्या पाचव्या मुलीचं पुढे काय झालं कोणालाच माहित नाही आणि त्याची कोणाला पर्वाही नाही.

वयाच्या अठराव्या वर्षी माझ्याकडे मुंबई बॉम्बस्फोटातील आरोपी म्हणून पाहिलं गेलं. त्यावेळी जर मी या विषयाचा शोध घेण्याचा प्रयत्न केला असता तर माझ्या हाती काहीच माहिती आली नसती. पण चाळीसाव्या वर्षी एक आघाडीचा शैक्षणिक तज्ञ असल्याने, माझ्या तपासाला थोडं यश मिळालं. मला माझ्या जन्मदात्या वडिलांच्या पासपोर्टची प्रत बघायला मिळाली." ओमरचे खांदे पडले. त्याने त्याची कोपरं टेबलवर टेकवली आणि दोन्ही हातांत मान खुपसली. इरा उठून त्याच्याजवळ गेली आणि त्याच्या खांद्यावर हात ठेवत त्याच्या डोक्यावर तिने गाल टेकवले.

"ओमर, तुला जेव्हा सांगावंसं वाटेल तेव्हा सांग. हे ओझं तू एकट्यानेच खूप वर्षं वाहिलं आहेस..." ती त्याच्या कानात कुजबुजली. ती चालत व्हेंडींग मशीनकडे गेली आणि दोन कागदी कपातून कोमट पाणी घेऊन आली.

ओमर त्याचं लालसर झालेलं नाक एका टिश्यूने पुसत होता. त्याने एक घोट घेतला आणि कष्टी स्वरात म्हणाला ,

"त्याचं नाव..."

ओमर पुन्हा गप्प झाला. इराने त्याच्यावर नजर स्थिर करून त्याला धीर दिला,

"फ्रेडरिक हेलर. तो मूळचा बर्लिन इथला होता. अमिताचा धर्म आणि सौंदर्य यांमुळे आकर्षित होऊन तो तिच्या प्रेमात पडला आणि नंतर तिला वाऱ्यावर सोडून दिलं, का दारूच्या नशेत फक्त तिच्या मुलगी असण्याचा त्याने गैरफायदा घेतला? यातलं खरं काय ते मलाच माहीत नाही." ओमर अगदी खचून गेल्यासारखा खुर्चीत बसून राहिला.

इराने टेबलावरील प्लास्टिकचे हिरवे ट्रे बाजूला सरकवले. तिने पुढे झुकून ओमरच्या हातावर आपले हात ठेवले आणि ते दोघे अगदी निःशब्दपणे त्या कॅफेमध्ये बसून राहिले. ओमरचे कढत अश्रू इराच्या हातावर पडत होते.

ओमरने नजर उचलून वर पाहिलं. त्याचे डोळे अश्रूंनी डबडबले होते. इरा त्याच्याकडे बघत होती. किशोरवयातील ओमरने कधीच इराला असं स्वतःला रडताना पाहू दिलं नसतं. तिने अगदी शांतपणे त्याच्या हातावर थोपटलं. ओमरला हुंदका आवरत नव्हता, तो गुदमरलेल्या स्वरात म्हणाला,

"मी कोणाचा मुलगा आहे?दुष्ट अशा गुन्हेगारांच्या वंशातून माझा जन्म झाला आहे... आज माझ्यातले जीन्स समीरमध्ये उतरले आहेत का? तू तर किती प्रेमाने आणि नेकीने त्याचा सांभाळ केला आहेस... मी माझ्या दुर्दैवी आईचाही मुलगा आहे ना?"

इराने त्याच्या दमट तळव्यावर आपली बोटं फिरवली. तिने एक टिश्यू उचलला, आणि त्याचे ओलसर झालेले गाल पुसले आणि कुजबुजली,

"ते कोण होते याने काहीही फरक पडत नाही. तू ओमर आहेस- तू तुझ्या आयुष्यात फक्त चांगलाच वागला आहेस. आपल्याला खात्री आहे की समीरही चुकीचं वागणार नाही. माझं पूर्ण आयुष्य मी तुला ओळखते आहे. त्याहून वेगळा ओमर मला नको आहे. तुझ्या वंशाची माहिती जाणून घेऊन तुला खूप मानसिक त्रास होतो आहे. पण तू कुठल्या वंशाचा आहेस त्याने मला काहीही फरक पडत नाही- यापूर्वीही पडला नव्हता."

ओमरने तिच्याकडे स्तब्धपणे टक लावून पाहिलं. अशावेळी इरा लाजून, त्याची नजर चुकवत असे. पण आज तिनेही त्याच्याकडे स्थिर नजरेने पाहिलं, त्याचा चेहरा कुरवाळला आणि म्हणाली,

"मी ओळखत असलेला, माझा ओमर, ओके?"

तिच्या चेहऱ्यावर अगदी हलकेच हसू पसरलं. त्याने दोन्ही हातांनी तिचा हात उचलला आणि हळुवारपणे त्यावर ओठ टेकवले.

"माझी इरा, जिला मी आयुष्यभर ओळखतो, ओके."

एवढे बोलल्यावर ओमर जरा सावरला, आता तो त्याच्या नेहमीच्या "ठाम" आवाजात म्हणाला,

"तर इरा, या नरसंहारातील ज्यू व्यक्तींना १९४५ मध्ये अधिकृतपणे मुक्त करण्यात आलं. पण आजही ज्यांच्यावर अन्याय झाला, त्या लोकांना डांबलेले तुरुंग, मोठ्या प्रमाणात आहेत. हॉलोकॉस्टमध्ये ६० लाख ज्यू लोक मृत्यू पावले. त्याची भरपाई करण्यासाठी, कट्टरपंथीय ज्यू पुरुष लग्न करून आपल्या बायकांना फक्त "मूल जन्माला घालणारं यंत्र" असल्यासारखे जगायला भाग पाडतात. बदनाम झालेल्या जर्मन आडनावांचे वंशज आजही त्यांच्या पूर्वजांनी केलेल्या कृत्यांमुळे अपराधी

भावना बाळगून आहेत. त्यातले बरेच जण एकाकी किंवा विजनवासात राहतात, तर काहींनी आपलं आडनाव बदलून घेतलं आहे. काही जण अजूनही या सगळ्या घटना जणू घडल्याच नाहीत अशा अविर्भावात जगतात. एका जर्मन बहिण-भाऊ जोडीने स्वतःची नसबंदी करून घेण्याचं टोकाचं पाऊल उचललं आहे. ते स्वतः निरपराध आहेत, पण आपल्या पूर्वजांनी जे नृशंस अपराध केले त्याचं प्रायश्चित्त म्हणून त्यांनी अशा पद्धतीने स्वतःचा वंश खंडित केला आहे.

मी हा माझा तपास पुढे चालू ठेवायचा नाही असं ठरवलं आहे. आईच्या बाजूने मी सागावकर आहे, तर वडिलांच्या कडून मी हेलर आहे. सागाव हे असं गाव आहे जिथे घोड्याचे खूर अस्तित्वात असल्याचं मानलं जातं, हे अद्वितीय ठिकाण, ज्यू, मुस्लिम आणि ख्रिश्चन लोकांना पूजनीय आहे. तू, मी, समीर आणि काह्या आपण सगळ्यांनी एखादे दिवशी त्या ठिकाणी भेट द्यायला जावं असं माझं स्वप्न आहे. तेव्हा, जेव्हा आपण कोण आहोत आणि आपले डोळे, त्वचा आणि केस जसे आहेत तसेच का आहेत याला काहीही महत्त्व असणार नाही.

इराने समजूतदारपणे मान हलवली. तिचे हात ओमरच्या हातांमध्ये विसावले होते. तिने ते उचलले आणि त्याच्या हाताच्या मागच्या बाजूचे हळूवारपणे चुंबन घेतलं.

"ओमर, ह्यासाठीच आपण इथे आलो आहोत का?" ओमरने तिचा हात किंचित दाबला आणि तो पुढे बोलू लागला,

"उद्या वॉरसॉमध्ये या सगळ्या लोकांचं एक छोटेसं संमेलन होणार आहे आणि मी आपल्या दोघांची तिथे नोंदणी केली आहे. इतकी वर्षं नाकबूल केल्यानंतर ९४ वर्षांच्या जर्मन माणसाच्या मनात माफी

मागताना काय भावनिक उलथापालथ होत असेल, किंवा आपले लाडके आजोबा, हे नाझी गुन्हेगार होते हे जाणून घेऊन हॉलोकॉस्टमधील मृतांच्या वंशजांना सामोरे जाण्यासाठी एका नातीने किती धाडस एकवटलं असेल. या सगळ्याची कदर करण्यासाठी आपण सर्वप्रथम औशविट्झला भेट देणं गरजेचं होतं." ओमरच्या हातात एक छोटीशी कार्यक्रम पत्रिका होती. त्यात लिहिलं होतं,

डॉ. मार्टिना एमे यांनी सह-स्थापित केलेली एक ना-नफा संस्था, वन-बाय-वन, ही होलोकॉस्ट मधून वाचलेले, नाझी गुन्हेगार आणि प्रत्यक्षदर्शी यांच्या वंशजांना एकत्र आणते.

विद्यार्थ्यांना आणि समाजाला होलोकॉस्टबद्दल शिक्षित करणं, त्यामध्ये बळी पडलेल्यांचा आणि त्यातून वाचलेल्यांचा सन्मान करणं, सहिष्णुता जोपासणं आणि "हे कधीही पुन्हा घडणार नाही" या जगाने घेतलेल्या वचनाला पाठिंबा देण्यासाठी आधुनिक काळातील नरसंहाराबद्दल जागरूकता वाढवणं.

ती कार्यक्रम पत्रिका ओमरने परत आपल्या कोटाच्या खिशात ठेवून दिली आणि म्हणाला,

"मी याबद्दल समीरला लिहिलं आहे. माझं पत्र आणि त्यासोबत एक पाकीट समक्ष एका व्यक्तीने त्याच्या सुपूर्त केलं आहे. त्या पाकिटात, माझा सर्वात मौल्यवान ठेवा आहे." इराने त्याच्याकडे बुचकळ्यात पडून बघितले. ओमर म्हणाला,

"जेव्हा मला घरातून बाहेर काढले, तेव्हा मला कोणतीही वस्तू बरोबर घेऊ दिली नव्हती. तुरुंगातून सुटल्यावर, माहीम दर्ग्याच्या बाहेर मी रुबिनाला भेटलो. माझ्या वडिलांच्या धाकाने, तिने कधीही माझ्याशी

संपर्क साधायचा प्रयत्न केला नव्हता. तिने मला सांगितलं की मला घरातून बाहेर काढल्यावर माझ्या सगळ्या वस्तू माझ्या घरातल्यांनी नष्ट केल्या. पण तिने सगळ्यांची नजर चुकवून माझ्या खोलीत जाऊन मला सर्वात प्रिय असणारी गोष्ट घेतली आणि मला देण्यासाठी घेऊन आली होती. पण तेव्हा माझ्याकडे घरदार नव्हतं, म्हणून ती गोष्ट मी रुबिनालाच अजून काही दिवस सांभाळून ठेवायला सांगितली. शेवटी मला एका हॉस्टेलमध्ये राहायला खोली मिळाली." इराने त्याच्याकडे उत्सुकतेने पाहिले,

"मौल्यवान ठेवा?"

ओमर उठून उभा राहिला, त्यांच्या दोघांचे कप त्याने कचऱ्याच्या डब्यात टाकले आणि इराला आपल्या मागून यायला सांगितले.

"मी तुझ्यासाठी याच्या कॉपीज बनवून ठेवल्या आहेत. त्या कारमध्ये आहेत. चल जाऊया." कारमध्ये बसल्यावर, त्यांच्या लहानपणीचे फोटो इरा बघत होती. हे फोटो गेली कित्येक वर्षं तिला बघायला मिळाले नव्हते. रझियाच्या लग्नात काढलेला त्या सगळ्यांचा एक फोटो तिने याआधी कधीच पाहिला नव्हता. तिने पत्र उघडून बघितलं.

"प्रिय समीर,

कृपया हे पत्र फाडू नकोस. या पत्राला तुझ्याकडून काही उत्तर मिळेल किंवा हे पत्र वाचून तुझ्या विचारांत काही बदल होईल अशी माझी अपेक्षा नाही. तुझ्या डोक्यात तीव्र जातीय विचार भरले आहेत, त्यापुढे विवेकाचा सौम्य आवाज तुला कदाचित ऐकूच येणार नाही.

मागच्या वर्षीपर्यंत, मला एक मुलगा आहे, हे मला माहीतही नव्हतं. आज तू तुझ्या आईशी बोलत नाहीस, पण तरीही तुला भेटण्यासाठी

तिचा जीव तळमळतो आहे. अशीच काहीशी अवस्था माझीपण झाली आहे. माझ्या मुलाला जाणून घेण्यापूर्वीच तो माझ्यापासून दुरावला आहे या विचाराने मीही सैरभैर झालो आहे. माझंही तारुण्य असंच वादळी घटनांनी भरलेलं होतं. पण माझ्या हाताशी असलेली सगळी साधनं आणि सद्भावना वापरून, गेल्या वर्षभरातील तुझ्या आयुष्यातील प्रत्येक घडामोड मी दूरवरून, तुझ्या नकळत टिपत आलो आहे.

हिंदू धर्माचा खरा अर्थ समजून घेण्यात रस नसलेल्या राजकारण्यांकडून तुझा वापर होत असल्याचं पाहून मला खूप वाईट वाटत आहे. मी आज जन्माने मुस्लिम नाही. पण मी इस्लाम धर्मियांच्या समुदायात वाढलो आहे. तिथे सुद्धा जन्नतमध्ये गेल्यावर ७२ कुमारिका तुम्हाला प्राप्त होतील अशी खोटी आश्वासनं देऊन अनेक महत्वाकांक्षी तरुणांना देशोधडीला लावल्याचं मी पाहिलं आहे. हे आश्वासन अगदी हास्यास्पद आहे, पण अगदी सोयीस्करपणे त्याचा संबंध पवित्र ग्रंथाशी जोडला गेला आहे. हा गोंधळ "हौरी" (अरबीमध्ये कुमारी) आणि "हूर" (सीरियन भाषेत स्फटिकासारख्या स्वच्छ पांढऱ्या मनुका) या सारख्याच वाटणाऱ्या शब्दांमुळे झाला आहे. तुझं संगोपन हिंदू, समतावादी आणि प्रगतीशील वातावरणात झाले आहे. स्त्रियांना अशा पद्धतीने हीन लेखून मुस्लिम जमात, तरुणांना आमिष दाखवत फूस लावून त्यांच्याकडून अनेक दुष्कृत्ये करून घेत आहे हे तुला आवडणार नाही. आज जगात इस्लामोफोबिया वाढतो आहे, ते याच मुळे.

आता अजमल कसाबचीच गोष्ट पहा. २००८ साली त्याच्यासारख्या दहा पाकिस्तानी युवकांना, दहशतवादी प्रशिक्षण दिलं आणि त्यांच्याबरोबर भरपूर शस्त्रसाठा देऊन त्यांना मुंबईत पाठवलं. मुस्लिम सोडून इतर सर्व हिंदू, ज्यू आणि ख्रिश्चनधर्मियांना ठार मारावं अशा

सूचना त्यांना देण्यात आल्या होत्या. हा जिहाद त्यांनी यशस्वी केल्यास त्यांना निश्चित जन्नतप्राप्ती होईल अशी खोटी आशा त्यांना दाखवण्यात आली होती. सगळ्या जगाने टीव्हीवर हा रक्तपात बघितला. आज कोणालाही या युवकांविषयी सहानुभूती वाटत नाही. पाकिस्तानातील अगदी खेडेगावात राहणाऱ्या तरुणांना अशी खोटी आश्वासनं देऊन दहशतवादी केलं जातं आणि जिहादच्या नावाखाली हिंसाचार करण्यास भाग पाडलं जातं. अशा तरुणांविषयी आपण काय बोलायचं? कसाब अगदी शेवटपर्यंत अगदी उन्मादात आपल्या सूत्रधाराशी एकनिष्ठ राहिला होता. पण जेव्हा त्याला त्याच्या नऊ साथीदारांचे कुजलेले मृतदेह दाखवण्यात आले आणि पाकिस्तान किंवा त्यांचे सूत्रधार यांपैकी कोणीही त्यांचे मृतदेह स्वीकारण्यास तयार झाले नाहीत हे समजलं तेव्हा त्याची निष्ठा डळमळली. अशीच जन्नत त्याला मिळणार होती का?

त्यावेळी आपापसातील सर्व मतभेद बाजूला ठेवून, मुंबईतील हिंदू, मुस्लिम, ख्रिश्चन आणि ज्यू लोक तसंच पोलिसखातं आणि सर्व राजकीय पुढारी एकत्रित आले आणि त्यांनी शांतता प्रस्थापित केली- मुंबईतील मुस्लिम कौन्सिलने आदेश काढला की मारल्या गेलेल्या नऊ दहशतवाद्यांना मुंबईत दफन केलं जाऊ नये.

मी हे सगळं तुला कळकळीने सांगतो आहे त्याचं कारण तुझे सूत्रधारसुद्धा अशाच पद्धतीने तुझा बुद्धिभेद करत आहेत. त्यांना लंडनमधली तुझी ओळख पुसून टाकून तुला राष्ट्रीय स्तरावर प्रसिद्धी मिळवून द्यायची आहे आणि त्यातून स्वतःचा फायदा करून घ्यायचा आहे.

ज्यांना तुझ्या धर्माशी किंवा इतिहासाशी काडीचंही देणंघेणं नाही, अशा राजकीय शक्तींना अजून किती काळ तू स्वतःचा वापर करू

देणार आहेस? आता ही भगवी, हिरवी, काळी आणि पांढरी वस्त्रं फक्त चिथावणी देण्यासाठीच वापरली जातात. या वस्त्रांचा उपयोग संपला की एका क्षणात ती वस्त्रं फेकून दिली जातात. तसंच तुझाही उपयोग संपला की तुलाही दूर लोटले जाईल.

चुकीच्या, अनैतिक, मानवतेच्या विरुद्ध असणाऱ्या आदेशांचं पालन करणारा, अशी इतिहासात तुझी नोंद व्हावी असं तुला वाटतं का?

ज्या आगीमुळे आपल्याला ऊब मिळते तीच आग आपले भस्मसुद्धा करू शकते; त्यात आगीचा दोष नाही." पण तू किती काळ विस्तवाशी खेळ करणार आहेस?

आयुष्यात अनेकदा योगायोग आणि उपहासात्मक घटना घडतात, पण त्या प्रत्येक घटनेकडे "वैश्विक रचना" म्हणून पाहणं कितपत योग्य आहे? आता या दोन योगायोगाच्या महत्त्वाच्या घटना बघः

भारताच्या स्वातंत्र्यलढ्यात महत्त्वाची भूमिका बजावणाऱ्या झाशीची राणी लक्ष्मीबाई हिने दामोदरराव नावाचा मुलगा दत्तक घेतला होता. या मुलाचाही जन्म १५ नोव्हेंबरलाच झाला होता. इतिहासकार विष्णुभट गोडसे यांच्या प्रवासवर्णनांमध्ये याची नोंदही सापडते. या विष्णूभट गोडसे आणि नथुराम गोडसे यांचा एकमेकांशी काहीही संबंध नाही. आता तू स्वतःला या दामोदररावांचाही वंशज मानून त्यांचं अर्धवट राहिलेलं कार्य पूर्ण करणार का?

अजून एक घटना बघ. अलिबागमधील ज्या सिनेगॉगच्या पायऱ्यांवर मला सोडून देण्यात आलं होतं, ते मागेन अबोथ सिनेगॉग (हिब्रूमध्ये भावांचा रक्षक) सुद्धा ज्या वर्षी नथुरामांचा जन्म झाला त्याच वर्षी स्थापन करण्यात आलं होतं.

आपल्या स्वार्थासाठी इतिहास आणि तत्वज्ञान हवं तसं वाकवणारी जी माणसं असतात तीच असे मनसुबे रचत असतात.

जेव्हा तुम्हाला कुठेही अन्याय होताना दिसतो, बदला घेण्याची खुमखुमी येते, तेव्हा तुमच्यासमोर दोन पर्याय असतात

निदर्शनं करणे/ प्रत्यक्ष लढ्यात सामील होणं

किंवा

पुढील शिक्षण घेणं/ स्वतःची उपजीविका करणं

इराच्या कुटुंबाने शिक्षणाचा मार्ग निवडला. माझे पूज्य मुस्लिम वडील (त्यांनी मला घरातून हाकलून दिले, पण आज वडील म्हणून त्यांचीच प्रतिमा माझ्या डोळ्यासमोर आहे. त्यांनी मला मुंबईतील सर्वोत्तम शाळेत घातलं आणि शिक्षण दिलं. त्याबद्दल मी त्यांचा ऋणी आहे). त्यांनी मला ह्या शाळेत पाठवलं, त्यामुळे मला माझा दृष्टीकोन विकसित करता आला तसंच इतर लोकांचा दृष्टीकोन समजून घेता आला. माझ्या बहिणींना मात्र शिक्षणासाठी मदरशांमध्ये पाठवलं गेलं. तिथे त्यांना कोणतंच उपयुक्त शिक्षण मिळालं नाही. आजही तिथे मुलांना, देवावर प्रेम करण्याचा एकमेव मार्ग म्हणजे इतर सर्वांचा द्वेष करणं असं शिकवलं जातं!

तू विवेकाने वागावंस आणि सूडाचं विचार मनातून काढून टाकावेस अशी माझी तुला मनापासून विनंती आहे. किती लोक मारले गेले यावर उलटसुलट चर्चा करून जे वाद निर्माण केले जातात ते माझ्या पचनी पडत नाहीत.

होलोकॉस्टमध्ये किती लोक मारले गेले, भारत-पाकिस्तान फाळणीच्या वेळी किती जण मारले गेले, अफगाणिस्तानात किती जण

मारले गेले, ९/११च्या हल्ल्यात किती जणांचा बळी गेला. अशा किती घटना आहेत. अगदी आज १९९७ मध्येसुद्धा, इंग्लंडच्या राणीबरोबर भारत दौऱ्यावर असलेल्या प्रिन्स फिलिप यांनी १९१९ च्या जालियनवाला बाग हत्याकांडात मृत्युमुखी पडलेल्यांच्या संख्येवर प्रश्नचिन्ह उपस्थित केलं ज्यामुळे वाद निर्माण झाला. आपण बळींच्या आकड्यावरून किती काळ वाद घालत राहणार? बळी पडलेल्या प्रत्येक व्यक्तीसाठी त्यांचे पालक शोक करत असतीलच ना?

एक मशीद आणि एक मंदिर यांच्यातील वादाचं पर्यवसन मुंबईच्या दंगलीमध्ये झालं. ती दंगल झाली नसती तर, मी आणि तुझी आई कधीच दुरावलो नसतो. तू एक गोष्ट समजून घेतली पाहिजेस. माझा जन्म बलात्कारासारख्या घृणास्पद गुन्ह्यामधून झाला आहे. पण तुझा जन्म मात्र तुझ्या आईवडिलांच्या उत्कट पण अधुऱ्या प्रेमातून झाला आहे. तू आम्हाला हवा होतास म्हणून तुझा जन्म झाला आहे. आमच्या शाश्वत आणि निरपेक्ष प्रेमाचं प्रतीक म्हणून तू आम्हाला हवा आहेस.

ज्या धर्माच्या मागे तू जीव तोडून पळतो आहेस, त्याचं खरं पालन तर तुझी आई आणि काव्या करत आहेत. काव्या कोणतंही पवित्र वस्त्र परिधान करत नाही, परंतु हिंदू धर्मग्रंथांनी आदर्श जोडीदार म्हणून जी व्याख्या केली आहे, त्याचं ती मूर्त स्वरूप आहे. तू दूर असताना तिने ज्या पद्धतीने तुझ्या आईची काळजी घेतली, आणि तिला सन्मानपूर्वक वागवलं, ते खरंच कौतुकास्पद आहे. आज आपण आपल्या सभोवती, इतकी नाती क्षणात तुटताना बघतो. त्या पार्श्वभूमीवर, ही मुलगी तुझ्या पाठीशी खंबीरपणे उभी राहिली आहे. तुझ्या आईकडून मला असं समजलं आहे की तुमच्या दोघांतील नातं चारही पातळ्यांवर बांधलेलं आहे- भावनिक, बौद्धिक, शारीरिक आणि आध्यात्मिक. त्यातील

आध्यात्मिक नातं हे सहजासहजी कुणालाही साध्य होत नाही. एका आयुष्यात एकाच व्यक्तींबरोबर चारही पातळ्यांवर जोडलं जाणं हे जवळपास अशक्य असतं. तुझी आई आणि मी अशाच धाग्यांनी बांधले गेलो होतो. पण दुर्दैवानं, ते नातं मी गमावलं. पण तू मात्र तुझ्या आयुष्यातील हे अमूल्य प्रेम गमावू नकोस, बेटा."

माझ्या स्वतःच्या क्रूर वंशावळीत "आर्यवंशीय नसलेल्यांना नष्ट करणं" हे सूत्र पाळलं जात होतं. १९४५ साली घडलेल्या गुन्ह्यांना २०१९ साली सुधारता येत नाही. पण हॉलोकॉस्ट हा गुन्हा होता आणि तो पुन्हा घडू नये हे मान्य करण्यासाठी, तसंच हे सूडाचं चक्र थांबावं म्हणून जर्मन सरकार आणि तिथले नागरिक प्रयत्न करत आहेत.

सन २००० मध्ये, जर्मन राष्ट्राध्यक्ष जोहान्स राऊ यांनी नेसेटला संबोधित केलं आणि जर्मन लोकांच्या वतीने क्षमा मागितली.

२००८ मध्ये, इस्त्रायलच्या स्थापनेच्या ६० व्या वर्धापन दिनानिमित्त, अँजेला मर्केल इस्त्रायली संसदेसमोर भाषण देणाऱ्या पहिल्या जर्मन चान्सलर ठरल्या. इस्त्रायलचे पंतप्रधान एहुद ओल्मर्ट यांनी मर्केल यांचा इस्त्रायलचे सन्मित्र असा गौरव केला.

२०११ मध्ये, इस्त्रायल चेंबर ऑर्केस्ट्राने जर्मनीमध्ये हिटलरचं आवडते संगीतकार रिचर्ड वॅग्नर यांनी स्वरबद्ध केलेली रचना वाजवून सात दशकांपासून चालत आलेली बंदी मोडली.

आपण ही उदाहरणं डोळ्यासमोर ठेवून एक नवीन सुरुवात करूया.

आज आपण धर्म आणि वंशाच्या नावाखाली घडणाऱ्या गुन्ह्यांचे मूक साक्षीदार आहोत. पण हेच अपराध पुन्हा पुन्हा घडत राहिले तर आपण आपल्या वंशजांना कोणत्या तोंडाने सामोरे जाणार ?

त्याऐवजी आपण एकत्र येऊन या संकटांचा सामना करूया, शोक करूया, क्षमा करूया आणि "पुन्हा असे घडणार नाही" अशी खात्री देऊया.

(मला तू स्वीकार अथवा नाकार, काहीही असो)

तुझा प्रेमळ पिता,

ओमर

प्रकरण २५

पुन्हा प्रेमाच्या नावाने

वॉरसॉमधील हॉटेलवर परतल्यावर, निराशा झटकून टाकण्यासाठी ओमर खेळकरपणे म्हणाला,

"इराजी, मी आजच्या संध्याकाळी आपल्यासाठी दोन गोष्टी ठरवल्या आहेत. एका शाकाहारी रेस्टॉरंटमध्ये आपल्यासाठी मी डिनर टेबल आरक्षित केलं आहे आणि ते झाल्यावर आपण दोघं चित्रपट बघायला जाणार आहोत."

"वॉरसॉमध्ये शाकाहारी रेस्टॉरंट! मला चिकन आणि मासेसुद्धा चालले असते. अर्थात, आता तू शांततावादी धर्माचं पालन करतो आहेस, त्यामुळे तुला शाकाहार करणं भाग आहे. आणि इथे कुठला सिनेमा बघणार आपण? तुझ्या डोक्यातून काय कल्पना निघतील, ओमर... ते सांगता येत नाही. कोणता सिनेमा आहे हा?" इरा थट्टा करत म्हणाली.

"इराजी, मी सगळं अगदी व्यवस्थित ठरवलं आहे. आता रडारड बास झाली. आता रूममध्ये जा, जरा फ्रेश हो, आणि नेहमी सारखी

छान आवरून तयार होऊन ये आणि हो, उशीर करू नकोस!" ओमर वळून निघू लागला.

"ओमर, किरमिजी का निळा?" इराने त्याला थांबवून विचारलं.

"एला आणि लिऑनच्या वाढदिवसाच्या पार्टीनंतर मी तुला स्क्रीनवर त्या किरमिजी रंगाच्या ड्रेसमध्ये पाहिलं होते... आणि लीलाच्या पदवीदान समारंभातील फोटो मध्ये तू निळ्या रंगाचा ड्रेस घातला होतास..." ओमर तिच्याकडे एकटक बघत म्हणाला.

"तुला कळतंय ना मी काय म्हणतोय?" ओमरने तिच्या डोळ्यात खोलवर पाहत आपल्या हाताची घडी घातली. इराची नजर खाली झुकली आणि तिच्या चेहऱ्यावर हलकेच हसू उमटले,

"किंवा तुझा नेहमीचा आवडता पांढरा रंग!" तिने हलकेच मान उडवली आणि तिथून निघून गेली.

इरा तयार होऊन आली. तिने गुडघ्यापर्यंत पोचेल असा शिफॉनचा पांढरा ड्रेस घातला होता. नुकतीच ती न्हायली होती, अजूनही तिचे केस किंचित दमट दिसत होते आणि तिने मोत्यांचे कानातले घातले होते.

ओमर मागे सरकला आणि त्याने मोठ्याने उसासा टाकला, त्याचे डोळे चमकत होते.

"अद्भुत!"

त्यांनी निवडलेल्या रेस्टॉरंटमध्ये भूमध्यसागरी आणि ज्यू पदार्थ केले जात असत. तिथे पोचल्यावर त्या दोघांना एल-आकाराच्या गडद सोफ्यावर बसवण्यात आले. त्याच्या पुढे गोलाकार टेबल होतं. त्या टेबलवर फुलांच्या आकृत्या कोरलेली, जाडसर तपकिरी मेणबत्ती ठेवलेली

होती. तिचा प्रकाश टेबलवर मांडलेल्या ब्रेड, भाज्या आणि डिप्स यांना उजळून टाकत होता. एका लाकडी कोरीव बर्फाच्या बादलीत प्रोसेकोची बाटली ठेवलेली होती. इराने त्या मांडलेल्या गोष्टींकडे कौतुकाने पाहिलं. ओमरच्याही डोळ्यात चमक दिसत होती. ओमरने त्याच्या पांढऱ्या सूती शर्ट आणि गडद पँटवर घातलेल्या निळ्याशार स्लीव्हलेस जॅकेटमुळे त्याच्या डोळ्यांना निळसर झाक आली होती.

इराने लावलेल्या मोगऱ्याच्या अत्तराचा वास आल्यावर ओमरने खोलवर श्वास घेतला. त्याला एकदम मुंबईची आठवण झाली. तिथेही वेताच्या टोपल्यांमधून असेच मोगऱ्याचे गजरे विकायला येत असत. त्या सुगंधासोबत इराची आठवण येई आणि त्याच्या हृदयात कालवाकालव होत असे.

“सिनेमा बघायच्या आधी, मला दोन गोष्टी करायच्या आहेत. तुझी परवानगी आहे का?”

“कशाची परवानगी, ओमर?” इराने अवखळपणे विचारलं. तिथे ठेवलेल्या प्रत्येक चविष्ट डिप्सचा आनंद लुटण्यात ती मग्न होती.

“एक, मला थोडा स्वतःचा टेंभा मिरवायचा आहे आणि दोन, एका गोष्टीबद्दल मला तुझं मत जाणून घ्यायचं आहे.” ओमरचे डोळे आता चमकत होते.

“ओमर, तुला कधीपासून बोलण्यासाठी परवानगीची गरज पडायला लागली? खरं तर, असं दिसतंय की तू इतक्या वर्षात उदरनिर्वाहासाठी तेच केलं आहेस-बोलणे! आणि तुझी लोकप्रियता बघता, तू यामध्ये यशस्वी झाला आहेस!” इरा म्हणाली.

ओमर म्हणाला, "तुला आठवतंय का तुझ्या आजीच्या देवाच्या, महान लोकांच्या तसबिरींनी आणि पुस्तकांनी भरलेल्या देखाव्याच्या खोलीत मला खूप न्यूनगंड वाटत असे?"

"ओमर, निदान मेलेल्या माणसांविषयी उद्धटपणे बोलू नकोस! माझ्या आजीची ती अभ्यासिका होती, देखाव्याची खोली नव्हती! प्लीज!" इराने रागाने मान हलवली.

"हो, तिच्यासाठी ती अभ्यासिका होती. पण माझ्या सारखा व्यक्ती ज्यांचे पूर्वज फारसे प्रतिष्ठित नव्हते त्याला तिथे गेल्यावर न्यूनगंड येत असे. पण आज मात्र मी टेंभा मिरवणार आहे. मी आज इथे सगळ्या ज्यू लोकांचं कौतुक करायचं ठरवलं, तर आपल्याला रात्र पुरणार नाही. म्हणून मी फक्त भारताशी संबंधित असणाऱ्या ज्यू लोकांविषयी बोलणार आहे.

दक्षिण आफ्रिकेतील गांधीजींचा पहिला आश्रम त्यांचे ज्यू धर्मीय मित्र डॉ. हरमन कॅलेनबॅक यांनी दान केलेल्या टॉल्स्टॉय फार्मवर स्थापन करण्यात आला होता. नंतर भारतात, मुंबईतील बेने इस्त्रायल ज्यू असलेले डॉ. अब्राहम सोलोमन एरुलकर हे त्यांचे खाजगी डॉक्टर म्हणून काम करू लागले आणि १९१५ मध्ये त्यांच्यासोबत अहमदाबादला स्थलांतरित झाले. त्यानंतर आपल्याकडे जेकब-फर्ज-राफेल जेकब होऊन गेले. ते १९७१ च्या बांगलादेश मुक्ती युद्धादरम्यान भारतीय लष्कराच्या पूर्व कमांडचे प्रमुख होते." ज्यू समाजाविषयी अधिकाधिक जाणून घेताना जी माहिती ओमरला मिळाली होती, ती तो आता इराला सांगत होता.

"अरे वा!" इरा उद्गारली, ती टेबलावरच्या वेगवेगळ्या ब्रेड्स आणि डिप्सचा मनापासून आस्वाद घेत होती.

"तसंच, पहिली मिस इंडिया (१९४७) ही ज्यू होती - एस्थर व्हिक्टोरिया अब्राहम, जिने प्रमिला हे नाव धारण केलं होतं. ती भारतातील महिला चित्रपट निर्मात्यांपैकी एक होती आणि केंब्रिज विद्यापीठाची माजी विद्यार्थिनी होती. एस्थरची मुलगी नकी जहाँ १९६७ मध्ये मिस इंडिया झाली आणि तिचा मुलगा हैदर अली हा अभिनेता आहे. १९५९ मध्ये फ्लेअर एझेकील आणि १९७२ मध्ये सलोम आरोन ह्या ज्यू वंशाच्या आणखी दोन मिस इंडिया होऊन गेल्या.

एक काळ असा होता जेव्हा बॉलीवूडमधील हिंदू आणि मुस्लिम अभिनेत्री काही विशिष्ट भूमिका स्वीकारत नसत. त्या भूमिका ज्यू अभिनेत्री स्वीकारत. फ्लोरेन्स एझेकिल (नादिरा) आणि रुबी मायर्स (सुलोचना) या दोन अभिनेत्री होत्या. सुलोचना यांना १९७३ मध्ये चित्रपटसृष्टीतील सर्वोच्च सन्मान मानल्या जाणाऱ्या दादासाहेब फाळके पुरस्काराने सन्मानित करण्यात आलं. त्या खूपच उत्साही असायच्या, मुंबईच्या रस्त्यांवर त्या शेवरले गाडी चालवत असत. त्यांचा मेहनताना मुंबईच्या राज्यपालांपेक्षा जास्त होता. आणि नंतर अगदी अलिकडे, अभिनेते डेव्हिड अब्राहम, पर्ल पद्मसी आणि तिचा मुलगा रणजित चौधरी."

ओमरच्या स्वरात अभिमान जाणवत होता.

"अरे वा ! आम्हा बॉलीवूड चाहत्यांना हे काही माहितच नव्हतं!" इरा उद्गारली.

"तुझ्या चेहऱ्यावरचं अलौकिक तेज, निखळ हास्य आणि तुझ्या अंगाला येणारा मोगऱ्याचा मंद वास... अशाने मी प्रेमात पडेन नाहीतर काय?" ओमरने आपली हनुवटी ओंजळीत धरली आणि तो म्हणाला,

"हो, पण आता आपण अगदी तोलामोलाचे आहोत! माझ्या वंशातही प्रतिष्ठित पूर्वज होऊन गेले आहेत. तुझा वंशवृक्ष फक्त पुण्या-मुंबईतच मर्यादित आहे. पण माझे पूर्वज तर राज्य आणि देशांच्या सीमा ओलांडून जागतिक स्तरावर प्रसिद्ध आहेत! स्वतःच्याच या बोचऱ्या विनोदावर हसून ओमरने त्याचा ग्लास हवेत उंचावला. इरा ४५ वर्षांची झाली होती, तिच्या केसांत रुपेरी छटा डोकावत होती, पण आज ती पुन्हा एकदा नव्याने ओमरच्या प्रेमात पडली होती. दोन दशकं उलटून गेल्यानंतर, आज तिच्या डोळ्यांत आनंद उतरला होता.

"आज तुझी सगुणा आजी जिवंत असती तर माझी कहाणी ऐकून तिला नक्कीच कृष्णाची आठवण झाली असती. कारण, देवकीची आठवी मुलगी आणि कृष्ण यांची अदलाबदल करण्यात आली होती आणि कृष्णाला सुखरूप गोकुळात पाठवण्यात आले होते! इराच्या आजीच्या आठवणीने ओमरचे डोळे चमकले. आजी, अब्दुल आणि जमिलाकडून घरातील सणवाराची तयारी अगदी नेटकेपणाने करून घेत असे, हे त्याला आठवलं.

"आता माझा पुनर्जन्म झाला आहे हे सिद्ध झालं आहे. तर मग आता मी लग्न लावण्यासाठी कोणाला बोलवू?" त्याने हसू दाबत विचारले.

ओमरची अखंड बडबड चालू होती. भारतीय पुराणकथा आणि त्याच्या वंशामध्ये तो जो काही संबंध जोडत होता ते ऐकून इराच्या डोळ्यांत हसून हसून पाणी आलं.

"ओमर, माझं काजळ फिसकटेल अशाने. आज आपण डोळ्यांतून पाणी काढणार नाही असं ठरवलं आहे ना. मग ते आनंदाचं असलं तरीही मग आता हसणे पुरे. माझा सगळा मेकअप खराब होईल ना. कोणाशी आणि कसल्या लग्नाबद्दल बोलतो आहेस तू?" तिने एक घास तोंडात टाकत विचारलं.

"डॉ. इरावती गोडसे, मी विचारतो आहे की आपल्या लग्नासाठी मी कोणाला बोलवू, रब्बी, कॅथॉलिक प्रिस्ट, काझी का तुझी प्रतिभा मावशी पौरोहित्य करेल?"

ते ऐकून इराच्या हातातील प्रोसेकोचा ग्लास हिंदकळला.

"आता कुठल्या प्रकारे तुला लग्न करायचं आहे हे तू पटकन सांग बघू. नाहीतर आपल्याला आधी हनिमून आणि नंतर लग्न असा उलटा प्रवास करावा लागेल. तुला आठवतंय आपण जगाच्या नकाशावर कुठे कुठे जायचं आहे ती शहरं लाल ठिपका देऊन खूण करत असू. तो नकाशा तर आता माझ्याकडे नाहीये. दर वेळी आपल्याला एखाद्या नवीन शहराची माहिती कळली की आपण शहरावर लाल ठिपका देत असू. आपल्याला शेक्सपिअरची अनेक ठिकाणं अजून बघायची आहेत-रोम, व्हेनिस..." ओमर बोलता बोलता थांबला. त्याच्या बोलण्याचा धागा पकडून इरा म्हणाली, "आणि हो, जॉर्जिया, अॅटलांटा "गॉन विथ द विंड" साठी, "थॉर्न बर्ड्स" मधील आउटबॅक. आणि हे सगळं

केल्यानंतर, तुला इस्रायललासुद्धा भेट द्यायची असेल." ओमर मध्येच म्हणाला,

"होय, डॉक्टर इरा गोडसे, आता तुझ्या लक्षात आलं बरं का. जर तू मला कुठे आणि कसं लग्न करायचं आहे हे सांगितलं नाहीस, तर त्यासाठी आपला जगाचा दौरा संपेपर्यंत वाट पहावी लागेल. समीर आणि काह्या सुट्टीवर आहेत हे लक्षात घेता, आपल्या लग्नात रडणारी नातवंडंही व्यत्यय आणू शकतात. तर, पटकन तुझा निर्णय सांग!"

"ओमर, तू मला प्रपोज करतो आहेस का?" इरा थट्टा करत म्हणाली. ती चीज आणि लाल मिरचीने भरलेले ऑलिव्ह शांतपणे खात होती.

"प्रपोज करणं ही एवढी मोठी गोष्ट आहे का? मी मुस्लिम,ज्यू, ख्रिश्चन, अर्धा भारतीय, अर्धा जर्मन असा कोणीही असू शकतो हे आत्ताच आपण सिद्ध केलंय. पण मी ब्रिटीश नक्कीच नाहीये. पण तू मात्र पक्की इंग्लिश झाली आहेस. तुझ्यावर उत्कट प्रेम करणाऱ्या पुरुषाबरोबर तुला एक मुलगाही झाला आहे, पण तरीही त्याने एका गुडघ्यावर बसून तुला अंगठी घालावी असं तुला वाटतं. माझ्या हे पचनी पडत नाही. ही अगदी खास इंग्लिश पद्धत आहे! पण मी असं काहीही करणार नाहीये. आपल्या ८०च्या दशकातील चित्रपटांत जसं दाखवलं जात असे, त्याच पद्धतीने मी तुला विचारणार आहेः

मुलीला कॉफीसाठी आमंत्रित करणं = तुमचं प्रेम जाहीरपणे व्यक्त करणं

मुलीला सिनेमा बघायला घेऊन जाणं = मुलीला प्रपोज करणं

मुलीने तिचा हात धरायला मान्यता देणं = मुलीने तुमच्याशी लग्न करायला होकार देणं

तर, इरा, माझ्याबरोबर सिनेमा बघायला येशील का?" आणि ओमरने अगदी थाटात सिनेमाची तिकिटं हवेत नाचवली.

ओमर आणि इरा वॉरसॉच्या उयाझडोव्स्की कॅसलमधील एका लहान, सत्तर आसनी चित्रपटगृहात पुन्हा एकदा एकत्र बसून सिनेमा पाहत होते. सिनेमा काही फारसा खास नव्हता. पण त्या सिनेमात ख्रिस्तोफर प्लमर प्रमुख भूमिकेत होता. तो आता जवळपास नव्वद वर्षांचा झाला होता. आठ वर्षांचे असताना इरा आणि ओमरने एकत्र पाहिलेल्या पहिल्या सिनेमाचा तो स्टार कलाकार होता. १९८२ साली, त्यांच्या शिक्षिकेने तिच्या आठ वर्षीय सर्व विद्यार्थ्यांना गोळा करून शाळेच्या बसमध्ये बसवलं होतं आणि 'द साउंड ऑफ म्युझिक' च्या मुंबईत होणाऱ्या भव्य रिलीजसाठी घेऊन गेली होती. आता तर छान कॅरेमल घालून तयार केलेले पॉपकॉर्न पुठ्ठ्याच्या टबमध्ये मिळत होते, सोड्याच्या काचेच्या बाटल्या नव्हत्या, एका टंबलरमधून डाएट कोला मिळू लागला होता. या देशाने इतकं दुःख भोगलं होते की, आता या शहरात कोणत्याच मतभेदांची पर्वा केली जात नव्हती. आता इथे इराला स्कार्फची गरज नव्हती किंवा अंधाऱ्या सिनेमागृहात आपल्या सीटपाशी पोचण्यासाठी लोकांना ओलांडत जाण्याची.

मोठ्या पडद्यावर संगीत अगदी मंदपणे वाजू लागलं, ओमरने आपला डावा हात पुढे केला आणि इराने आपला हात त्याच्या हातात दिला. हे असंच घडणार अशी त्यांना खात्रीच होती पण त्यांनी कधीच मनात आशा बाळगली नव्हती पण याशिवाय वेगळ्या भविष्याची त्यांनी कल्पनाही केली नव्हती.

www.ingramcontent.com/pod-product-compliance
Lightning Source LLC
LaVergne TN
LVHW040605051026
849519LV00004B/1471
* 9 7 8 9 3 5 8 9 8 5 3 2 0 *